വടക്കേമലബാറിലെ
കർഷകസമരങ്ങളും സ്ത്രീകളും

Vadakkemalabarile
Karshakasamarangalum Sthreekalum
Study

Dr. Sreevidhya V

CHINTHA PUBLISHERS
Thiruvananthapuram

First Edition
January 2023

Published & Typesetting
Chintha Publishers, Thiruvananthapuram

Cover Design
Vinod Mangoes

ISBN - 978-93-93468-68-0

CO - 3222 / 6273

₹ 170

Email: chinthapublishers@gmail.com
Website: www.chinthapublishers.com

A version is available at National Libraries
Kolkata, Mumbai, Chennai and Delhi

Distribution
DESHABHIMANI BOOKHOUSE
H O Thiruvananthapuram 695035

Branch
Head Office Kunnukuzhi • Statue Thiruvananthapuram
KSRTC Bus Terminal Thampanoor • Saphalyam Complex Thiruvananthapuram
KSRTC Bus Station Alappuzha • KSRTC Bus Station Ernakulam
Machingal Lane Thrissur • IG Road Kozhikode
Mavoor Road Kozhikode • NGO Union Building Kannur
Central Bus Terminal Complex Thavakkara Kannur

വടക്കേമലബാറിലെ
കർഷകസമരങ്ങളും സ്ത്രീകളും

ഡോ. ശ്രീവിദ്യ വി

ചിന്ത പബ്ലിഷേഴ്സ്
തിരുവനന്തപുരം-695 035
വില : ₹170

ഡോ. ശ്രീവിദ്യ വി

കോഴിക്കോട് തിരുവണ്ണൂർ - ഒടുമ്പ്രക്കടവ്, എം പി ജയ ശ്രീയുടെയും വടക്കേടത്ത് അരവിന്ദാക്ഷന്റെയും മകൾ. ജനനം: 1974 മാർച്ച് 8. കോഴിക്കോട് മീഞ്ചന്ത ഗവൺമെന്റ് ആർട്സ് & സയൻസ് കോളേജിൽനിന്ന് ചരിത്രത്തിൽ ബിരുദാനന്തര ബിരുദം. കോഴിക്കോട് സർവ്വകലാശാല ചരി ത്രവിഭാഗം പ്രൊഫ. കെ എൻ ഗണേശിന്റെ കീഴിൽ 'Women in Labour Process Production Relations and Social Change: A Study of North Malabar' എന്ന വിഷ യത്തിൽ 2007 ൽ പി എച്ച് ഡി ലഭിച്ചു. ICHR ന്റെ സാമ്പ ത്തിക സഹായം ഗവേഷണ കാലയളവിൽ ലഭിച്ചു.

കോഴിക്കോട് ഗവൺമെന്റ് ലോ കോളേജ്, കണ്ണൂർ യൂണി വേഴ്സിറ്റി ഹിസ്റ്ററി ആന്റ് ഹെറിറ്റേജ് സ്റ്റഡീസ് എന്നിവിട ങ്ങളിൽ കോൺട്രാക്റ്റ് അദ്ധ്യാപികയായി പ്രവർത്തിച്ചിട്ടു ണ്ട്. 2012 മുതൽ ഇരിഞ്ഞാലക്കുട ക്രൈസ്റ്റ് കോളേജ് (ഓട്ടോണോമസ്) തൃശൂർ ചരിത്രവിഭാഗം അദ്ധ്യാപിക, റിസർച്ച് സൂപ്പർവൈസർ, 2019 മുതൽ കാലിക്കറ്റ് സർവ്വക ലാശാല (ഹിസ്റ്ററി ഫാക്കൽറ്റി) ഇലക്റ്റഡ് അക്കാദമിക് കൗൺസിൽ മെമ്പർ. *Women in Labour Process Production Relations and Social Change: A Study of North Malabar* എന്ന പുസ്തകം പ്രസിദ്ധീകരിച്ചിട്ടുണ്ട്.

വിലാസം: ഡിപ്പാർട്ട്മെന്റ് ഓഫ് ഹിസ്റ്ററി
ക്രൈസ്റ്റ് കോളേജ്, ഇരിഞ്ഞാലക്കുട
തൃശ്ശൂർ - 680125
E-mail: sreevidhya1974@gmail.com

ഉള്ളടക്കം

പ്രസാധകക്കുറിപ്പ്

വർത്തമാന സമൂഹത്തിൽ സ്ത്രീയുടെ കീഴാളസ്ഥാനത്തിന്റെ വേരുകൾ എവിടെ ആരംഭിക്കുന്നു എന്നത് വലിയൊരു സംവാദ വിഷയമാണ്. തൊഴിൽ ചൂഷണത്തെ അടിസ്ഥാനമാക്കിയ സാമൂഹിക സംഘാടന രൂപങ്ങളാണ് സ്ത്രീയെ ഇത്തരമൊരു സ്ഥാനത്തേക്ക് തള്ളി നീക്കിയത് എന്നാണ് ഇത് സംബന്ധിച്ച മാർക്സിയൻ സാമൂഹിക കാഴ്ചപ്പാട്. സ്വതന്ത്ര ഫെമിനിസ്റ്റ് ഗ്രൂപ്പുകൾ പലരും ഇത് അംഗീകരിക്കുന്നില്ല. ചരിത്രപരമായി നോക്കുകയാണെങ്കിൽ ഇവരുടെ ഈ വാദം നിലനില്ക്കുന്നതല്ല എന്ന് കാണാം. ചൂഷണാധിഷ്ഠിതമായ സാമൂഹിക ക്രമങ്ങൾ നിലവിൽ വരുന്നതിനുമുൻപ് സമുദായത്തിൽ തുല്യ സ്ഥാനം വഹിച്ചിരുന്നവരായിരുന്നു സ്ത്രീകൾ. പുരുഷാധിപത്യ ക്രമങ്ങൾ പില്ക്കാലത്ത് നിലവിൽ വന്നതിനുശേഷം, സ്ത്രീകളുടെ പദവി സാമൂഹികമായി വീണ്ടും ഉയർന്ന നിലയിലേക്ക് കുതിച്ചത് കമ്യൂണിസ്റ്റ് ഭരണകൂടങ്ങൾ നിലന്നിരുന്നയിടങ്ങളിലായിരുന്നു എന്നും ചരിത്രം നമ്മെ പഠിപ്പിക്കുന്നു.

കേരളീയ സമൂഹത്തെ മുൻനിർത്തി ഈ സൈദ്ധാന്തിക ചർച്ചയെ വികസിപ്പിക്കുവാനുള്ള ശ്രമമാണ് ശ്രീവിദ്യ ഇവിടെ നടത്തുന്നത്. ഇരുപതാം നൂറ്റാണ്ടിന്റെ ആരംഭത്തിൽ വടക്കേമലബാറിൽ നിലനിന്നിരുന്ന കാർഷിക സമ്പദ്‌വ്യവസ്ഥയെക്കുറിച്ചും അവിടെ സ്ത്രീകൾ നിർവ്വഹിച്ചിരുന്ന തൊഴിലുകളെയും നിലനിന്നിരുന്ന തൊഴിൽ ബന്ധങ്ങളെയും, അക്കാലത്ത് പടർന്നുപിടിച്ചിരുന്ന കർഷക സമരങ്ങളിൽ അവർ വഹിച്ചിരുന്ന പങ്കിനെയും മുൻ നിർത്തിയാണ് ഈ പഠനം. വർഷങ്ങൾ നീണ്ടുനിന്ന വളരെ വിശദമായ നേരിട്ടുള്ള വിവര സമാഹരണത്തിലൂടെയാണ് ശ്രീവിദ്യ തന്റെ നിഗമനങ്ങളിലേക്ക് എത്തിച്ചേരുന്നത്. കേരള സമൂഹത്തിന്റെ വികാസ പരിണാമങ്ങളെക്കുറിച്ചുള്ള പഠനങ്ങളിൽ സുപ്രധാനമായ ഒന്നായിരിക്കും ഇത് എന്നതിൽ തർക്കമില്ല.

ചിന്ത പബ്ലിഷേഴ്സ്

കൃതജ്ഞത

കോഴിക്കോട് സർവ്വകലാശാല ചരിത്രവിഭാഗത്തിൽ (2000-2006) നടത്തിയ ഗവേഷണത്തിന്റെ തിരഞ്ഞെടുത്ത ഭാഗങ്ങളാണ് ഈ പുസ്തകത്തിനാധാരം.

ആദ്യമായി എന്റെ ഗവേഷണത്തിനു മേൽനോട്ടം വഹിച്ച്, എന്നിലെ ഗവേഷകയെ ആകൃതിപ്പെടുത്തിയ, പ്രിയപ്പെട്ട ഗുരുനാഥൻ ഡോ. കെ എൻ ഗണേശിനോടുള്ള നന്ദിയും കടപ്പാടും രേഖപ്പെടുത്തുന്നു.

അടുത്തതായി എന്നെ ചരിത്രത്തിന്റെ വഴികളിലൂടെ കൈപിടിച്ചു നടത്തി, ഗവേഷണകുതുകിയാക്കിയ യശഃശരീരനായ പ്രൊഫ. എ പി ശ്രീധര (മലബാർ ക്രിസ്ത്യൻ കോളേജ്, കോഴിക്കോട്) നോടുള്ള നന്ദിയും കടപ്പാടും രേഖപ്പെടുത്തുന്നു.

പേരെടുത്തു പറയാൻ പറ്റാത്തത്രയും സുഹൃത്തുക്കളും, വ്യക്തികളും നല്കിയ പ്രോത്സാഹനവും, ധാർമ്മിക പിന്തുണയുമാണ് ഈ ഗവേഷണത്തെ യാഥാർത്ഥ്യമാക്കിയത്. എല്ലാ സുഹൃത്തുക്കൾക്കും നന്ദി രേഖപ്പെടുത്തുന്നു.

പഠനാവശ്യത്തിനായി സന്ദർശിച്ച എല്ലാ വായനാശാല ആർക്കൈവ്സ്, സ്റ്റാഫ് അംഗങ്ങൾക്കും, പ്രത്യേകിച്ച് കോഴിക്കോട് റീജിണൽ ആർക്കൈവ്സ് സ്റ്റാഫ് അംഗം ശ്രീ. വർഗീസ് ഏട്ടനും നന്ദി രേഖപ്പെടുത്തുന്നു.

വ്യത്യസ്ത പ്രദേശങ്ങളിൽ അഭിമുഖം നടത്തുവാനായി മാർഗ്ഗനിർദ്ദേശം നല്കിയ ഡോ. എം ടി നാരായണൻ, ഡോ. വി ദിനേശൻ, പ്രൊഫ. കുട്ടിയാൻ വി, ഡോ. പി മോഹൻദാസ്, പി മുരളീധരൻ മാസ്റ്റർ മണക്കാട്, ശ്രീ. പി കെ ദാമോദരൻ മയ്യിൽ, ശ്രീ. കെ പി കൃഷ്ണൻ ഉദിനൂർ, ശ്രീ ആണ്ടലാട്ട്, ശ്രീമതി എ കെ ലൈല മടിക്കൈ എന്നിവരോടും

നന്ദി രേഖപ്പെടുത്തുന്നു.

ഈ കാലയളവിൽ വിവിധ പ്രദേശങ്ങളിൽ താമസ സൗകര്യം ഒരുക്കിത്തന്ന പ്രിയ സുഹൃത്ത് ഡോ. പ്രിയമോൾ എം എസ്, ശ്രീമതി ജയ പി കെ, ഡോ. മെർലിൻ അബ്രഹാം, ശ്രീമതി ലീഷ കെ കെ മയ്യിൽ, കണ്ണൂർ എസ് എൻ കോളേജ് ചരിത്രവിഭാഗം പ്രൊഫ. സരോജിനി ടീച്ചർ എന്നിവരോടുള്ള സ്നേഹവും കടപ്പാടും രേഖപ്പെടുത്തുന്നു.

അഭിമുഖത്തിനായി കാണുകയും സംസാരിക്കുകയും ചെയ്ത എല്ലാ വ്യക്തികൾക്കും, ആ പ്രദേശങ്ങളിൽ എനിക്കു വഴികാട്ടികളായ എല്ലാ ഓട്ടോ ഡ്രൈവർമാർക്കും നന്ദി രേഖപ്പെടുത്തുന്നു. അവസാനമായി ഈ പുസ്തകം പ്രസിദ്ധീകരിക്കുന്ന ചിന്ത പബ്ലിഷേഴ്സിനും നന്ദി രേഖപ്പെടുത്തുന്നു.

ശ്രീവിദ്യ വി

മുഖവുര

ലിംഗപഠനം ചരിത്രകാരന്മാരുടെ ശ്രദ്ധയാകർഷിക്കുന്നതും ചരിത്രപഠനത്തിന്റെ ഭാഗമാകുന്നതും അടുത്തകാലത്താണ്. ലിംഗപഠനം ചെയ്യുന്നത് സ്ത്രീപുരുഷന്മാർ തമ്മിലുള്ള വിവേചനത്തെ സാമൂഹ്യ നിർമ്മിതിയായി കണ്ടുകൊണ്ട് വിശദീകരിക്കുകയാണ്. മാറിവരുന്ന സ്ഥല കാലങ്ങളിലെ ജീവിതാവസ്ഥകളിൽ സ്ത്രീപുരുഷന്മാരുടെ സാമൂഹികനില, അധികാരബന്ധങ്ങൾ, സമൂഹത്തിൽ അവരുടെ പങ്കാളിത്തം എന്നിവയെ ചരിത്രപരമായി മനസ്സിലാക്കുന്നതിനാണ് ചരിത്രപഠനം ലിംഗ പഠനത്തെ അതിന്റെ ഭാഗമാക്കുന്നത്. കുടുംബത്തിനകത്തും തൊഴിലിട ങ്ങളിലും സമൂഹത്തിൽ പൊതുവെയും സ്ത്രീകൾ നേരിടുന്ന വിവേചനത്തെയും അദൃശ്യമാക്കലിനെയും മറനീക്കി കാണിക്കുക എന്നതാണ് ഇത്തരം പഠനങ്ങളുടെ പ്രധാന ഉദ്ദേശ്യം.

പൂർണ്ണമായോ ഭാഗികമായോ ഏതെങ്കിലും തൊഴിലിൽ ഏർപ്പെട്ട് ദൈനംദിനജീവിതം നയിക്കുന്ന സ്ത്രീപുരുഷന്മാരെയാണ് തൊഴിലെടുക്കുന്ന ജനവിഭാഗം എന്ന് വിളിക്കുന്നത്. തൊഴിൽ എന്നതിനെ വസ്തുനിഷ്ഠമായി മനസ്സിലാക്കാനാവുക സമൂഹത്തിനാവശ്യമായ ഏതെങ്കിലും ഉപഭോഗവസ്തു ഉല്പാദിപ്പിക്കുന്ന മനുഷ്യപ്രക്രിയ ആയിട്ടാണ്. ഇന്ന് തൊഴിലും തൊഴിലിടവും തൊഴിൽനോക്കുന്ന രീതികളും സമ്പ്രദായ ങ്ങളും പല മാറ്റങ്ങൾക്കും വിധേയമായിക്കൊണ്ടിരിക്കുകയാണ്. നാം ആശയവിനിമയത്തിനായി നിത്യേന ഉപയോഗിച്ചുവരുന്ന വാക്കു കളെപ്പോലെ തൊഴിൽ എന്ന പദത്തിനും അർത്ഥാന്തരങ്ങൾ ഏറെയുണ്ട്. എന്തെങ്കിലും ശാരീരികാദ്ധ്വാനത്തിൽ ഏർപ്പെടുന്ന പ്രക്രിയയെ അല്ലെങ്കിൽ ചെയ്തിയെയാണ് തൊഴിൽ എന്ന് പൊതുവെ പറയുന്നത്. പക്ഷേ, ഇതിൽനിന്നും വ്യതിചലിച്ച് സ്ഥാപനങ്ങളിലോ ഓഫീസിലോ ജോലി നോക്കുന്നതിനെ ഇന്ന് നാം ജോലി, ഉദ്യോഗം, പണി തുടങ്ങിയ വ്യത്യസ്തപദങ്ങൾകൊണ്ടാണ് സംബോധന ചെയ്യുന്നത്.

സാമൂഹികമായി, ഉല്പാദനക്ഷമതയോടനുബന്ധപ്പെട്ടവയും അല്ലാത്തവയുമായ ഏതൊരു ജോലിയെയും തൊഴിൽ എന്ന പദംകൊണ്ടാണ് സൂചിപ്പിക്കാറുള്ളത്. സാമ്പത്തികസിദ്ധാന്തം എല്ലായ്പ്പോഴും തൊഴിലിനെ നിർവ്വചിക്കുന്നതിനും അളക്കുന്നതിനും തൊഴിൽ കമ്പോളത്തെയാണ് അടിസ്ഥാനമാക്കുന്നത്. ചെയ്യുന്ന തൊഴിലിന്റെ അളവിനെയും അതിനായി ഉപയോഗപ്പെടുത്തുന്ന സമയത്തെയും മുൻനിർത്തിയാണ് തൊഴിൽകമ്പോളം തൊഴിലിന് പ്രതിഫലം നല്കുന്നത്. സ്ത്രീകൾ ചെയ്യുന്ന ഏതുതരം ജോലിയും തൊഴിൽ എന്ന നിർവ്വചനത്തിനകത്ത് വരുന്നവയാണ്. എന്നാൽ, കമ്പോളത്തെ അടിസ്ഥാനമാക്കിയുള്ള സാമ്പത്തികസിദ്ധാന്തം തൊഴിലിൽ ഏർപ്പെടുന്നവരെയും അവരുടെ തൊഴിലിനെയും സ്ത്രീ-പുരുഷ തൊഴിൽ, സ്ത്രീ -പുരുഷ തൊഴിലാളികൾ എന്ന വിഭജനത്തിന് വിധേയമാക്കുന്നതുകാണാം. മാത്രവുമല്ല അത് തൊഴിലിനെ, തൊഴിൽ നിർവ്വഹിക്കപ്പെടുന്ന അതിന്റെ ഇടത്തെ ആസ്പദമാക്കി പൊതുവായതെന്നും സ്വകാര്യമായതെന്നും വേർതിരിക്കുന്നുമുണ്ട്. ഇതിലൂടെ വീട്ടുജോലി സ്വകാര്യമായതും മറ്റിടങ്ങളിലെ ജോലി പൊതുവായതും എന്ന നിലയിലേക്ക് മാറ്റപ്പെടുന്നു.

പൊതുവായതെന്നും സ്വകാര്യമായതെന്നുമുള്ള തൊഴിൽവേർതിരിവിനെയും അതിനകത്തെ സ്ത്രീപ്രശ്നത്തെയും മാക്സ് വെബ്ബർ (Max Weber) വിശകലനം ചെയ്യുന്നുണ്ട്. വീട്ടുജോലികളിൽ സ്ത്രീകളും പൊതുജോലികളിൽ പുരുഷന്മാരും എന്ന സാമാന്യവല്ക്കരണമാണ് സമൂഹം പിന്തുടരുന്നത്. വീട്ടുജോലിയെ സ്വകാര്യമെന്ന് മാറ്റിനിർത്തുന്ന പ്രവണതയിലൂടെ സ്വാഭാവികമായും ഉണ്ടാകുന്നത് ആണും പെണ്ണും തമ്മിലുള്ള അകല്ച്ചയും വേർതിരിവുമാണ്. വീട്ടുജോലികൾ മാത്രം നിർവ്വഹിക്കാനാണ് പ്രകൃതി സ്ത്രീകളെ ഒരുക്കിയിരിക്കുന്നത് എന്ന മിഥ്യാധാരണയുടെ പേരിലാണ് പൊതുജോലികളിൽനിന്നും സ്ത്രീകളെ അകറ്റിനിർത്തുന്നത്. ഇത് സ്വകാര്യം-പൊതു, ഗാർഹികം-സാമൂഹികം, കുടുംബം-തൊഴിൽ, സ്ത്രീ-പുരുഷൻ തുടങ്ങിയ ദ്വന്ദങ്ങളിലേക്ക് ജീവിതത്തെ ന്യൂനീകരിക്കുന്നതിലേക്കാണ് കൊണ്ടെത്തിക്കുന്നത്. സാമൂഹികമായി മേൽക്കൈയുള്ള ഇത്തരം വേർതിരിവിന്റെ ആശയാടിത്തറ നിർമ്മിക്കപ്പെട്ടിരിക്കുന്നത് പുരുഷാധിപത്യഘടനയുടെയും മുതലാളിത്ത ഉല്പാദനരീതിയുടെയും അടിസ്ഥാനത്തിലാണ്.

മേല്പറഞ്ഞ, തൊഴിൽരംഗത്തുള്ള പുരുഷാധിപത്യ നിയന്ത്രണങ്ങളെയും ലിംഗപരമായ വേർതിരിവുകളെയും സ്ത്രീവാദം വിശദീകരിക്കുന്നത് വ്യത്യസ്ത സിദ്ധാന്തങ്ങളും അവയുടെ സമീപന രീതികളും പിൻപറ്റിക്കൊണ്ടാണ്. സാമൂഹികവും രാഷ്ട്രീയവുമായ സ്വാതന്ത്ര്യം, തുല്യാവകാശം, വിദ്യാഭ്യാസം എന്നിവ പുരുഷനൊപ്പം സ്ത്രീകൾക്കും സാദ്ധ്യമാക്കണമെന്ന് വാദിച്ച സ്ത്രീവാദികൾ ലിംഗപരമായ വേർതിരിവുകൾ സ്ത്രീയെ വീട്ടുചുമരുകൾക്കുള്ളിൽ കെട്ടിയിടുന്നത് നിയമപരമായ വിധേയത്വത്തിലൂടെയാണ് എന്ന് വിശദീകരിക്കുന്നുണ്ട്. അപ്പോൾ തന്നെ, സ്ത്രീക്ക് കുടുംബത്തിലുള്ള സ്ഥാനത്തെ അവർ ചോദ്യം ചെയ്യുന്നില്ല എന്നുകാണാം. നിലനില്ക്കുന്ന വ്യവസ്ഥിതിയെയോ പുരുഷാധി

കാരത്തെയോ അവർ നിരാകരിക്കുന്നില്ല എന്നതാണ് അതിനുകാരണം. എന്നാൽ മറ്റൊരുകൂട്ടർ, ലിംഗസമത്വവും തൊഴിൽസമത്വവും പ്രായോഗികമാക്കുന്നതിന് സമൂഹത്തെ സമൂലമായി പരിവർത്തിക്കുന്നതിന്റെയും പുനർനവീകരിക്കുന്നതിന്റെയും ആവശ്യകതയെ ഊന്നിപ്പറയുന്നുണ്ട്. സ്ത്രീകളുടെ പ്രായോഗിക ഇടപെടൽ കൊണ്ടല്ലാതെ ഇത് സാദ്ധ്യമാവില്ലെന്ന് വാദിക്കുന്നവരാണ് അവർ.

കമ്പോളമുതലാളിത്തത്തിന്റെ നിർമ്മിതിയായ സാമൂഹ്യപരിസ്ഥിതിയിൽ വേരൂന്നിക്കിടക്കുന്നതാണ് സ്ത്രീയുടെ കീഴാളസ്ഥാനം എന്നാണ് മാർക്സിയൻ സാമൂഹ്യകാഴ്ചപ്പാട് സിദ്ധാന്തിക്കുന്നത്. സ്വകാര്യതൊഴിലിടമായ കുടുംബത്തിൽ സ്ത്രീകൾ ചെയ്യുന്നത് കൈമാറ്റത്തിന് സാദ്ധ്യതയില്ലാത്ത ഉല്പാദനമാണ്. കുട്ടികളെ പ്രസവിച്ചു വളർത്തുക, വീട് സംരക്ഷിക്കുക, ഗൃഹഭരണം നടത്തുക എന്നിവയൊക്കെ അതിൽ ഉൾപ്പെടും. കുടുംബിനി അല്ലെങ്കിൽ ഗൃഹനാഥ എന്ന നിലയിൽ സമൂഹം കെട്ടിപ്പടുക്കുന്നതിന് തന്റേതായ പങ്കാളിത്തം സ്വഗൃഹത്തിൽ നിർവ്വഹിക്കുകയാണ് ഇതിലൂടെ ഓരോ സ്ത്രീയും ചെയ്യുന്നത്. പക്ഷേ, അവർ വീട്ടിൽ ചെയ്യുന്ന ജോലികൾക്ക് പ്രത്യക്ഷത്തിൽ പ്രതിഫലം ലഭിക്കുന്നില്ല. സ്ത്രീകൾ വീട്ടിൽ ദിവസേന നിർവ്വഹിക്കുന്ന ഇത്തരം പ്രവർത്തനങ്ങളെ ഉല്പാദന പ്രക്രിയയുമായി ബന്ധപ്പെടുത്തണമെന്നാണ് സാമൂഹ്യപരിഷ്കരണവാദികളായ സ്ത്രീവിമോചകർ നിർദ്ദേശിക്കുന്നത്.

സ്ത്രീതൊഴിലിന്റെ ചരിത്രപരമായ പരിണാമങ്ങളിൽ സ്ത്രീകളുടെ തൊഴിൽബന്ധങ്ങളും തൊഴിൽപങ്കാളിത്തവും പ്രധാന അന്വേഷണവിഷയങ്ങളാണ്. ആദ്യകാലഘട്ടങ്ങളിൽ ഗോത്രസമൂഹം ഉല്പന്നങ്ങൾ ഉല്പാദിപ്പിച്ചിരുന്നത് അതിന്റെ അന്നന്നത്തെ ആവശ്യത്തിന് അനുസരിച്ചായിരുന്നു. കുടുംബകൂട്ടായ്മകളും ചാർച്ചാബന്ധമുള്ളവരും തമ്മിലുള്ള ഗാർഹിക ഉല്പാദനസമ്പ്രദായമായിരുന്നു അതിന്റെ അടിസ്ഥാനം. വ്യക്ത്യാധിഷ്ഠിത സ്വത്തവകാശം നിലവിലില്ലാതിരുന്ന പ്രസ്തുത ഘട്ടത്തിൽ തൊഴിൽ, ആണിനും പെണ്ണിനും തുല്യമായി വിഭജിക്കപ്പെട്ടിരുന്നു. തുടർന്നുവന്ന സ്വതന്ത്ര സ്വത്തവകാശം ആൺ-പെൺ അവകാശങ്ങളിലും ബന്ധങ്ങളിലും അകല്ച്ച ഉളവാക്കി. കാലക്രമേണ പുരുഷൻ മേധാവിത്തം സ്ഥാപിച്ചെടുക്കുകയും ഉല്പന്നങ്ങൾ കൈകാര്യം ചെയ്യാനും ക്രയവിക്രയം ചെയ്യാനുമുള്ള അവകാശം സ്വയം സമ്പാദിച്ചെടുക്കുകയും സ്ത്രീകളെ വീട്ടിനുള്ളിൽ ഒതുക്കി നിർത്തുകയും ചെയ്തു. പരമ്പരാഗത കാർഷികസമൂഹത്തിൽ സ്ത്രീകൾ പ്രധാന തൊഴിൽശക്തിയായി മാറുന്നതുകാണാം. ആൺ-പെൺ വിഭജനവും വേർതിരിവും നിലനിർത്തിക്കൊണ്ടുതന്നെ കുടുംബത്തിനകത്തെ ജോലികളിലും പുറത്ത് കൃഷിയിടത്തിലെ ജോലികളിലും സ്ത്രീകൾ ഒരുപോലെ വ്യാപൃതരാവുന്ന അവസ്ഥയാണത്.

കാർഷികസമൂഹത്തിലെ കുടുംബത്തിനകത്തും പുറത്തുമുള്ള തൊഴിലിലെ വിഭജനത്തിന്റെയും വേർതിരിവിന്റെയും പശ്ചാത്തലത്തിൽ ഇരുപതാംനൂറ്റാണ്ടിന്റെ ആരംഭത്തിൽ വടക്കേമലബാറിൽ നിലനിന്നിരുന്ന കാർഷികസമ്പദ്‌വ്യവസ്ഥ, അതിലെ കുടുംബം, സ്ത്രീകൾ നിർവ്വ

ഹിച്ചുപോന്ന തൊഴിലുകൾ, തൊഴിൽബന്ധങ്ങൾ, കർഷകസമരങ്ങൾ, അതിൽ സ്ത്രീകളുടെ പങ്കാളിത്തം മുതലായവയെക്കുറിച്ചുള്ള അന്വേഷണമാണ് ഈ പുസ്തകം. സാധാരണഗതിയിൽ കാർഷികസമരങ്ങളും തൊഴിൽ ചരിത്രവും രണ്ടായിട്ടാണ് പഠിക്കപ്പെടാറുള്ളത്. എന്നാൽ ഇവിടെ സ്ത്രീതൊഴിലുമായി ബന്ധപ്പെടുത്തി രണ്ടുകാര്യങ്ങളെയും ചേർത്തുവെച്ചാണ് വിശകലനം ചെയ്യുന്നത്. കഴിഞ്ഞ നൂറ്റാണ്ടിന്റെ ആദ്യഘട്ടത്തിൽ, പ്രത്യേകിച്ച് മുപ്പതുകളിലും നാല്പതുകളിലും, വടക്കേമലബാറിലെ കാർഷികമേഖലകളിൽ സ്ത്രീതൊഴിലിനുണ്ടായ പരിണാമങ്ങളെക്കുറിച്ചും സ്ത്രീകൾ ആ മേഖലകളിൽ നിർവ്വഹിച്ച പങ്കിനെക്കുറിച്ചുമാണ് മുഖ്യമായും വിലയിരുത്തുന്നത്. വടക്കേമലബാറിനെ നിർണ്ണായകപ്രദേശമായി എടുത്തത് മൂന്നുകാരണങ്ങൾ കൊണ്ടാണ്. വടക്കേ മലബാറിലായിരുന്നു സ്ത്രീകർഷകത്തൊഴിലാളികൾ ജന്മികുടിയാൻ സമരത്തിന്റെ കേന്ദ്രബിന്ദുവായത് എന്നതാണ് ഒന്നാമത്തെ കാരണം. മറ്റൊന്ന്, നാല്പതുകളിൽ തുടങ്ങി ഇന്നുവരെ സമരങ്ങളിൽ മുഖ്യപങ്കുവഹിച്ച മഹിളാസംഘടനകൾ മിക്കതും സ്ഥിതിചെയ്യുന്നത് ഈ പ്രദേശത്തായിരുന്നു എന്നതാണ്. മൂന്നാമത്തെ കാരണം, ദേശീയരാഷ്ട്രീയത്തിലും മറ്റു സാമൂഹ്യപരിഷ്കരണമേഖലകളിലും നിർണ്ണായകസ്വാധീനം ചെലുത്തിയ സംഘടനകൾക്ക് തുടക്കംകുറിച്ച ഇടം വടക്കേമലബാറാണെന്നതാണ്.

സ്ത്രീസമരങ്ങളെക്കുറിച്ച് നേരിട്ടറിയാവുന്ന വൃദ്ധജനങ്ങളുമായി, പ്രത്യേകിച്ച് സ്ത്രീകളുമായി നടത്തിയ അഭിമുഖങ്ങളാണ് ഈ പഠനത്തിന് ഉപോൽബലകമായ വസ്തുതകളായി എടുത്തിരിക്കുന്നത്. അക്കാലത്തെ സാഹിത്യസംരംഭങ്ങളെയും കേട്ടുകേൾവികളെയും നാടൻ കഥപറച്ചിലുക ളെയും ചെറിയ അളവോളം ആശ്രയിക്കുന്നുണ്ട്. ഏതാണ്ട് മുന്നൂറോളം സ്ത്രീ/പുരുഷന്മാരെ അഭിമുഖത്തിന് വിധേയരാക്കി. ഇന്നുവരെ അറിയാൻ കഴിഞ്ഞിട്ടില്ലാത്ത ഒട്ടേറെ വിവരങ്ങൾ അനുഭവസ്ഥരിൽനിന്നും മനസ്സിലാക്കാൻ കഴിഞ്ഞു എന്നുള്ളതാണ് ഈ അഭിമുഖങ്ങളുടെ നേട്ടം. വർഗ്ഗം, ജാതി, ലിംഗഭേദം, തൊഴിലിടം എന്നിവയുടെ അടിസ്ഥാനത്തിൽ സ്ത്രീതൊഴിലാളികളെ അകറ്റിനിർത്തിയ അന്നത്തെ പുരുഷാധിപത്യ സമ്പദ്വ്യവസ്ഥയെയും, പുരുഷനെ അപേക്ഷിച്ച് തൊഴിലിടങ്ങളിൽ സ്ത്രീകളായിരുന്നു കൂടുതൽ സമയവും ജോലിചെയ്തിരുന്നതെന്ന വസ്തുതയും അവരിൽനിന്ന് മനസ്സിലാക്കാൻ സാധിച്ചു. കാർഷികമേഖലയിലെ സ്ത്രീതൊഴിലാളികളുടെ മുഴുനീള പങ്കാളിത്തം സമൂഹത്തിൽ സ്ത്രീയുടെ പ്രാധാന്യം വകവെച്ചുകൊടുത്തിരുന്നില്ലെങ്കിലും വടക്കേമലബാറിൽ സ്ഥിതി വ്യത്യസ്തമായിരുന്നു. ഇവിടെ കുടുംബസ്ഥിതി നോക്കാതെ സ്ത്രീപുരുഷ ഭേദമന്യേ എല്ലാ ജനങ്ങളും നിർദ്ദിഷ്ട തൊഴിലിൽ വ്യാപൃതരായിരുന്നു. കേട്ടറിവുകൾക്ക് പുറമെ ലഭ്യമായ പുരാവസ്തുരേഖകളും പ്രമേയങ്ങളും സെൻസസ്റിപ്പോർട്ടുകളും പത്രറിപ്പോർട്ടുകളും സ്ഥിതിവിവരക്കണക്കുകളും കാർഷിക ബന്ധപ്രമാണങ്ങളും ഇത്തരം വസ്തുതകൾ സ്ഥിരീകരിക്കുന്നതിലേക്കായി ഒത്തുനോക്കുകയുണ്ടായി.

വടക്കേമലബാറിലെ കാർഷികസമൂഹത്തിലെ സ്ത്രീതൊഴിൽ പ്രക്രിയ

ആദ്യകാലസമൂഹത്തിൽ ഉല്പാദനത്തിന്റെ പ്രാഥമികരൂപം എന്ന നിലയിലാണ് അദ്ധ്വാനം രൂപംകൊണ്ടത്. സാമൂഹ്യബന്ധങ്ങളുടെ ഭാഗമായിത്തീർന്ന വീട് അഥവാ ഗൃഹവുമായി ബന്ധപ്പെട്ടാണ് അത് നിർവ്വഹിക്കപ്പെട്ടിരുന്നത്. പിന്നീട് സ്വകാര്യസ്വത്തിന്റെ കടന്നുവരവോടെ, ഗാർഹികതൊഴിൽരീതികൾക്ക് മാറ്റം സംഭവിച്ചു. അതേത്തുടർന്ന് ഗാർഹികതൊഴിൽ എന്നത് സ്ത്രീകൾ സ്വഗൃഹങ്ങളിൽ ചെയ്തുപോരുന്ന തൊഴിലായി അറിയപ്പെട്ടുതുടങ്ങി. ഗാർഹിക ഉല്പാദനസമ്പ്രദായത്തെക്കുറിച്ചുള്ള അന്വേഷണത്തിൽ സാഹ്ലിൻ (Sahlins) അതിലെ തൊഴിൽശക്തി, സാമ്പത്തികനിർവ്വഹണം എന്നിവയെക്കുറിച്ച് പ്രതിപാദിക്കുന്നുന്നുണ്ട്.[1] അദ്ദേഹത്തിന്റെ അഭിപ്രായത്തിൽ, ഏറ്റവും കൂടുതൽ ഉല്പാദനക്ഷമമായിരുന്നു ആദ്യകാല സമൂഹത്തിലെ കുടുംബം. സാമ്പത്തികനേട്ടം ലക്ഷ്യമാക്കിക്കൊണ്ട് ഗാർഹികതൊഴിൽശക്തിയെ അത് സമർത്ഥമായി ഉപയോഗപ്പെടുത്തുകയും വിന്യസിക്കുകയും ചെയ്തിരുന്നു. കുടുംബത്തിലെ അംഗങ്ങളായ ഭാര്യ, ഭർത്താവ്, കുട്ടികൾ എന്നിവർ തമ്മിൽനിലനിന്നിരുന്ന പാരസ്പര്യമാണ് സമൂഹത്തിന്റെതന്നെ ഉല്പാദത്തിന്റെ മുഖ്യഘടകമായി വർത്തിച്ചത്. ഗാർഹികജീവിതത്തിനകത്തെ ഉപചാരക്രമത്തിലൂന്നിയ പദവികൾ, മേല്ക്കോയ്മ, വിധേയത്വം, സഹകരണം, നിസ്സഹകരണം എന്നിവയെല്ലാം കൂടിച്ചേർന്ന ബന്ധുത്വസമ്പ്രദായമാണ് അന്നത്തെ സാമ്പത്തികതയെ രൂപപ്പെടുത്തിയിരുന്നത്.

തൊഴിൽ എങ്ങനെ ഉപയുക്തമാക്കാമെന്നും എന്ത് ഉല്പന്നങ്ങളാണ് നിർമ്മിക്കേണ്ടതെന്നും അതിന്റെ വ്യവസ്ഥകൾ എന്തൊക്കെയെന്നും കുടുംബത്തിനകത്താണ് തീരുമാനിക്കപ്പെട്ടിരുന്നത്. ഇത്തരം തീരുമാന

ങ്ങൾ എല്ലായ്പ്പോഴും കുടുംബസംതൃപ്തിയെ മുൻനിർത്തിയാണ് എടുത്തിരുന്നത്. മാത്രമല്ല, ഉല്പാദനം ക്രമപ്പെടുത്തിയതും കുടുംബത്തിന്റെ അന്നന്നത്തെ ആവശ്യങ്ങൾക്ക് അനുസൃതമായിട്ടായിരുന്നു. അന്നത്തെ ഗാർഹിക ഉല്പാദനസമ്പ്രദായം കുടുംബത്തിലെതന്നെ കൂട്ടായ്മകളും ചാർച്ചാബന്ധമുള്ളവരും രൂപീകരിച്ച സമ്പദ്‌വ്യവസ്ഥയെയാണ് പ്രതിനിധാനം ചെയ്തത്. ഗോത്രസമൂഹത്തിൽ നിലനിന്ന കുടുംബവ്യവസ്ഥ കൃഷിസ്ഥലങ്ങൾ, മേച്ചിൽപുറങ്ങൾ, വേട്ടസ്ഥലങ്ങൾ, മത്സ്യബന്ധനയിടം എന്നിവയുടെ ഉടമസ്ഥത പ്രത്യേകിച്ച് ആർക്കും വിഭജിച്ചു നല്കിയിരുന്നില്ല. അപ്പോൾത്തന്നെ ഉടമസ്ഥാവകാശം ലഭിക്കാനിടയായ അധീശവിഭാഗമോ അധികാരമുള്ളവരോ ഉണ്ടെന്നിരിക്കിലും വിഭവോല്പാദനങ്ങളുമായുള്ള പ്രാഥമികബന്ധം കുടുംബത്തിൽത്തന്നെ നിലനിന്നിരുന്നതായി കാണാം. ഭൂമി വിനിയോഗിക്കുന്നതിനും ഭാഗിക്കുന്നതിനും ഓരോ കുടുംബത്തിനും അവകാശം ഉണ്ടായിരുന്നെങ്കിലും അതൊരിക്കലും യഥേഷ്ടം ഉപയോഗിക്കുന്നതിനുള്ള അനുമതിയായി കണക്കാക്കിയിരുന്നില്ല.

ഗാർഹിക ഉല്പാദനസമ്പ്രദായം എന്നത് കുടുംബകൂട്ടായ്മകളും ചാർച്ചാബന്ധമുള്ളവരും തമ്മിൽ സാമ്പത്തികലക്ഷ്യത്തോടെ, കുടുംബത്തിലെ തൊഴിൽശക്തിയെ ഉപയോഗപ്പെടുത്തി കെട്ടിപ്പടുത്ത സാമ്പത്തികവ്യവഹാരമാണ്. കുടുംബത്തെ അടിസ്ഥാനമാക്കിയുള്ള ഈ സാമ്പത്തികക്രമത്തിൽ വീട്ടുജോലികളായ ഭക്ഷണം പാകംചെയ്യൽ, വീട് വൃത്തിയാക്കൽ, വെള്ളം ശേഖരിക്കൽ, കുട്ടികളുടെയും വൃദ്ധരുടെയും പരിചരണം തുടങ്ങിയവയൊക്കെ നിർവ്വഹിച്ചിരുന്നത് സ്ത്രീകളായിരുന്നു. അതോടൊപ്പംതന്നെ, പുരുഷന്മാർ ചെയ്യുന്ന കൃഷിപ്പണിയും അതിന്റെ അനുബന്ധതൊഴിലുകളും സ്ത്രീകൾക്കും ചെയ്യേണ്ടിവന്നിരുന്നു. അന്നത്തെ കാർഷിക സമൂഹത്തിന്റെ അടരുകളിൽ എവിടെയും അദ്ധ്വാനത്തിന്റെ ഇത്തരം വിന്യാസം കാണാൻ കഴിയും.

കാർഷികസമ്പദ്‌വ്യവസ്ഥ

കാർഷികസമ്പദ്‌വ്യവസ്ഥയെക്കുറിച്ചുള്ള മിക്ക പഠനങ്ങളിലും കാർഷികസമൂഹത്തിലെ ഗാർഹികഉല്പാദനസമ്പ്രദായം, അതിന്റെ സാമ്പത്തികമായ പങ്ക് എന്നിവയുടെ പ്രാധാന്യത്തെ എടുത്തുപറയുന്നുണ്ട്.[2] വ്യാവസായികോല്പാദനക്രമം നിലവിൽവരുന്നതിന് മുൻപേ, പ്രത്യേകിച്ച്, താഴ്ന്ന വരുമാനക്കാരുടെ കുടുംബത്തിൽ, കാർഷികവൃത്തിയിൽനിന്നും കിട്ടുന്ന സ്ത്രീയുടെ വരുമാനം കുടുംബവരുമാനത്തിന്റെ ഭാഗമായിരുന്നു. കുടുംബത്തിനകത്തുനിന്നും പുറംജോലികളിൽനിന്നും കിട്ടുന്ന മൊത്തവരുമാനത്തിനുമേൽ സ്ത്രീകൾക്കാണ് അക്കാലത്ത് നിയന്ത്രണാധികാരം ഉണ്ടായിരുന്നത്. കാർഷിക സമൂഹത്തിലെ സ്ത്രീകളുടെ തൊഴിൽ, തൊഴിൽബന്ധം എന്നിവയെക്കുറിച്ചും അവയുടെ

സ്വഭാവത്തെക്കുറിച്ചും മനസ്സിലാക്കാൻ സാധിക്കുന്നത് അതാത് കാലത്ത് നിലവിലിരുന്ന കാർഷികസമ്പദ്വ്യവസ്ഥയുടെ വിശദാംശങ്ങൾ അന്വേഷിക്കുന്നതിലൂടെയാണ്. സ്ത്രീകളുടെ തൊഴിൽ, തൊഴിൽബന്ധം എന്നിവയ്ക്ക് പുറമെ ഇത്തരം അന്വേഷണങ്ങളിലൂടെ അതിലെ സാമ്പത്തിക-അധികാരബന്ധങ്ങൾ, അതിന്റെ പ്രവർത്തനങ്ങൾ, താല്പര്യങ്ങൾ തുടങ്ങിയവയെയും വിലയിരുത്താനാകും.

സാമ്പത്തികപുരോഗതിയിൽ സ്ത്രീകളുടെ പങ്കാളിത്തത്തെക്കുറിച്ചുള്ള ഏതൊരു പഠനവും തുടങ്ങേണ്ടത് അവികസിത രാജ്യങ്ങളിലെ കാർഷികരംഗത്ത് സ്ത്രീകൾചെയ്യുന്ന തൊഴിലിനെ പരിശോധിച്ചുകൊണ്ടാകണമെന്ന് എസ്തർ ബോസറപ് (Ester Boserup) അഭിപ്രായപ്പെടുന്നുണ്ട്.[3] പുരുഷന്മാരുടെ കേവലപങ്കാളിത്തത്തോടെ സ്ത്രീകൾ ഭക്ഷ്യവിഭവങ്ങൾ ഒരുക്കുന്ന ആഫ്രിക്കയിലെ സ്ത്രീകാർഷിക വ്യവസ്ഥയെക്കുറിച്ചുള്ള ബോസറപിന്റെ പഠനം അത്തരത്തിലൊന്നാണ്. കാർഷിക ഉല്പാദനമേഖലയിലെ സ്ത്രീകേന്ദ്രീകൃത തൊഴിൽപങ്കാളിത്തത്തെ അവിടത്തെ ആൾപ്പെരുപ്പം, ഭൂമിയുടെ കൈവശാവകാശം, സാങ്കേതികവിദ്യയുടെ ഉപയോഗം എന്നീ ഘടകങ്ങളുമായി ബന്ധപ്പെടുത്തി മനസ്സിലാക്കുന്നതിനാണ് ബോസറപ് ശ്രമിക്കുന്നത്. ബോസറപിന്റെ നിരീക്ഷണത്തിന് ചില പരിമിതികൾ ചൂണ്ടിക്കാട്ടാമെങ്കിലും അവിടെ നിലനിന്നിരുന്ന കാർഷികശാക്തീകരണത്തിന്റെ രൂപവുംഭാവവും സമകാലിക കാർഷികമേഖലയിൽ അതുണ്ടാക്കിയ സാമ്പത്തിക-പാരിസ്ഥിതിക മാറ്റത്തെയും മുൻനിർത്തിയാണ് എന്നത് അവഗണിക്കാനാകാത്ത വസ്തുതയാണ്.

ഭൂവിനിയോഗത്തിലും വിഭവോല്പാദനത്തിലും ഇന്ത്യയിലെ കാർഷികമേഖലയിൽ നിലനിന്നിരുന്ന വ്യവസ്ഥകൾ മറ്റിടങ്ങളിൽനിന്നും തികച്ചും ഭിന്നമാണ്.[4] കാർഷിക-ഗാർഹിക ഉല്പാദനമേഖലയിലെ സ്ത്രീപങ്കാളിത്തവും അത്തരത്തിൽ വ്യതിരിക്തതകൾ നിറഞ്ഞ ഒന്നാണ്. ഇന്ത്യയിലെ കാർഷിക സമ്പദ്വ്യവസ്ഥയിലെ സ്ത്രീപങ്കാളിത്തത്തെക്കുറിച്ച് പഠനം നടത്തിയ ബിന അഗർവാൾ (Bina Agarwal) മുന്നോട്ടുവെക്കുന്നത് ഭൂമിയുടെമേലുള്ള അവകാശം സ്ത്രീകളുടെ ക്ഷേമത്തിനും ശാക്തീകരണത്തിനും സുപ്രധാനഘടകങ്ങളായിത്തീരുമോ എന്ന ചോദ്യമാണ്.[5] കുടുംബത്തെ തീർത്തും വ്യത്യസ്തമായ വീക്ഷണത്തിൽ സമീപിക്കേണ്ട ആവശ്യകതയുണ്ടെന്നാണ് അവർ തന്റെ ചോദ്യത്തിലൂടെ സമർത്ഥിക്കുന്നത്. 'വിലപേശലിനുള്ള സമീപനരീതി' എന്ന് വിശേഷിപ്പിക്കാവുന്ന ഇത് കുടുംബത്തിലെ അംഗമെന്നനിലയിൽ സ്ത്രീക്ക് തന്റെ കഴിവിനെ പൂർണ്ണമായി വിലയിരുത്താനും തനിക്ക് കിട്ടേണ്ട യഥാർത്ഥ അവകാശങ്ങൾക്കായി വിലപേശാനും, ലിംഗപദവിയെ പരിശോധനയ്ക്ക് വിധേയമാക്കുവാനും ആത്യന്തികമായി ഉപയോഗപ്പെടും എന്നാണ് അവർ പറഞ്ഞുവെക്കുന്നത്. മാറിവന്ന ഭൂബന്ധങ്ങളും സ്ത്രീകളും എന്ന വിഷയത്തെ മുൻനിർത്തിയുള്ള ശാരദാമണിയുടെ

പഠനവും ഇത്തരമൊരു അഭിപ്രായം പങ്കുവെക്കുന്നതു കാണാം. കേരളത്തിലെ പാലക്കാട് ജില്ലയിലെ ഭൂബന്ധത്തെയും അവിടത്തെ സ്ത്രീകളുടെ ജീവിതാവസ്ഥയെയുംകുറിച്ചുള്ള പ്രത്യേകപഠനത്തിലാണ് ഇത്.[6]

ഇന്ത്യയെ സംബന്ധിച്ച് കാർഷിക കുടുംബവ്യവസ്ഥയെ സാമൂഹ്യബന്ധങ്ങളാൽ ഇഴചേർക്കപ്പെട്ട ഒന്നായി കരുതാവുന്നതാണ്. യൂറോപ്പിന്റേതിൽനിന്നും വ്യത്യസ്തമായി ഇവിടെ ഭൂപ്രഭുക്കളെ ആശ്രയിച്ചാണ് ചെറിയ ഭൂവുടമകളും പാട്ടകൃഷിക്കാരും കർഷകത്തൊഴിലാളികളും ജീവിച്ചിരുന്നത് എന്ന പ്രത്യേകതയുണ്ട്. ഇന്ത്യയിലെ സാമൂഹ്യപരിതസ്ഥിതിയിൽ, സാമ്പത്തികഘടകം എന്ന നിലയ്ക്കല്ലാതെ സാമൂഹ്യഘടകം എന്ന നിലയിലാണ് മുഖ്യമായും കാർഷിക കുടുംബവ്യവസ്ഥ പ്രവർത്തിച്ചിരുന്നത്. കൃഷിചെയ്യാത്ത വലിയ ഭൂവുടമസ്ഥനേയും ഭൂമി പാട്ടത്തിന് കൊടുക്കുന്നവനെയും കാർഷികത്തൊഴിലാളികളെ കൂലി നല്കി കൃഷിചെയ്യിക്കുന്നവനെയും കാർഷികത്തൊഴിലാളിയെയും എല്ലാം ഇവിടെ ഭൂപ്രഭുവായി വിശേഷിപ്പിച്ചിരുന്നു. ഭൂപ്രഭുക്കളും തൊഴിലാളികളും തമ്മിലുള്ള ബന്ധത്തിന്റെ വികാസവുമായി ബന്ധപ്പെട്ട്, അന്ന് നിലവിലിരുന്ന പ്രത്യേകപരിതസ്ഥിതിയിൽ, ഈയൊരു വിശേഷണത്തിന് ന്യായീകരണം ലഭിച്ചിരുന്നു. യൂറോപ്പിൽ, ഫ്യൂഡലിസത്തിൽനിന്നും മുതലാളിത്തത്തിലേക്കുള്ള പരിണാമദശയിൽ, ചെറുകിട വ്യവസായങ്ങളുടെ തകർച്ചയാണ് കാർഷികരംഗത്തെ ജന്മി-തൊഴിലാളി ബന്ധത്തിന്റെ വികാസത്തിനു കാരണമായത്. അതാകട്ടെ മുതലാളിത്ത സ്വഭാവം പൂണ്ടതുമായിരുന്നു. എന്നാൽ ഇവിടെ മുതലാളിത്തവ്യവസ്ഥിതി വരുന്നതിനു മുമ്പേതന്നെ കാർഷികമേഖലയിൽ സാർത്ഥകമായ ജന്മി-തൊഴിലാളിബന്ധം നിലനിന്നിരുന്നുവെന്നും, കോളണിഭരണത്തിലും അത് തുടർന്നുപോന്നിരുന്നുവെന്നും കാണാൻ സാധിക്കും. അപ്പോൾത്തന്നെ, തൊഴിലാളികൾ താഴ്ന്നജാതിയിൽപെട്ടവരും പാരമ്പര്യമായി അടിമത്തം അനുഭവിച്ചുപോരുന്ന വിഭാഗത്തിൽനിന്നുള്ളവരുമായിരുന്നു എന്ന സവിശേഷതയും എടുത്തുപറയേണ്ടതായുണ്ട്. ചൂഷണവും പ്രതികൂലസാഹചര്യങ്ങളും നിലനില്ക്കുമ്പോൾത്തന്നെ ജന്മി-കുടിയാൻ ബന്ധങ്ങളിൽ നിലനിന്ന വ്യവസ്ഥകളാണ് ഗാർഹികതൊഴിലിന് പ്രേരണ ചെലുത്തിയതെന്നും ഗാർഹികതൊഴിലും പൊതുതൊഴിലും പരസ്പരപൂരകമായി വർത്തിച്ചിരുന്നുവെന്നും കാണാതിരുന്നുകൂടാ.

വടക്കേമലബാറിലെ കാർഷികസമ്പദ്ക്രമത്തിൽ നിലനിന്ന സ്ത്രീതൊഴിലിനെ പഠനവിധേയമാക്കുമ്പോൾ മേല്പറഞ്ഞ പ്രത്യേകതകൾക്കൊപ്പംതന്നെ ഇനിപ്പറയുന്ന പ്രത്യേകതകൾകൂടി കണക്കിലെടുക്കേണ്ടതുണ്ട്: ഒന്നാമതായി, സ്ത്രീകളുടെ തൊഴിൽപദവി തീരുമാനിക്കുന്നതിൽ കാർഷികസമൂഹത്തിൽ നിലനിന്നിരുന്ന ചാർച്ചാസമ്പ്രദായം നിർണ്ണായക പങ്ക് വഹിച്ചിരുന്നു എന്നതാണ്. കാലികമായി ലഭ്യവുമായിരുന്നതോ താല്ക്കാലികമോ ആയ ജോലികൾ സ്ത്രീകൾ ചെയ്തുപോന്നിരുന്നുവെങ്കിലും തങ്ങളുടെ കുലത്തൊഴിലുമായി ബന്ധപ്പെട്ടതല്ലാത്ത, ഇതര സമുദായംചെയ്യുന്ന ഏതെങ്കിലും ജോലിചെയ്യാൻ അവർക്ക് തടസ്സമുണ്ടായിരുന്നു.

രണ്ടാമതായി, വടക്കേമലബാറിൽ അക്കാലത്ത് *കുടികൾ* (*Kudi*) അടിസ്ഥാനമാക്കിയുള്ള തൊഴിലുകളാണ് ഉണ്ടായിരുന്നത്. *കുടി* എന്നത് ഗാർഹികതൊഴിലിന്റെ മറ്റൊരു രൂപമാണ്. ഇത്തരം തൊഴിലുകൾക്ക് പൊതുവും ഗാർഹികവും എന്ന വേർതിരിവ് ഉണ്ടായിരുന്നുവെങ്കിലും ആൺ-പെൺ വേർതിരിവ് ഉണ്ടായിരുന്നില്ല. തൊഴിൽമിച്ചം എല്ലായ്പ്പോഴും ജന്മികൾക്ക് എത്തിച്ചേർന്നിരുന്നു. ഭൂമിയുടെമേലുള്ള അവകാശാധികാരങ്ങളാണ് ജന്മിമാരെ വെറുംതൊഴിലായും സേവനമായും തൊഴിലിലെ മിച്ചം കരസ്ഥമാക്കാൻ സഹായിച്ചത്. ഒരാൾക്ക് അയാളുടെ കുടുംബത്തിന്റെ ഗുണത്തിന് മാത്രമായി അദ്ധ്വാനം ഉപയോഗിക്കുന്നത് അന്നത്തെ സമ്പദ്ക്രമത്തിൽ എളുപ്പമായിരുന്നില്ല. അന്ന് കുടുംബത്തിലും സമൂഹത്തിലും നിലവിലുണ്ടായിരുന്നത് പുരുഷാധിപത്യമായിരുന്നു. പുരുഷാധിപത്യത്തിൽ ഭൂമിക്കുള്ള അവകാശം എല്ലായ്പ്പോഴും പുരുഷന് മാത്രമായിരുന്നു. കൈവശാവകാശഭൂമിയുള്ളവരും പാട്ടഭൂമി കൈവശമുള്ളവരും പുരുഷന്മാരായിരുന്നു. പക്ഷേ, ചില വിഭാഗങ്ങളുടെ ഇടയിൽ മാതൃദായക്രമം നിലനിന്നിരുന്നു. മാതൃദായ ക്രമത്തിൽ ഭൂമിക്കുമേലുള്ള അവകാശം കുടുംബത്തിൽ ഒരുപരിധിവരെ സ്ത്രീകൾക്കും ലഭ്യമായിരുന്നു. സ്വത്തിനുള്ള ഈ അവകാശമാണ് തൊഴിൽപ്രക്രിയയിൽ ഭാഗമാകാനും പില്ക്കാലത്ത് കർഷകസമരങ്ങളിൽ പങ്കെടുക്കാനും സ്ത്രീകളെ പ്രാപ്തരാക്കിയത്.

മൂന്നാമതായി, മുതലാളിത്തം വ്യാപിച്ചതോടെ *കുടി* തൊഴിൽവ്യവസ്ഥയ്ക്ക് തകർച്ച സംഭവിച്ചു. ഉല്പാദനതൊഴിലിന് പകരമായി ഈ സമ്പ്രദായത്തിൽ പുനരുല്പാദനതൊഴിൽ മാത്രം അവശേഷിക്കുകയും അങ്ങനെ *കുടി* സാമ്പത്തികക്രമത്തിലെ ഘടകമല്ലാതായി മാറുകയും ചെയ്തു. അതിൽപ്പിന്നെ *കുടി*സമ്പ്രദായം പുനരുല്പാദനതൊഴിലിനെ രേഖപ്പെടുത്തുന്ന ഒരു സാമൂഹ്യസംവർഗ്ഗമായാണ് നിലനിന്നുപോന്നത്. പുരുഷതൊഴിലാളികളെ എല്ലാവിധ ഉപാധികളും നല്കിക്കൊണ്ട് സജ്ജമാക്കുക, അടുത്ത തലമുറയിലേക്കുള്ള തൊഴിൽക്കൂട്ടത്തെ വാർത്തെടുക്കുക എന്നീ രണ്ടുകാര്യങ്ങളാണ് പ്രധാനമായും അതിലൂടെ നിവൃത്തിക്കപ്പെട്ടത്.

നാലാമതായി, ഭൂമിയുടെ ഉടമസ്ഥാവകാശത്തെ അടിസ്ഥാനമാക്കി നിലനിന്നിരുന്ന പുരുഷാധിപത്യത്തിനും അതിന്റെ വ്യവഹാരങ്ങൾക്കും ഏറെ മാറ്റങ്ങൾ സംഭവിച്ചു എന്നതാണ്. എന്നിരുന്നാൽപ്പോലും, ഒരു സാമൂഹ്യ-സാംസ്കാരികരൂപമെന്നനിലയിൽ പുരുഷാധിപത്യം സ്ത്രീകൾ ഏതൊക്കെ പ്രവർത്തികളാണ് ചെയ്യേണ്ടതെന്ന് തീരുമാനിക്കുകയും സാമൂഹ്യോല്പാദനത്തിൽനിന്നും അവരെ അകറ്റിനിർത്തുകയും ചെയ്തിരുന്നു. കൂടാതെ, അത് ലിംഗാധിഷ്ഠിത തൊഴിൽവിഭജനത്തെ സ്വാഭാവികം എന്നനിലയിൽ നീതീകരിക്കുന്നതിനും അവസരമൊരുക്കി. വടക്കേമലബാറിലെ സ്ത്രീതൊഴിലാളികളുടെ തൊഴിൽപ്രക്രിയയെ മനസ്സിലാക്കുന്നതിന് മേല്പറഞ്ഞ കാര്യങ്ങൾ വിശകലനം ചെയ്യേണ്ടത് ആവശ്യമാണ്.

വടക്കേമലബാർ

വടക്കേമലബാറിലെ സ്ത്രീതൊഴിലാളികളുടെ തൊഴിൽപ്രക്രിയയെ വിശകലനം ചെയ്യുന്നതിനുമുന്നേ അവിടത്തെ കൃഷിഭൂമിയുടെ തരം, രൂപം, കൃഷിയിനങ്ങൾ, കൃഷിരീതികൾ എന്നിവയെക്കുറിച്ച് സമഗ്രമായൊരു വിവരണം ആവശ്യമാണ്. വടക്കേമലബാർ മദ്രാസ് പ്രസിഡൻസിയുടെ കീഴിലുള്ള പ്രദേശമായിരുന്നു. ഒന്നാമത്തെ റവന്യൂസർവ്വേ അനുസരിച്ച് ചിറക്കൽ, കുറുമ്പ്രനാട്, കോട്ടയം, വയനാട് എന്നീ താലൂക്കുകളാണ് വടക്കേമലബാറിൽ ഉൾപ്പെട്ടിരുന്നത്. അവിടത്തെ കൃഷിയോഗ്യമായ ഭൂപ്രദേശത്തെ താഴ്നിലം. തോട്ടനിലം, വരണ്ടനിലം എന്നിങ്ങനെ മൂന്നായി തരംതിരിച്ചിരുന്നു. ഇതിൽ താഴ്നിലം, മഴവെള്ളത്താൽ സമൃദ്ധമായിരുന്നു. ഈ ഭൂമിയിൽ നെൽകൃഷിയാണ് മുഖ്യയിനം. ഇടക്കാലങ്ങളിൽ വാഴയും പച്ചക്കറിയും കൃഷിചെയ്തിരുന്നു. ചില സന്ദർഭങ്ങളിൽ അത്തരം കൃഷിയിടങ്ങളെ ഇരുപത് സെന്റ് വീതം ഭാഗിച്ചാണ് ഉപയുക്തമാക്കിയിരുന്നത്.

തോട്ടനിലങ്ങളിൽ തെങ്ങ്, കവുങ്ങ്, പ്ലാവ് തുടങ്ങിയവയാണ് നട്ടുപിടിപ്പിച്ചിരുന്നത്. ഇടവിളകളായി കുരുമുളക്, വെറ്റില, വാഴ, മാവ്, ചവ്വരിപ്പന തുടങ്ങിയവയും വിവിധയിനം പച്ചക്കറികളും കൃഷിചെയ്തുപോന്നു. വരണ്ടനിലത്തെ താമസയോഗ്യമായവയും യോഗ്യമല്ലാത്തവയും എന്ന് രണ്ടായി തിരിച്ചിരുന്നു. താമസയോഗ്യമായ വരണ്ടനിലത്ത് വിവിധതരം ഫലവൃക്ഷങ്ങളും വാഴയും പച്ചക്കറികളുമാണ് കൃഷിചെയ്തിരുന്നത്. ഇവിടങ്ങളിൽ ലാഭകരമായ കുരുമുളക് കൃഷിയാണ് കൂടുതലായി ചെയ്തുപോന്നത്. ചെങ്കൽപ്പാറകൾ നിറഞ്ഞ കുന്നിൻചരിവുകളായിരുന്നു വാസയോഗ്യമല്ലാത്ത വരണ്ടനിലം. വരണ്ടനിലം എന്ന് ഈ പ്രദേശത്തെ വിളിച്ചുപോന്നത് അത് വാസയോഗ്യമല്ലാത്തതുകൊണ്ട് മാത്രമല്ല, മറിച്ച് അവിടെ നാലോ അഞ്ചോ വർഷം കൂടുമ്പോൾ ഒന്നോ രണ്ടോ പ്രാവശ്യംമാത്രം കൃഷി ചെയ്തുപോന്ന സ്ഥലമായതുകൊണ്ടുമാണ്.

കുന്നിൻചരിവുകളിലെ വരണ്ടനിലത്തെ കൃഷിയിൽ പ്രധാനപ്പെട്ടവ മോദൻ, പുനം എന്നീ രണ്ടിനം നെൽവിത്തുകളും ഇഞ്ചി, പയർ തുടങ്ങിയവയും ആയിരുന്നു. മോദനും പുനവും കുന്നിൻപ്രദേശത്തെ ഉയരമുള്ള സ്ഥലങ്ങളിൽ വിതയ്ക്കുന്ന, കണ്ടാൽ ഒരേപോലെ തോന്നിക്കുന്ന രണ്ടു നെല്ലിനങ്ങളാണ്. ഇതിൽ മോദൻ മലബാറിന്റെ തെക്കേഭാഗത്തുള്ള കുന്നിൻപ്രദേശങ്ങളിലാണ് സാധാരണ കൃഷിചെയ്യാറുള്ളത്. കുന്നിൻപ്രദേശം കൃഷിക്ക് യോഗ്യമാക്കാൻ ചെറുതായി ഉഴാറുമുണ്ട്. എന്നാൽ പുനംകൃഷി കാട് വെട്ടിത്തെളിച്ച് കുന്നിന്മേലാണ് ചെയ്യാറുള്ളത്. ആറോ ഏഴോ വർഷം കൂടുമ്പോൾ ഒരേസ്ഥലത്തുതന്നെയാണ് പുനംകൃഷി നടത്താറുള്ളത്. ഇടവിളയായി തുവര, വാഴ എന്നിവയും നടാറുണ്ട്. പുനംവിത്തുകൾ ഇടവപ്പാതി മഴയെ ആശ്രയിച്ച് ഏപ്രിൽ മാസത്തിലാണ് വിതയ്ക്കുന്നത്. തലേവർഷം ഇഞ്ചികൃഷിചെയ്ത നിലങ്ങളിലാണ്

മോദൻ നെൽവിത്തുകൾ പാകാറുള്ളത്. സാധാരണയായി മീനമാസത്തിലായിരിക്കും വിത്തിടുന്നത്. പ്രത്യേകപരിചരണം ആവശ്യമില്ലാതെതന്നെ മോദൻ വിത്തുകൾ ചിങ്ങമാസത്തോടെ വിളയുകയും ചെയ്യും.

മൂന്നുതരം കൃഷിയാണ് വയലുകളിൽ ചെയ്യുന്നത്. വിരുപ്പുകൃഷി, മുണ്ടകൻകൃഷി, പുഞ്ചകൃഷി എന്നീ പേരുകളിലാണ് അവ അറിയപ്പെടുന്നത്. മണ്ണിന്റെ പശിമയനുസരിച്ചും വെള്ളത്തിന്റെ ലഭ്യതയനുസരിച്ചുമാണ് പുഞ്ചകൃഷി ചെയ്യാറുള്ളത്. നെൽവിത്തുകളായ കോയിവാലൻ, ചെന്നെല്ല്, കരിമ്പാലം, വായൻ, അല്ലിക്കണ്ണൻ, കൂമ്പൻ, പല്ലക്കൻ, എറോൻ, അല്ലിവായൻ തുടങ്ങിയവ കന്നിയിലും മുണ്ടോൻ, കൈനറ, തുടങ്ങിയ വിത്തുകൾ ചിങ്ങത്തിലുമാണ് വിളയാറുള്ളത്. മേല്പറഞ്ഞ വിവരണങ്ങൾ കാണിക്കുന്നത് ഈ പ്രദേശങ്ങളിൽ ഒരു വിള കഴിഞ്ഞാൽ അടുത്തവിള എന്ന കണക്കിന് കൊല്ലംമുഴുവൻ കൃഷിചെയ്തിരുന്നു എന്നാണ്. താഴെകൊടുത്തിട്ടുള്ള പട്ടികയിൽ (പട്ടിക1:1) ഏപ്രിൽമാസം തൊട്ട് മാർച്ച്വരെയുള്ള മാസങ്ങളിൽ കൃഷിചെയ്തുപോരുന്ന മലബാർ ജില്ലയിലെ പശിമയുള്ളതും വരണ്ടതുമായ ഭൂമിയുടെ വിശദവിവരങ്ങൾ വായിക്കാനാകും.

പട്ടിക 1.1

കൃഷി സ്ഥലത്തിന്റെ സാമാന്യ തോത്

മാസം	*ചിറക്കൽ*		*കോട്ടയം*		*കുറുമ്പ്രനാട്*		*കോഴിക്കോട്*	
	വരണ്ട ഭൂമി	*പശിമ ഭൂമി*	*വരണ്ട ഭൂമി*	*പശിമ ഭൂമി*	*വരണ്ട ഭൂമി*	*പശിമ ഭൂമി*	*വരണ്ട ഭൂമി*	*പശിമ ഭൂമി*
ഏപ്രിൽ	5,1	11,8	3,3	5,0	3,0	8,5	2,1	3,5
മെയ്	20,3	23,9	11,2	8,8	4,1	13,6	4,3	10,7
ജൂൺ	4,7	8,7	1,3	3,7	2,3	5,6	2,2	5,2
ജൂലായ്	26,3	2,7	33,9	3	98,6	6,4	41,8	5,6
ആഗസ്ത്	11,4	5	2	6	7		1,3	3,1
സെപ്തംബർ	4,8	1,3	1	3,4	1,3	4,8	4,7	7,3
ഒക്ടോബർ	1,4	3,4	9	3,5	1,2	1,1	3,1	2,8
നവംബർ	3	5,2	1	4	4	1	8	1
ഡിസംബർ	9,8	8					1	
ജനുവരി	7	7						1
ഫെബ്രുവരി	1		2		1			
മാർച്ച്								
ആകെ	**84,9**	**59,0**	**51,2**	**25,7**	**111,7**	**40,1**	**60,4**	**38,4**

സ്റ്റാറിസ്റ്റിക്കൽ അറ്റ്ലസ് ഓഫ് മലബാർ, 1906, മദ്രാസ് പ്രസിഡൻസി, മദ്രാസ്, 1924, പേജ് 5 ൽനിന്നും എടുത്തുചേർത്തത്

മേൽകൊടുത്ത പട്ടികയിൽ ഒക്ടോബർ മാസംവരെ മിക്കമേഖല യിലും കൃഷിചെയ്തുപോന്നിരുന്നു എന്നാണ് കാണിക്കുന്നത്. മാത്രമല്ല, ഒന്നാംവിളയും രണ്ടാംവിളയും മിക്കപ്രദേശത്തും ചെയ്തിട്ടുമുണ്ട്. ഇത് സൂചിപ്പിക്കുന്നത് ഇടവപ്പാതിയെ ആശ്രയിച്ചുള്ള കൃഷിക്കാണ് കൂടുതൽ പ്രാധാന്യം നല്കിയിരിക്കുന്നത് എന്നാണ്.

പട്ടിക 1.2

കൃഷിക്കാരുടെ വിവരം

താലൂക്ക്	*കൈവശ ഭൂമി ഉള്ളവർ*	*പാട്ട കുടിയാന്മാർ*	*കാർഷിക വൃത്തിയിൽ ഏർപ്പെട്ടവർ*
കോഴിക്കോട്	4,191	13,564	23,921
ചിറക്കൽ	5,973	33,035	61,626
കോട്ടയം	6,866	17,762	40,570
കുറുമ്പ്രനാട്	5,431	26,781	63,679

സ്റ്റാറിസ്റ്റിക്കൽ അറ്റ്ലസ് ഓഫ് മലബാർ, 1908, മദ്രാസ് പ്രസിഡൻസി, പേജ് 11 ൽനിന്നും എടുത്തുചേർത്തത്

മേൽകൊടുത്ത പട്ടിക (പട്ടിക1:2) കാണിക്കുന്നത് ഭൂരിഭാഗം പ്രദേ ശങ്ങളിലും കാർഷികത്തൊഴിലാളികൾ താമസിച്ചിരുന്നു എന്നും മല ബാർജില്ല രണ്ടായിരംവർഷങ്ങൾക്ക് മുൻപേതന്നെ വിവിധതരം കാർഷിക ഉല്പന്നങ്ങൾ യൂറോപ്പിലേക്ക് കയറ്റുമതി ചെയ്തിരുന്നുവെന്നുമാണ്. സെൻസസ് റിപ്പോർട്ടുകളും മലബാറിന്റെ വസ്തുവിവരപട്ടികയും ആവാ സവ്യവസ്ഥയെക്കുറിച്ചുള്ള റവന്യൂറിപ്പോർട്ടുകളും വിവിധ റവന്യൂരേ രഖകളും കാണിക്കുന്നത് ആളുകൾ കൈവശംവെച്ചിരുന്ന ചെറിയ പറ മ്പുകളോ പുരയിടങ്ങളോ ആയിരുന്നു അന്നത്തെ സമൂഹത്തിലെ മുഖ്യ കാർഷികഘടകം എന്നാണ്. താഴെ കൊടുത്തിട്ടുള്ള പട്ടിക (പട്ടിക1:3) ഈ വസ്തുത തെളിയിക്കുന്നതാണ്.

പട്ടിക 1.3

വരണ്ട ഭൂമിയുടെ കൈവശാവകാശ വിവരം

ക്രമ നം.	*കൈവശ തരം*	*കൈവശ ഭൂമി*		*പാട്ട സ്ഥലം*
		എണ്ണം	*സ്ഥലം ഏക്കർ സെന്റ്*	*ഏക്കർ സെന്റ്*
1.	1 ഏക്കർ	196, 680	116, 249 25	14 24
2.	1 ഏക്കർ മുതൽ 2.5 ഏക്കർ വരെ	153, 885	276, 663 00	60 13
3.	2.50 ഏക്കർ മുതൽ 5 ഏക്കർ വരെ	122, 597	453, 434 22	130 50

4.	5 ഏക്കർ മുതൽ 7.50 ഏക്കർ വരെ	60, 439	379, 234 26	152 60
5.	7.50 ഏക്കർ മുതൽ 10 ഏക്കർ വരെ	36, 798	319, 868 94	99 07
6.	10 ഏക്കർ മുതൽ 12.50 ഏക്കർ വരെ	25, 644	285, 341 40	103 33
7.	12.50 ഏക്കർ മുതൽ 15 ഏക്കർ വരെ	18, 669	254, 819 26	97 57
8.	15 ഏക്കർ മുതൽ 17.50 ഏക്കർ വരെ	14, 116	232, 864 24	20 30
9.	17.50 ഏക്കർ മുതൽ 20 ഏക്കർ വരെ	10, 509	196, 550 48	52 85
10.	20 ഏക്കർ മുതൽ 25 ഏക്കർ വരെ	11, 385	255, 169 13	188 16
11.	25 ഏക്കർ മുതൽ 30 ഏക്കർ വരെ	7, 321	200, 695 40	160 53
12.	30 ഏക്കർ മുതൽ 35 ഏക്കർ വരെ	5, 034	172, 086 78	97 90
13.	35 ഏക്കർ മുതൽ 40 ഏക്കർ വരെ	3, 644	136, 697 33	78 66
14.	40 ഏക്കർ മുതൽ 45 ഏക്കർ വരെ	2, 778	119, 088 96	41 65
15.	45 ഏക്കർ മുതൽ 50 ഏക്കർ വരെ	2, 152	102, 984 86	53 31
16.	50 ഏക്കർ മുതൽ 60 ഏക്കർ വരെ	2, 566	126, 554 22	139 85
17.	60 ഏക്കർ മുതൽ 75 ഏക്കർ വരെ	2, 215	146, 939 22	119 55
18.	75 ഏക്കർ മുതൽ 100 ഏക്കർ വരെ	1, 917	164, 411 81	206 30
19.	100 ഏക്കർ മുതൽ 150 ഏക്കർ വരെ	1, 440	175, 673 60	295 14
20.	150 ഏക്കർ മുതൽ 200 ഏക്കർ വരെ	486	86, 393 68	155 81

21.	200 ഏക്കർ മുതൽ 300 ഏക്കർ വരെ	329	81, 666 88	29 05
22.	300 ഏക്കർ മുതൽ 500 ഏക്കർ വരെ	183	73, 783 41	207 05
23.	500 ഏക്കർ മുതൽ 1,000 ഏക്കർ വരെ	114	79, 038 61	84 46
24.	1,000 ഏക്കറിന് മുകളിൽ	93	345, 976 53	3, 341 72
	ആകെ	**680, 994**	**4, 782, 185 47**	**5, 929 73**

സെറ്റിൽമെന്റ് ഓഫ് ലാന്റ് റവന്യൂ ഓഫ് ദി പ്രൊവിൻസസ് അണ്ടർ ദി മദ്രാസ് പ്രസിഡൻസി, പ്രൊസീഡിങ്സ് ഓഫ് ദി ബോർഡ് ഓഫ് റവന്യൂ മദ്രാസ് ഗവൺമെന്റ് പ്രസ് 1928 പേജ് 24 ൽനിന്നും എടുത്തുചേർത്തത്.

മുകളിൽ കൊടുത്തിട്ടുള്ള പട്ടികയിൽനിന്നും മനസ്സിലാക്കാനാകുന്നത് പട്ടയം കിട്ടിയതായി കാണിച്ചിട്ടുള്ള കൈവശഭൂമി തുണ്ടുഭൂമികളായിരുന്നു എന്നാണ്. വലിയ എണ്ണംവരുന്ന ഈ തുണ്ടുഭൂമികൾ കൃഷിസ്ഥലമായല്ല പുരയിടമായാണ് ഉപയോഗപ്പെടുത്തിയിരുന്നത്. ഇതിനെ പറമ്പ് എന്നാണ് വിളിച്ചിരുന്നത്. കൃഷിക്കാർക്ക് അവരുടെ കൈവശമുള്ള ചെറിയ പറമ്പുകളല്ലാതെ മറ്റുഭൂമിയൊന്നും ഇല്ലായിരുന്നു. എങ്കിലും അവരുടെ അവസ്ഥ സാധാരണ കർഷകത്തൊഴിലാളിയേക്കാളും മെച്ചപ്പെട്ടതായിരുന്നു. മലബാറിലെ ഭൂസ്വത്ത് കൈവശക്കാരുടെ ഇടയിൽ നടത്തിയ ടി സി വർഗ്ഗീസിന്റെ സർവ്വേ പറയുന്നത് പാട്ടംപിരിക്കുന്നവരാണ് ഭൂരിഭാഗം പറമ്പുകളും കൈവശം വെച്ചിരുന്നത് എന്നാണ്.[7]

മേല്പറഞ്ഞ പറമ്പിലും പുരയിടത്തിലുമാണ് ഭൂരിഭാഗം ആളുകളും താമസിച്ചിരുന്നത്. *താമസസ്ഥലത്തെ കുടി* (*kudi*) എന്നാണ് വിളിച്ചുവന്നത്. *കുടി* എന്നത് ആദ്യകാലത്ത് ഒരു പ്രത്യേകതരം അധിവാസരീതിയെക്കുറിച്ച് പറയുന്നതിനാണ് ഉപയോഗിച്ചിരുന്നത്. കാർഷികപ്രവൃത്തിയെ അടിസ്ഥാനമാക്കി സമൂഹം പുരോഗതി പ്രാപിച്ചതോടെ ഇത്തരം അധിവാസങ്ങളിലെ ആളുകൾ ക്രമേണ കർഷകത്തൊഴിലാളികളായി പരിണമിക്കുകയുണ്ടായി. പിന്നീട് ഇത്തരം ആളുകളുടെ അധിവാസാവകാശം *കുടിമ* അഥവാ *കുടിയായ്മ* എന്ന പേരിൽ അറിയപ്പെടുകയും ഇവരുടെ താമസസ്ഥലത്തെ *കുടി* എന്ന് വിളിച്ചുപോരുകയും ചെയ്തു.[8] അതോടെ *കുടി* എന്നത് കർഷകത്തൊഴിലാളികൾ താമസിക്കുന്ന ചെറ്റകളോ കുടിലുകളോ ആയ വാസസ്ഥലമായി മാറി. വിപുലമായ സൗകര്യങ്ങളോടുകൂടിയ ജന്മിമാരുടെ വാസസ്ഥലമായ *തറവാട്, മന* എന്നിവയിൽനിന്നും തീർത്തും വ്യത്യസ്തമാണ് കുടികൾ. ഓരോ *കുടി*യും ജന്മിമാരുടെ പാട്ടക്കാരായി പണിയെടുത്തിരുന്നു. സ്ത്രീകളാണ് കൂട്ടായ അദ്ധ്വാനത്തിലൂടെ കുടിയെ നിയന്ത്രിച്ചിരുന്നത്. അതുകൊണ്ടുതന്നെ *കുടികൾ* പുരുഷനേക്കാളധികം ബന്ധപ്പെട്ടുകിടക്കുന്നത് സ്ത്രീകളുമായാണ്.

*കുടി*സമ്പ്രദായം ഇന്ത്യൻ ഗ്രാമങ്ങളെക്കുറിച്ചുള്ള പഠനങ്ങളിൽ പരാമർശവിഷയമാണെങ്കിലും അതിനെ സാന്ദർഭികമായല്ലാതെ പ്രത്യേകമെടുത്ത് പറഞ്ഞുകാണുന്നില്ല. എറിക് ജെ മില്ലർ വടക്കേമലബാറിലെ ഗ്രാമങ്ങളുടെ സ്ഥിതിയെക്കുറിച്ച് വിശകലനം ചെയ്യുന്നിടത്ത് *കുടി*സമ്പ്രദായത്തെ വിഷയമാക്കുന്നുണ്ട്. ഗ്രാമീണ വ്യവസ്ഥയെക്കുറിച്ചുള്ള അദ്ദേഹത്തിന്റെ പഠനത്തിൽ മലയാളഗ്രാമങ്ങളുടെ പ്രത്യേകത എടുത്തുപറയുന്നിടത്താണിത്.[9] ഇന്ത്യയിലെ മറ്റു ഗ്രാമീണജനതയിൽനിന്നും തീർത്തും വ്യത്യസ്തമായി, തെരുവുകളിൽ കൂട്ടമായി വസിക്കുന്നതിനു പകരം, തന്റെ അയൽക്കാരിൽനിന്നും വേലികളാൽ വേർതിരിക്കപ്പെട്ട സ്വന്തംവീട്ടിൽ കൊച്ചുകുടുംബമായി തനിയെ താമസിക്കാനാണ് മലയാളി ഇഷ്ടപ്പെടുന്നതെന്ന് അദ്ദേഹം നിരീക്ഷിക്കുന്നുണ്ട്. തീരെ ദരിദ്രനും താഴ്ന്ന ജാതിയിൽപെട്ടവനുമായാൽപോലും തന്റെ അയൽക്കാരിൽനിന്നും ബന്ധുക്കളിൽനിന്നും അകന്ന് തന്റെ കൃഷിയിടത്തിനടുത്തായി അവൻ താമസിച്ചിരുന്നത്. പ്രത്യേകജാതിയിലോ, വർഗ്ഗത്തിലോപെട്ട ആളുകളായാൽപ്പോലും, അവർ അവരുടെ ആവാസസ്ഥാനം പ്രത്യേകരീതിയിലോ അടുത്തടുത്തായോ കൂട്ടമായോ അല്ല ഉണ്ടാക്കിയെടുത്തിരുന്നത്. ഇത്തരം *കുടി*കളുടെ ഭൂവിനിയോഗം *പാട്ടം* എന്ന പേരിലാണറിയപ്പെട്ടിരുന്നത്. *ജന്മം, കാണം, വെറുംപാട്ടം* എന്നിങ്ങനെ ഭൂമിയുടെ വിനിയോഗാവകാശം മൂന്നായി തരംതിരിച്ചിരുന്നു. പാട്ടവ്യവസ്ഥയിൽ ഭൂമിയുടെ യഥാർത്ഥ അവകാശി ജന്മിയായിരുന്നു. അത് അയാൾക്ക് ചില മാമൂൽ അധികാരങ്ങൾ നല്കിയിരുന്നു. കുടിയായ്മാ വ്യവസ്ഥയിൽ, ഭൂമിയുടെമേലുള്ള അധികാരത്തിന് പുറമെ ജാതി, വർഗ്ഗം, ചാർച്ച, ലിംഗപദവി തുടങ്ങിയവയ്ക്ക് ഒരാളുടെ സമൂഹത്തിലെ സ്ഥാനം നിർണ്ണയിക്കുന്നതിൽ പ്രധാനപങ്കുണ്ടായിരുന്നു. മേല്പറഞ്ഞ കാര്യങ്ങളെ അടിസ്ഥാനമാക്കിയാണ് വടക്കേമലബാറിലെ കാർഷികസമ്പദ്‌വ്യവസ്ഥയിലെ സ്ത്രീതൊഴിലിനെയും തൊഴിലാളിയെയും മനസ്സിലാക്കാനാവുക.

വടക്കേമലബാറിലെ സ്ത്രീതൊഴിൽപ്രക്രിയ

കാർഷികസമൂഹത്തിലെ സ്ത്രീകളുടെ തൊഴിൽപ്രക്രിയ അത്യന്തം സങ്കീർണ്ണമായ ഒന്നാണ്. കുടുംബകൃഷിയിടത്തിൽ അവർ നിർവ്വഹിച്ചുപോന്ന അദ്ധ്വാനം വീട്ടിൽ ചെയ്തുപോന്നിരുന്ന ജോലിയുടെ വിപുലനമായി മാത്രമേ കണക്കാക്കിയിരുന്നുള്ളൂ. തൊഴിലിനെ ആധാരമാക്കിയുള്ള ലേബർ ഇയർബുക്ക് അതിന്റെ വിവരക്കുറിപ്പിൽ പറയുന്നത് ഇന്ത്യയിലെ മൊത്തം കാർഷികതൊഴിൽ ആവശ്യങ്ങളും നിറവേറ്റുന്നത് ഭൂരഹിതരായ ഗ്രാമീണതൊഴിൽകുടുംബത്തിൽനിന്നോ കൈത്തൊഴിൽ കുടുംബത്തിൽ നിന്നോ ഉള്ള തൊഴിലാളികളെക്കൊണ്ടോ അല്ലെങ്കിൽ ഗ്രാമീണസേവകരെക്കൊണ്ടോ ആണെന്നാണ്.[10] സെൻസെസ് റിപ്പോർട്ടുകളും വസ്തുവിവരക്കണക്കുകളും ഇയർബുക്കുകളും സ്ത്രീതൊഴിലിനെക്കുറിച്ച് വിശദമായ രേഖപ്പെടുത്തലുകൾ നടത്തിയിട്ടുണ്ടെങ്കിലും അവയൊക്കെ തെറ്റിദ്ധാരണ ജനിപ്പിക്കുന്നതാണ്.

കാരണം, 1921 വരെയുള്ള സെൻസസ് പ്രകാരം ആകെ ജനസംഖ്യയെ തൊഴിലെടുക്കുന്നവരും അവരുടെ ആശ്രിതരും എന്നിങ്ങനെ രണ്ടായി തിരിക്കുകയും അതിൽ സ്ത്രീകളെ ആശ്രിതരുടെ വിഭാഗത്തിൽ ഉൾപ്പെടുത്തുകയുമാണ് ചെയ്തുകാണുന്നത്. ഇതിൽനിന്നും മനസ്സിലാക്കാനാകുന്നത് പുരുഷതൊഴിലാളികൾ ചെയ്യുന്ന തൊഴിൽ മാത്രമേ തൊഴിലായി അംഗീകരിച്ചിരുന്നുള്ളു എന്നാണ്. അതേപോലെ *പ്രൈസസ് ആന്റ് വേജസ് ഓഫ് ഇന്ത്യ വോളിയ*ത്തിലും സ്ത്രീകളെ കൂലിത്തൊഴിലാളികളായി അംഗീകരിച്ചിട്ടില്ല. 1921 ലെയും 1931 ലെയും സെൻസസ് അനുസരിച്ച് സ്ഥിരമായി തൊഴിൽ ലഭിക്കുന്ന ആളുകളെയേ തൊഴിലാളികളായി കണക്കാക്കിയിട്ടുള്ളൂ. ഇക്കാര്യത്തിൽ കൃത്യമായ നിയമനിർമ്മാണങ്ങളൊന്നുംതന്നെ ഇല്ലാതിരുന്നതിനാലും ഇവ മുഖ്യമായി സ്ത്രീകളെയും കുട്ടികളെയും മാത്രം ബാധിക്കുന്നതായിരുന്നതിനാലും ഇടയ്ക്ക് കൂലിയോടുകൂടി ജോലിചെയ്തിരുന്ന സ്ത്രീതൊഴിലാളികളെയും കൂലി ലഭിക്കാത്ത വിഭാഗത്തിലാണ് ഉൾപ്പെടുത്തിയിരുന്നത്. സ്ത്രീതൊഴിലാളികളെ ഇങ്ങനെ ജോലിയില്ലാത്ത ആശ്രിതവിഭാഗത്തിൽ ഉൾപ്പെടുത്തിയതിന്റെ പ്രധാനകാരണം അവർ കുടുംബത്തെ ആശ്രയിച്ച് ജീവിതം നയിക്കുന്നവരായതുകൊണ്ടാവാം. താഴെ കൊടുത്തിട്ടുള്ള പട്ടികകളിൽ (പട്ടിക 1: 4,5,6,7) സ്ത്രീതൊഴിലാളികളെ സംബന്ധിച്ച വസ്തുതകളിൽ ഇതുകാണാം.

പട്ടിക 1.4

മലബാറിലെ കൂലിത്തൊഴിലാളികൾ

തൊഴിൽ	*സ്ത്രീ*	*പുരുഷൻ*
കുടിയാന്മാരായ സാധാരണ കൃഷി പണിക്കാർ	43, 831	202,075
സഹായികൾ	2,607	4,301
വയൽ പണിക്കാർ	340,212	221,873

സെൻസസ് ഓഫ് ഇന്ത്യ, 1921, മദ്രാസ്, പാർട്ട് II, ജി ടി, ബോഗ് 1922

പട്ടിക 1.5

മദ്രാസ് പ്രൊവിൻസിലെ കൂലിത്തൊഴിലാളികൾ

ജോലി	*സ്ത്രീ*	*പുരുഷൻ*
കാലിമേയ്ക്കലും കാർഷികവൃത്തിയും	3,052,145	8,219,265
നട്ടുനന	2,974,746	7,861,160
കാർഷികത്തൊഴിലാളികൾ	2,055,621	2.230,215

സെൻസസ് ഓഫ് ഇന്ത്യ, 1931, മദ്രാസ്, എം ഡബ്ല്യു എം ഈറ്റ്സ്, മദ്രാസ് 1932

പട്ടിക 1.6

മലബാറിലെ കൃഷിക്കാരുടെ തരം

തരം	സ്ത്രീ	പുരുഷൻ
ഭൂ ഉടമകളായ കൃഷിക്കാർ	5,584	22,054
ഭൂ ഉടമകളല്ലാത്തവർ	5,401	13,001
കുടിയാൻമാർ	72,605	186,288
സഹായികൾ	6	772
വയൽ പണിക്കാർ	267,309	232,110
നെല്ല് കുത്തലും പാറ്റലും	21,082	877

സെൻസസ് ഓഫ് ഇന്ത്യ, 1901, മദ്രാസ് പാർട്ട് II,
ഡബ്ല്യു ഫ്രാൻസിസ്, മദ്രാസ് 1902

പട്ടിക 1.7

കാർഷികവൃത്തി ശതമാനകണക്കിൽ

തൊഴിൽ	*തൊഴിലാളികളുടെ ശതമാനം*	*ആശ്രിതരുടെ ശതമാനം*	*ആകെ ജനസംഖ്യാ ശതമാനം*	
			യഥാർത്ഥ തൊഴിലാളികൾ	*ആശ്രിതർ*
കൃഷിപണി	47.5	52.5	29.5	32.7

സ്റ്റാറിസ്റ്റിക്കൽ അറ്റ്ലസ് ഓഫ് മലബാർ, 1908, പേജ് 11 ൽ
നിന്നും എടുത്തു ചേർത്തത്.

മേൽക്കാണിച്ച വിവരപ്പട്ടിക പുരുഷതൊഴിലാളികളെക്കാൾ സ്ത്രീ തൊഴിലാളികളാണ് എണ്ണത്തിൽ മുന്നിൽനില്ക്കുന്നതെന്ന തെളിവു നല്കുന്നുണ്ട്. അതായത്, സ്ത്രീതൊഴിലാളികളായിരുന്നു കാർഷിക തൊഴിലിന്റെ മുഖ്യസ്രോതസ്സ് എന്നർത്ഥം. മറ്റൊരുകാര്യം യഥാർത്ഥ തൊഴിലാളികളെക്കാൾ ആശ്രിതരായിരുന്നു കൂടുതൽ ഉണ്ടായിരുന്നത് എന്നതാണ്. സ്ത്രീതൊഴിലാളികൾക്കായിരുന്നു കാർഷികവൃത്തിയിൽ പ്രാധാന്യം ഉണ്ടായിരുന്നതെന്ന് ഇതിൽനിന്നും മനസ്സിലാക്കാം.

വടക്കേമലബാറിലെ സ്ത്രീകളുടെ അനുഭവം വ്യക്തമാക്കുന്നത് *കുടി*സമ്പദ്വ്യവസ്ഥയിൽ തൊഴിലിന്റെ മുഖ്യസ്രോതസ്സ് സ്ത്രീതൊഴി ലാളിയായിരുന്നു എന്നാണ്. കുടിയിലും കാർഷികയിടത്തിലും സ്ത്രീക്ക് ഒരുപോലെ അദ്ധ്വാനിക്കേണ്ടിവന്നിരുന്നു. അപ്പോൾത്തന്നെ സ്ത്രീ കളുടെ തൊഴിലിനെ അനുബന്ധതൊഴിലായി മാത്രമാണ് കണ്ടിരുന്നത് എന്ന പ്രത്യേകതയുണ്ട്. ഇതുകാണിക്കുന്നത് *കുടി* എന്നത് ആഴത്തിൽ വേരുപിടിച്ച ഒരു സഹകരണസംരംഭമായിരുന്നു എന്നും അതിന്റെ ദൈനം ദിനപ്രവർത്തനത്തിൽ സ്ത്രീക്ക് അതിപ്രധാനമായ സ്ഥാനം ഉണ്ടാ യിരുന്നു എന്നുമാണ്. *കുടി*വ്യവസ്ഥിതിയിലെ സ്ത്രീതൊഴിലിന്റെ സ്വഭാ വത്തെ വിശദമായി മനസ്സിലാക്കുന്നതിന് അക്കാലത്തെ ഭൂസ്വത്തില്ലാത്ത

ഒരു കർഷകത്തൊഴിലാളിസ്ത്രീയുടെയും, ഭൂഉടമ വിഭാഗത്തിലുള്ള തൊഴിലാളിസ്ത്രീയുടെയും ഒരു ദിവസത്തെ ശരാശരിജീവിതം താരതമ്യം ചെയ്തുനോക്കിയാൽ മതിയാകും.

സാധാരണയായി കർഷകസ്ത്രീയുടെ ദിവസം ആരംഭിക്കുന്നത് പുലർച്ചെയോടെയാണ്. എഴുന്നേറ്റയുടനെ അവൾ തനിച്ചോ അല്ലെങ്കിൽ വീട്ടിലെ പെൺമക്കളുടെ സഹായത്തോടെയോ വീട് വൃത്തിയാക്കുക, ഭക്ഷണം പാകം ചെയ്യുക, കുട്ടികളെയും പ്രായമായവരെയും ശുശ്രൂഷിക്കുക, വളർത്തുമൃഗങ്ങൾക്ക് തീറ്റകൊടുക്കുക തുടങ്ങിയ കാര്യങ്ങൾ ചെയ്തുതീർക്കണം. ജോലികൾ പൂർത്തിയാക്കിയതിനുശേഷം കുട്ടികളെ വീട്ടിലെ വൃദ്ധരുടെ അടുത്തോ അയൽപക്കത്തെ വീടുകളിലോ ഏല്പിച്ച ശേഷം ജന്മിയുടെ വീട്ടിലേക്കാണ് അവൾ പോകുന്നത്. ജന്മിയുടെ വീട്ടിൽ വീടുതൂത്തുവാരൽ, പശുക്കളെ തൊഴുത്തിൽനിന്ന് അഴിച്ച് പറമ്പിൽ കെട്ടൽ, നെല്ല് കുത്തൽ തുടങ്ങിയ പണികളിൽ മുഴുകണം. ഏതാണ്ട് എട്ട് മണിയോടെ കൃഷിക്കാവശ്യമായ വളംചുമന്ന് വയലിലേക്കാണ് അവൾ പോകുന്നത്. വയലിൽ കൃഷിയുമായി ബന്ധപ്പെട്ട തൊഴിലിൽ മുഴുകുന്നു. ഉച്ചസമയത്ത് കഞ്ഞികുടിച്ചതിനു ശേഷം കുറച്ചുനേരം കുട്ടികളെ ശ്രദ്ധിക്കാനായി അവൾ വീട്ടിലേക്ക് ഓടുകയാണ് പതിവ്. രണ്ടുമണിയോടെ പാടത്ത് തിരിച്ചെത്തി അഞ്ചരമണിയോടെ പണിതീർത്ത് വീണ്ടും കുടിയിലേക്ക് മടങ്ങും. കൊയ്ത്തുള്ള അവസരങ്ങളിൽ പാടത്തുനിന്ന് നേരെ കളപ്പുരയിലേക്ക് പോയി നെല്ല് മെതിക്കും. അതിനുശേഷമാണ് വീട്ടിലേക്ക് മടങ്ങുന്നത്. വീട്ടിലെത്തിയാൽ വസ്ത്രം കഴുകുക, നെല്ലുകുത്തി അരിയാക്കി ചോറ് വെക്കുക തുടങ്ങിയ പണികൾ ചെയ്യും. നെല്ല് ദിവസേനയോ അല്ലെങ്കിൽ മൂന്നുനാല് ദിവസം കൂടുമ്പോഴോ ഒരുമിച്ച് കുത്തിയാണ് അരിയാക്കുന്നത്. പിന്നെ ഭക്ഷണം ഉണ്ടാക്കാനുള്ള തിരക്കായി. പലപ്പോഴും കത്തിക്കാനുള്ള വിറകും പുല്ലും ശേഖരിക്കാൻ സ്ത്രീകൾക്ക് മണിക്കൂറുകൾ ചെലവഴിക്കേണ്ടിവരും. രാത്രിഭക്ഷണം തയ്യാറാക്കിയതിനുശേഷം മിക്ക സ്ത്രീകളും ഓലമടയുക, ചകിരിപിരിച്ച് കയർ ഉണ്ടാക്കുക തുടങ്ങിയ ജോലികളിലും മുഴുകാറുണ്ട്. അതിനുശേഷം ഭക്ഷണം കഴിച്ച് ഉദ്ദേശം പതിനൊന്ന് പന്ത്രണ്ട് മണിവരെ അവർക്ക് ഓരോ വീട്ടുപണികൾ ഉണ്ടാവും.[11] കാർഷിക തൊഴിലാളികളായ സ്ത്രീകൾക്ക് വീട്ടുജോലിക്കായി ഏറെസമയം ചെലവഴിക്കേണ്ടതായിവരാറുണ്ട് എന്നാണ് മേല്പറഞ്ഞ വിവരണം കാണിക്കുന്നത്.

ഭൂവുടമസ്ഥരായ സ്ത്രീകളുടെ ഒരുദിവസം പരിശോധിച്ചാലും കാണുന്നത് അവർക്കും ദിവസം മുഴുവൻ വിശ്രമമില്ലാതെ ജോലിചെയ്യേണ്ടതായി വന്നിരുന്നു എന്നാണ്. ഭൂമിയും കാർഷികപ്രവൃത്തിയിൽ നിന്നുള്ള അധികവരുമാനവും ഭൂവുടമസ്ഥരായ സ്ത്രീകളെ അദ്ധ്വാനത്തോട് വിമുഖരാക്കും എന്ന പൊതുധാരണയെ കീഴ്മേൽ മറിക്കുന്നതാണ് വീട്ടിലും പാടത്തും ജോലിചെയ്യാനുള്ള അവരുടെ സന്നദ്ധത. അവർ അതിരാവിലെ എഴുന്നേറ്റ് തൊഴുത്ത് വൃത്തിയാക്കുക, പശുവിനെ

കറക്കുക, ഭക്ഷണം തയ്യാറാക്കുക തുടങ്ങിയ വീട്ടുജോലികൾ ചെയ്തു പോന്നിരുന്നു. വീട്ടുജോലികൾ പൂർത്തീകരിച്ചതിനുശേഷം ഇവരും മറ്റു കർഷകസ്ത്രീകളോടൊപ്പം പാടത്ത് പണിയെടുത്തിരുന്നു. കൂടുതൽ ഉല്പാദനം ഉണ്ടാക്കാനും തൊഴിലാളികളുടെ പണിക്ക് മേൽനോട്ടം നടത്താനും അത് അവരെ സഹായിച്ചിരുന്നു. സന്ദർഭം ആവശ്യപ്പെടുകയാണെങ്കിൽ തൊഴിലാളികൾക്ക് പാടത്തുവച്ച് ആഹാരം പാകം ചെയ്തുകൊടുക്കുന്നതിലും അവർ ഏർപ്പെട്ടിരുന്നു. ചില അവസരങ്ങളിൽ നെല്ല് പുഴുങ്ങാനും ഉണക്കാനും കുത്തി അരിയാക്കാനും ഇവരും മറ്റു ജോലിക്കാരോടൊപ്പം ചേർന്നിരുന്നു. ചുരുക്കത്തിൽ ഭൂവുടമസ്ഥരായ കുടുംബത്തിലെ സ്ത്രീകളുടെ ദിവസവും മറ്റു തൊഴിലാളികളുടേതുപോലെ വീട്ടിലും പാടത്തുമായി വീതിക്കപ്പെട്ടിരുന്നതായി കാണാം. പക്ഷേ, അവർ ചെയ്യുന്ന ജോലിയുടെ കാഠിന്യം തൊഴിലാളിസ്ത്രീകളുടേതിൽനിന്നും നേരിയതോതിൽ വ്യത്യാസപ്പെട്ടിരുന്നു.

ഗാർഹികവും കാർഷികവുമായ പ്രവൃത്തിയിൽ ഏർപ്പെട്ടുവന്ന ഭൂവുടമസ്ഥരായ കുടുംബത്തിലെ സ്ത്രീകളുടെ മേല്പറഞ്ഞ അനുഭവം തെളിയിക്കുന്നത് തങ്ങളുടെ കൈവശഭൂമിയിൽ എന്തെല്ലാമാണ് അനുദിനം സംഭവിക്കുന്നതെന്ന് അറിയാത്ത ഒരു ജന്മിസ്ത്രീയും ഉണ്ടായിരുന്നില്ല എന്ന വസ്തുതയാണ്. ഭൂവുടമ എന്ന പദവി പരിഗണിക്കാതെ പാചകം, ജന്തുപരിപാലനം, ധാന്യംമെതിക്കൽ തുടങ്ങി ഏതാണ്ടെല്ലാ പ്രവൃത്തികളും അവരും ചെയ്തിരുന്നതായി മനസ്സിലാക്കാം. ജോലിയിലുള്ള കാഠിന്യത്തിന് വ്യത്യാസമുണ്ടായിരുന്നുവെങ്കിലും, കർഷകതൊഴിലാളിസ്ത്രീയും ജന്മിതൊഴിലാളിസ്ത്രീയും ഉല്പാദന-പുനരുല്പാദനപരമായ എല്ലാ ദൈനംദിനപ്രവൃത്തികളിലും ഏർപ്പെട്ടിരുന്നു. ഉല്പാദന പ്രവൃത്തികളായ നിലമൊരുക്കൽ, പറിച്ചുനടൽ, കൊയ്ത്ത്, മെതി, ഉണക്കൽ, വിറക് ശേഖരിക്കൽ തുടങ്ങിയവയും ഉല്പാദനപരമല്ലാത്ത വൃദ്ധരുടെ പരിപാലനം, പുനരുല്പാദനവിഭാഗത്തിൽപെടുന്ന ശിശുസംരക്ഷണം തുടങ്ങിയ എല്ലാ ജോലികളും മറ്റുള്ളവരെപ്പോലെ ജന്മിസ്ത്രീകളും ചെയ്യാൻ നിർബ്ബന്ധിതരായിരുന്നു.

കാർഷികതൊഴിലാളിസ്ത്രീയുടെ തൊഴിലിന്റെ ഒരുഭാഗം ജന്മിയുടെ വീട്ടുജോലികൾക്കായി വിനിയോഗിക്കപ്പെടുന്നുണ്ട്. കാർഷികസ്ത്രീ തൊഴിലാളിയെ സംബന്ധിച്ച് ഇത്തരം പുറംജോലികൾ ഒന്നും ഉല്പാദനപരമല്ല. എന്നാൽ ജന്മിയെ സംബന്ധിച്ച് ഇത് ഉല്പാദനപരമാണ്. കർഷകസ്ത്രീയും ജന്മിസ്ത്രീയും ഒരുമിച്ച് ചെയ്യേണ്ടിവരുന്ന വിവിധതരം തൊഴിലുകൾ ഒരുമിച്ചുതന്നെ ചെയ്തുപോന്നിരുന്നു. അപ്പോൾത്തന്നെ, അത്തരം തൊഴിലുകളുടെ എണ്ണത്തിലും അതുചെയ്യാൻ വേണ്ടിവരുന്ന ഊർജ്ജത്തിലും സമയത്തിലും തീർച്ചയായും വ്യത്യാസം കണ്ടേക്കാം. പക്ഷേ, വീട്ടുജോലികൾ ചെയ്യുന്നതിനായി അവർ ചെലവിടുന്ന അദ്ധ്വാനം വരുമാനദായകമല്ലെങ്കിലും കാർഷിക സമ്പദ്ക്രമത്തിൽ അത് ഒഴിവാക്കാൻ പറ്റാത്തതാണ്. ചുരുക്കത്തിൽ, അവരുടെ തൊഴിലിന്റെ സ്വഭാവരീതിയനുസരിച്ച് സ്ത്രീതൊഴിലിനെ

പ്രത്യക്ഷമായയവ, പരോക്ഷമായയവ, വേതനം ലഭ്യമാവുന്നവ, അല്ലാത്തവ, ഉല്പാദനപരം ഉല്പാദനപരമല്ലാത്തത് എന്നിങ്ങനെ തരംതിരിക്കാനാകും.

നെൽകൃഷി മുഖ്യമായും കാലാവസ്ഥാനുസൃതമായതിനാൽ സ്ത്രീ തൊഴിലാളികൾ കാർഷികേതരപ്രവൃത്തികൾ ചെയ്യാൻ നിർബ്ബന്ധിതരായിരുന്നു. കൊയ്ത്തില്ലാത്ത അവസരങ്ങളിൽ ചെയ്തിരുന്ന അത്തരം തൊഴിലുകൾ പ്രാദേശികാടിസ്ഥാനത്തിൽ വ്യത്യാസപ്പെട്ടിരുന്നു. കൃഷിക്കാലം കഴിഞ്ഞാൽ മിക്കവരും അവരവരുടെ കുലത്തൊഴിലിലേക്ക് മടങ്ങിയിരുന്നു. വിളവെടുപ്പില്ലാത്ത, പാടങ്ങൾ ഉണങ്ങിവരണ്ടുകിടക്കുന്ന ജനുവരി മുതൽ മേയ് വരെയുള്ള മാസക്കാലത്താണ് വെള്ളരി, കയ്പ, കിഴങ്ങുവർഗ്ഗങ്ങൾ, മറ്റു പയറുവർഗ്ഗങ്ങൾ എന്നിവ നട്ടുവളർത്താനും മഴക്കാലത്തേക്കായി ശേഖരിച്ചുവെക്കാനും സ്ത്രീതൊഴിലാളികൾ ശ്രമിച്ചിരുന്നത്. ആവശ്യം കഴിഞ്ഞ് ശേഷിക്കുന്ന പച്ചക്കറികൾ അവർ കൈമാറ്റം ചെയ്തിരുന്നു. കുന്നിൻപ്രദേശങ്ങളിൽ പുനംനെൽകൃഷി ചെയ്യാൻ സ്ത്രീകളും മുൻകൈയെടുത്തിരുന്നു. അതിരാവിലെതന്നെ പുരുഷനോടൊത്ത് അടുത്തുള്ള കാട്ടിലേക്കുപോയി കുറ്റിക്കാടുകൾ കത്തിച്ച് വെട്ടിനിരപ്പാക്കി മോദൻ നെൽവിത്തുകൾ പാകാനും വിവിധയിനം പയറുവർഗ്ഗങ്ങൾ കൃഷിചെയ്യാനും സ്ത്രീകൾ മുന്നിട്ടിറങ്ങിയിരുന്നു. കാർഷികപ്രവൃത്തിയുടെ പ്രാഥമികഘട്ടത്തിൽ, അതായത് കട്ട ഉടച്ച് നിലം ഒരുക്കുന്ന സമയത്ത് ഉച്ചവരെ മാത്രമേ സ്ത്രീകൾക്ക് പണി ഉണ്ടായിരുന്നുള്ളു. അത്തരം ദിവസങ്ങളിൽ ഉച്ചതിരിഞ്ഞ് മറ്റുപലവിധ തൊഴിലുകളിലും അവർ ഏർപ്പെട്ടിരുന്നു. ഇതിനുപുറമെ തെങ്ങുമായി ബന്ധപ്പെട്ട വിവിധ ജോലികളിൽ സ്ത്രീകൾ വർഷം മുഴുവൻ മുഴുകിയിരുന്നു. അതായത് ഓലമെടയുക, ചകിരിപിരിച്ച് കയർ നിർമ്മിക്കുക, തേങ്ങയും ചിരട്ടയും വണ്ടിയിൽ കയറ്റുക, കൊപ്ര ഉണക്കുക, കള്ളിൽ നിന്ന് ചക്കര സംസ്കരിച്ചെടുക്കുക തുടങ്ങിയ ജോലികളായിരുന്നു അവ. അക്കാലത്ത് ഓല ഉപയോഗിച്ചാണ് പുരകെട്ടിയിരുന്നത്. അയൽക്കാരായ സ്ത്രീകൾ കൂട്ടുചേർന്നാണ് അതിനുള്ള ഓല മെടയുന്നത്. പരസ്പര സഹായത്തോടെ ആണ്ടിലൊരിക്കലായിരുന്നു പുരകെട്ടുക.

കാസർഗോഡ് ജില്ലയിൽപ്പെട്ട പെരിങ്ങോം, കരിവെള്ളൂർ, പാടിച്ചാൽ, കരിന്തളം, മടിക്കൈ തുടങ്ങിയ പ്രദേശങ്ങളിൽ പുല്ല് അരിയുന്നതും ശേഖരിക്കുന്നതും സ്ത്രീകളുടെ പ്രധാനതൊഴിലായിരുന്നു. ഈ സ്ഥലങ്ങളിൽ നെയ്യ്പുല്ല്, മയ്യപ്പുല്ല്, അരപ്പുല്ല്, ചാമപ്പുല്ല്, അമ്പംപുല്ല്, കുറ്റിപ്പുല്ല് തുടങ്ങിയ വിവിധതരം പുല്ലുകൾ വളർന്നിരുന്നു. കന്നുകാലികൾക്ക് തീറ്റയ്ക്കും ചൂലുണ്ടാക്കുന്നതിനും അടുപ്പിൽ കത്തിക്കാനും പുരമേയാനും ഒക്കെയാണ് ഇവ ഉപയോഗിച്ചു വന്നിരുന്നത്. കാടുകളിൽ പോയി വിറക്, ജൈവവളം, തറിമരുന്ന്, തേൻ എന്നിവയും സ്ത്രീകൾ കൊണ്ടുവന്നിരുന്നു. മറ്റുപ്രദേശങ്ങളിലുള്ളവർ മുളംപുല്ലുകൊണ്ട് പായമെടയുന്ന ജോലിയിലും ഏർപ്പെട്ടിരുന്നു. നെല്ല് കുത്തുന്നതും അവിലിടിക്കുന്നതും പൊതുവെ സ്ത്രീകളുടേ ജോലിയായിരുന്നു. നെല്ല് കുത്തി അരിയാക്കുന്നതിന് ഏറെസമയവും അദ്ധ്വാനവും ആവശ്യമാണ്. രണ്ടുസ്ത്രീകൾ ഒരുമിച്ച് അഞ്ചാറുമണി

ക്കൂർകൊണ്ട് 160-170 റാത്തൽ നെല്ലാണ് സാധാരണ ഇടിച്ച് പരുവപ്പെടുത്താറ്.

ശാലിയസമുദായത്തിൽപ്പെട്ട സ്ത്രീകൾ നെയ്ത്തും കൃഷിപ്പണിയും ഒന്നിച്ചുനോക്കിയിരുന്നു. തുണിനെയ്ത്തിന് ആവശ്യമായ പ്രാഥമികമായ ജോലികളെല്ലാംതന്നെ ചെയ്തിരുന്നത് സ്ത്രീകളായിരുന്നു. മഗ്ഗത്തിൽ നെയ്യുന്ന പ്രവൃത്തി ഒഴിച്ചാൽ നെയ്ത്തിനുവേണ്ടുന്ന നൂല് തയ്യാറാക്കൽ, പാവ്തീർക്കൽ, നല്ലിചുറ്റൽ തുടങ്ങിയ എല്ലാ പ്രവർത്തികളും ഇതിൽ ഉൾപ്പെടും. ചില സ്ഥലങ്ങളിൽ സ്ത്രീകൾ നെയ്ത്തും നടത്തിയിരുന്നു. നെയ്ത്തിലും നെയ്ത്തിന്റെ അനുബന്ധപ്രവൃത്തികളിലും ഏർപ്പെട്ടിരുന്ന സ്ത്രീകൾക്ക് കണിശമായ ജോലിസമയം ഒന്നുംതന്നെ ഇല്ലായിരുന്നു. വീട്ടുജോലി ചെയ്തുകഴിയുമ്പോൾ അതിന്റെ മുറയ്ക്ക് അവർ കുടുംബാംഗങ്ങളെ നെയ്ത്തുജോലിയിൽ സഹായിച്ചുവന്നു. ഇതിലൂടെ അവർ കുടുംബത്തിൽ വരുമാനം കൊണ്ടുവരുന്ന മുഖ്യസ്രോതസ്സായി വർത്തിക്കുകയുണ്ടായി. പരമ്പരാഗതമായി ഈഴവ വിഭാഗത്തിൽപ്പെട്ട സമൂഹമാണ് കയർ നിർമ്മാണം നടത്തിയിരുന്നതെങ്കിലും മറ്റുള്ളവരും സഹായത്തിനുണ്ടാകാറുണ്ട്. മടൽ തല്ലിച്ചതച്ച് ചകിരിപുറത്തെടുത്ത് കൈകൊണ്ടോ, റാട്ടുസൂചിയിലോ പിരിച്ചാണ് കയർ നിർമ്മിക്കാനുള്ള ചൂടി തയ്യാറാക്കുന്നത്. മടൽ തല്ലുന്നതും, കയർ പിരിക്കുന്നതും പ്രധാനമായും സ്ത്രീകളുടെ ജോലിയായിരുന്നു. സ്ത്രീതൊഴിലാളികൾക്ക് ഇതിലൂടെ ലഭ്യമായിരുന്ന വരുമാനം തുച്ഛവുമായിരുന്നു എന്നുമാത്രമല്ല അവർ ജോലിയെടുക്കുന്ന അന്തരീക്ഷം തീർത്തും അനാരോഗ്യകരവുമായിരുന്നു.

മേല്പറഞ്ഞ തൊഴിലുകൾക്കുപുറമെ പ്രാദേശികാടിസ്ഥാനത്തിൽ നിലനിന്നിരുന്ന വിവിധതരം തൊഴിലുകളിലും സ്ത്രീകൾ ഏർപ്പെട്ടിരുന്നു. എല്ലായിടത്തും പൊതുവെ കണ്ടുവരുന്ന നിർമ്മാണപ്രവർത്തനങ്ങളായ പുരമേയലിനും ഓലമെടയലിനും പുറമേയാണിത്. വടക്കേമലബാറിൽ വിളവെടുപ്പിന് മുന്നേയുള്ള മാസങ്ങളിൽ പാരമ്പര്യതൊഴിലുകളായ ചക്കരനിർമ്മാണം, നെയ്ത്ത് തുടങ്ങിയവ സ്ത്രീകൾക്ക് തൊഴിൽ കണ്ടെത്തിക്കൊടുക്കുന്നതിൽ മുഖ്യപങ്ക് വഹിച്ചിരുന്നു. ഇങ്ങനെ ഒരുതരത്തിലുള്ള തൊഴിൽക്കൂട്ടായ്മ കാർഷികരംഗത്തും മറ്റുവിവിധ തൊഴിൽമേഖലയിലും സ്ഥിരമായി തൊഴിലിടപാട് നടത്തിയിരുന്നതായി കാണാൻ കഴിയും.

സ്ത്രീതൊഴിലാളികൾ നേരിടുന്ന പ്രശ്നങ്ങൾ

കാർഷിക-കാർഷികേതര സ്ത്രീതൊഴിൽപ്രക്രിയയെക്കുറിച്ച് മേലുദ്ധരിച്ച അനുഭവപാഠങ്ങൾ വ്യക്തമാക്കുന്നത് സ്ത്രീകളുടെ ജോലിസമയം ഒരിടത്തും ക്ലിപ്തപ്പെടുത്തിയിട്ടില്ല എന്നും അവർ എല്ലായ്പ്പോഴും ഏതെങ്കിലുമൊരു ഗാർഹികതൊഴിലിൽ ഏർപ്പെട്ടിരുന്നുവെന്നുമാണ്. വീട്ടുജോലി ഇല്ലാത്ത സമയത്തൊക്കെ പാടത്തോ പറമ്പിലോ സ്ത്രീകൾക്ക് ജോലിചെയ്യേണ്ടിവന്നിരുന്നു. സ്ത്രീകളുടെ പ്രായോഗിക അനുഭവങ്ങളും

സ്ത്രീകളെക്കുറിച്ചുള്ള രേഖപ്പെടുത്തലുകളും കാണിക്കുന്നത് സ്ത്രീകൾ വിശ്രമമറിയാതെ അവരുടെ കുടുംബത്തിന്റെ നന്മയെ മുൻനിർത്തി മുഴുവൻ സമയവും ജോലി ചെയ്തിരുന്നുവെന്നും അവർക്ക് ലഭിക്കുന്ന കൂലി കുടുംബത്തിന്റെ ആകെവരുമാനത്തിന്റെ വലിയൊരു ഭാഗം വരുമെന്നുമാണ്. അപ്പോൾത്തന്നെ സ്ത്രീകൾക്ക് ചില പ്രത്യേക ജോലികൾ നിജപ്പെടുത്തിയിരുന്നുവെന്നും തുച്ഛമായ വരുമാനത്തിന് പുരുഷനേക്കാൾ കൂടുതൽ സമയം അവർക്ക് ജോലി ചെയ്യേണ്ടതായി വന്നിരുന്നുവെന്നും വ്യക്തമാവുന്നുണ്ട്. അത്തരത്തിൽ സ്ത്രീകൾക്ക് തൊഴിൽവിവേചനം, കൂലിക്കുറവ്, സമയക്കൂടുതൽ എന്നീ പ്രതികൂലതകളെ അഭിമുഖീകരിക്കേണ്ടി വരികയും ചെയ്തിരുന്നു.

വടക്കേമലബാറിലെ സ്ത്രീകാർഷികതൊഴിലാളികൾ ചെയ്തുപോന്ന കാർഷികതൊഴിൽ പരിശോധിച്ചാൽ സ്ത്രീകൾ മാത്രമാണ് പതിവായി പറിച്ചുനടുക, കളപറിക്കുക, തരംതിരിക്കുക, മെതിക്കുക, ശുചീകരിക്കുക തുടങ്ങിയ തൊഴിലുകൾ ചെയ്തിരുന്നതെന്ന് കാണാം. ചില സന്ദർഭങ്ങളിൽ ഇത്തരം ജോലികളിൽ പുരുഷന്മാരും ഏർപ്പെട്ടിരുന്നു. പുരുഷന്മാർ കൂടുതലും ഉഴുകുക, കിളയ്ക്കുക തുടങ്ങിയ ആയാസമുള്ള ജോലികളാണ് ചെയ്തിരുന്നത്. അങ്ങനെ പുരുഷനും സ്ത്രീക്കും ഇന്ന ജോലി എന്ന തരത്തിലുള്ള വ്യക്തമായ തൊഴിൽവിഭജനം നിലവിലിരുന്നു. ഇതരനാടുകളിലെ/രാജ്യങ്ങളിലെ കാർഷിക തൊഴിൽ മേഖലകളിലെ തൊഴിലിൽ നിലനില്ക്കുന്ന ആൺപെൺ തൊഴിൽ വേർതിരിവുമായി താരതമ്യപ്പെടുത്തി പരിശോധിക്കുമ്പോൾ ഓരോയിടത്തെയും ആൺപെൺ വേർതിരിവുകളിൽ ഉൾപ്പെട്ടിരിക്കുന്നത് വ്യത്യസ്തങ്ങളായ തൊഴിലുകളാണെന്നു പറയാനാകും. മാത്രമല്ല, പുരുഷനും സ്ത്രീക്കും നല്കിയിരുന്ന വേതനത്തിലും വ്യത്യാസം ആവർത്തിക്കുന്നതായിക്കാണാം. ഇന്ത്യയിലും പാശ്ചാത്യനാടുകളിലും കൃഷിക്കാരനെന്നത് സ്വതന്ത്രമായ ആൺതൊഴിലാകുമ്പോൾ ഇതരരാജ്യങ്ങളിൽ ഇതിനെ സ്ത്രീകൾചെയ്യുന്ന സാധാരണതൊഴിലായിട്ടാണ് കരുതിപ്പോരുന്നത്. മാത്രവുമല്ല, കൃഷിപ്പണിയിൽ ഏർപ്പെടുന്ന സ്ത്രീകൾക്ക് അവിടെ പുരുഷനെ അപേക്ഷിച്ച് എല്ലാതരത്തിലുമുള്ള ജോലികളും ചെയ്യേണ്ടതായി വരുന്നുമുണ്ട്.

ആഫ്രിക്കയിലെ കാർഷികമേഖലയിലാകട്ടെ പുരുഷനെ അപേക്ഷിച്ച് കൂടുതൽ സമയം ജോലിയിലേർപ്പെടുന്നതും കാർഷികവിളകൾ ഉല്പാദിപ്പിക്കുന്നതും ക്രയവിക്രയം നടത്തുന്നതും സ്ത്രീകളാണ്.[12] എന്നാൽ ഇന്ത്യയിൽ സ്ത്രീകളുടെ കാർഷികതൊഴിലുകളിൽ ഏകീകരണമുണ്ടായിരുന്നില്ല. പ്രാദേശികമായി അത് വ്യത്യാസപ്പെട്ടിരുന്നു. ഉദാഹരണമായി, ഉദ്ദേശം രണ്ടുശതമാനം സ്ത്രീകളെ നിലം ഉഴുകുന്ന ജോലി ചെയ്തിരുന്നുള്ളു.[13] ദക്ഷിണകേരളത്തിന്റെ ചില ഭാഗങ്ങളിലും തമിഴ്നാട് അതിർത്തിയോട് ചേർന്നുള്ള പ്രദേശങ്ങളിലും കൊയ്ത്ത്

ജോലിയിൽ സ്ത്രീകൾ ഏർപ്പെടാറില്ല. ചില ഗ്രാമങ്ങളിൽ പറിച്ചുനടലും കളപറിക്കലും സ്ത്രീകളുടെ മാത്രം ജോലിയാണ്. എന്നാൽ മറ്റുപ്രദേശങ്ങളിൽ ഇത്തരം ജോലികൾ പുരുഷന്മാരും ചെയ്യാറുണ്ട്. തമിഴ്നാട്ടിലെ തഞ്ചാവൂർ ജില്ലയുടെ ചില ഭാഗങ്ങളിൽ പാരമ്പര്യമായി ദമ്പതികൾ മാത്രമാണ് കൊയ്ത്തുജോലി ചെയ്യാറുള്ളത്. അവിടെ കൊയ്ത്തിലേർപ്പെടുന്ന സ്ത്രീക്ക് പ്രത്യേകമായി കൂലി നല്കാറില്ല. അതുപോലെ തമിഴ്നാട്ടിൽ തന്നെയുള്ള സേലം ജില്ലയിൽ വിളവെടുപ്പ് ജോലികളിൽ സ്ത്രീക്കും പുരുഷനും ഒരേനിരക്കിലാണ് കൂലി നല്കാറുള്ളത്.[14]

സ്ത്രീതൊഴിലാളികൾ സമ്പദ്വ്യവസ്ഥയുടെ നട്ടെല്ലായി വർത്തിക്കുമ്പോൾത്തന്നെ വേതനനിരക്കിലും തൊഴിലിലും ലിംഗപരമായ വേർതിരിവും വിവേചനവും ഉയർന്നുവരാനുള്ള സാദ്ധ്യത നിലനില്ക്കുന്നുണ്ട്. ലിംഗപരമായ ഈ വേർതിരിവും വിവേചനവും പ്രാദേശികമായ ഉള്ളടക്കമുള്ളവയായിരിക്കും എന്നത് മറ്റൊരു വസ്തുതയാണ്. കാർഷികരംഗത്ത് സ്ത്രീകൾ ചെയ്തുപോന്ന പാടത്തെ പറിച്ചുനടൽ വളരെ ആയാസമുള്ള ജോലിയാണ്. പന്ത്രണ്ടുമുതൽ പതിനഞ്ചുവരെ സ്ത്രീകളെക്കൊണ്ടേ ഒരേക്കർ നിലം കൃഷിക്ക് ഉപയുക്തമാക്കിത്തീർക്കാൻ കഴിയൂ. ഈയൊരു ജോലിക്ക് നല്ല വേഗതയും സഹിഷ്ണുതയും എല്ലാറ്റിലുമുപരി തൊഴിൽപ്രാഗത്ഭ്യവും വേണം. ഒപ്പംതന്നെ മണിക്കൂറുകളോളം ചളിയിൽ ഒരേ നില്പ് നില്ക്കാനുള്ള ശരീരക്ഷമതയും അത്യാവശ്യമാണ്. അതേപോലെ കട്ട ഉടയ്ക്കൽ, മെതിക്കൽ, കൊയ്യൽ, തൂറ്റൽ, വളം ചുമന്ന് പാടത്തെത്തിക്കൽ തുടങ്ങിയ ജോലികളും പ്രയാസം നിറഞ്ഞതുതന്നെ. വയലിൽ വളം വിതറുന്നതിന് ആറുമുതൽ എട്ടുവരെ സ്ത്രീകൾ ആവശ്യമാണ്. ആറുമുതൽ പന്ത്രണ്ടുവരെ ആളുകളുടെ ഒരു സംഘമാണ് സാധാരണ വിളകൊയ്യാറുള്ളത്.[15]

കാർഷികപ്രവൃത്തികളിൽ ഏർപ്പെട്ട വടക്കേമലബാറിലെ സ്ത്രീയുടേയും പുരുഷന്റേയും അദ്ധ്വാനം ഒരേസമയം തുല്യപ്രാധാന്യമുള്ളതും ആയാസകരവുമായിരുന്നു. നെല്ലുല്പാദിപ്പിക്കുന്നതിൽ ഏർപ്പെട്ടിരുന്നവർക്കിടയിൽ നിലനിന്നിരുന്ന തൊഴിൽവിഭജനം ലിംഗവിവേചനത്തിന് വഴിയൊരുക്കിയിരുന്നില്ല എന്നാണ് പഠനങ്ങൾ തെളിയിക്കുന്നത്. കാർഷികവൃത്തികളൊക്കെ ചരിത്രപരമായിത്തന്നെ പരസ്പരപൂരകമായിരുന്നുവെന്നും ചെറുതും വലുതുമായ എല്ലാ ജോലികൾക്കും അതാതിന്റെ സാങ്കേതിക സ്വഭാവമനുസരിച്ച് തുല്യപ്രാധാന്യം നല്കപ്പെട്ടിരുന്നു എന്നും അവ വ്യക്തമാക്കുന്നുണ്ട്.[16] ഇതിലൂടെ, കാർഷികതൊഴിലിൽ നിലനിന്നുകാണുന്ന ആൺപെൺ വ്യത്യാസം സ്വാഭാവിക ലിംഗവേർതിരിവിന് അനുസൃതമാണെന്ന വസ്തുത തെറ്റായ സങ്കല്പമാണെന്നുവരുന്നുണ്ട്. കാർഷികതൊഴിലിലെ ആൺപെൺ വേർതിരിവ് എല്ലായിടത്തും ഒരേതരത്തിലുള്ളതല്ലെന്നും അത്

പ്രാദേശികാടിസ്ഥാനത്തിൽ വ്യത്യാസപ്പെട്ടിരുന്നു എന്നുമുള്ള മേല്പറഞ്ഞ കാരണങ്ങളാണ് അതിന് ഉപോത്ബലകമായി പറയാനാവുന്നത്.

സ്ത്രീതൊഴിലിനെ സംബന്ധിച്ച മറ്റൊരു പ്രശ്നം തൊഴിൽസമയത്തെ സംബന്ധിച്ചിട്ടുള്ളതാണ്. സ്ത്രീകൾക്ക് അവരുടെ പണികളിൽ സമയകണിശത പാലിക്കേണ്ടതുണ്ടായിരുന്നു. കാരണം അവരുടെ ദിവസം കുടിയിലും പാടത്തുമായി വിഭജിക്കപ്പെട്ടിരുന്നു. ഗാർഹികതൊഴിലിലെ സമയക്രമത്തെക്കുറിച്ച് പരിശോധിച്ചാൽ ലിംഗവേർതിരിവോടെ കുടിയിലും പാടത്തുമായി ജോലി വീതിച്ചുനല്കിയതിനെ അപഗ്രഥിക്കാൻ സാദ്ധ്യമാവും (പട്ടിക1:8). കാർഷികതൊഴിലാളി സ്ത്രീകളുടെ കാര്യത്തിൽ ജോലിക്കെടുക്കുന്ന സമയം, ജോലിചെയ്യാത്ത സമയം എന്നിങ്ങനെ തരംതിരിവ് ഇല്ലായിരുന്നു. അതുകൊണ്ടാണ് കാർഷിക തൊഴിലാളി സ്ത്രീകളുടെ സമയക്രമം എന്ന പ്രശ്നം ഉയർന്നുവരാനിടയായത്. വീട്ടുജോലികളായ ഭക്ഷണം തയ്യാറാക്കൽ, ശിശുപരിപാലനം, വൃദ്ധശുശ്രൂഷ, കന്നുകാലിവളർത്തൽ, വിറകുശേഖരണം തുടങ്ങിയ കാര്യങ്ങൾക്കായി സ്ത്രീകൾക്ക് ഒട്ടേറെസമയം ചെലവഴിക്കേണ്ടതായി വരുന്നുണ്ട്. ബീന അഗർവാളിന്റെ നിരീക്ഷണത്തിൽ മൂന്നാംലോകത്തിന്റെ മിക്കയിടങ്ങളിലും വിറകുശേഖരണം നടത്തുന്നത് സ്ത്രീകളും കുട്ടികളുമാണ്. അതിനെടുക്കുന്ന സമയം, കാട്ടിലെ വസ്തുക്കളുടെ ലഭ്യതയ്ക്കനുസൃതമായി ഓരോയിടത്തും വ്യത്യാസപ്പെട്ട് കാണുന്നുവെന്നും, അപ്പോൾത്തന്നെ അത് ഒട്ടേറെസമയം ആവശ്യപ്പെടുന്ന കഠിനപ്രവൃത്തിയാണെന്നും അവർ ചേർത്തുപറയുന്നുണ്ട്.[17] വടക്കേമലബാറിനെ സംബന്ധിച്ച് ഇത് വളരെ ശരിയാണ്. അതുപോലെ കന്നുകാലി വളർത്താനും സ്ത്രീകൾ കൂടുതൽസമയം ചെലവഴിക്കുന്നു. ഈയടുത്തായി പ്രാധാന്യത്തോടെ പുനഃരുജ്ജീവിപ്പിക്കപ്പെട്ട കന്നുകാലിസംരക്ഷണം സ്ത്രീകൾക്ക് ആത്യന്തികമായി ജോലിഭാരം വർദ്ധിപ്പിച്ചു എന്ന് പ്രേംചൗധരി വ്യക്തമാക്കുന്നുണ്ട്. ഇപ്രകാരം സമയക്രമബദ്ധമല്ലാത്ത സ്ത്രീയുടെ തൊഴിലിനെ മറ്റുപ്രവൃത്തികളിൽനിന്നും വേർതിരിച്ച് നിർത്താൻ സാദ്ധ്യമാകാത്തതും പ്രത്യക്ഷമല്ലാത്തതും എണ്ണിത്തിട്ടപ്പെടുത്താൻ കഴിയാത്തതുമായ ഒന്നായാണ് കണക്കാക്കാനാവുക.[18]

സ്ത്രീകളുടെ തൊഴിൽസമയക്രമവുമായി ബന്ധപ്പെട്ട ഇത്തരം കാര്യങ്ങൾ രേഖപ്പെടുത്താനാകാതെ പോകുന്നതിനെ ഇങ്ങനെ അക്കമിട്ട് പറയാനാകും:

(I) ചില പ്രത്യേകതരം ജോലികളുടെ ഒഴിവാക്കൽ.

(II) പുരുഷനായ വസ്തുവിവര-പരിശോധകന്റെയോ വിവരദാതാവിന്റെയോ ഭാഗത്തുനിന്നുള്ള പക്ഷപാതിത്വപരമായ രേഖപ്പെടുത്തലുകൾ.

(III) ലാഭകരമായ തൊഴിൽ, മുഖ്യതൊഴിൽ, അനുബന്ധതൊഴിൽ, ഉദ്യോഗം എന്നിവ എന്തെന്ന് നിർണ്ണയിക്കുന്നതിൽ നേരിടുന്ന പ്രശ്നങ്ങൾ.

(IV) വസ്തുവിവര ചോദ്യാവലി തയ്യാറാക്കുന്നതിലും നിർദ്ദേശിക്കുന്നതിലും മാനദണ്ഡം സ്വീകരിക്കുന്നതിലുമുണ്ടാകുന്ന പ്രശ്നങ്ങൾ.[19]

വടക്കേമലബാറിനെ സംബന്ധിച്ചും തൊഴിൽസമയം കണക്കാക്കുക എന്നത് സ്വാഭാവികമായും വിഷമംപിടിച്ച ഒന്നാണ്. പാടത്തെ ജോലിയെ അടിസ്ഥാനമാക്കി തയ്യാറാക്കിയ തൊഴിൽ സമയത്തിന്റെ ഏകദേശ സ്ഥിതിവിവരം താഴെ കൊടുക്കുന്നു.

പട്ടിക 1.8

സ്ത്രീ തൊഴിലാളികളുടെ തൊഴിൽ സമയം

പ്രവൃത്തി വിവരം	*സമയ ദൈർഘ്യം*	*ആകെ മണിക്കൂറുകൾ*
വീട്ടുജോലി	രാവിലെ 4 മണി മുതൽ രാവിലെ 8 മണി വരെ	4
	വൈകുന്നേരം ആറ് മണി മുതൽ രാത്രി 11 മണിവരെ	5
കൃഷിപ്പണി	രാവിലെ 8 മണി മുതൽ ഉച്ച 1 മണി വരെ	5
	ഉച്ചയ്ക്ക് 2 മണി മുതൽ വൈകുന്നേരം 6 മണി വരെ	4
	ആകെ	**18 മണിക്കൂർ**

അഭിമുഖത്തിന്റെ അടിസ്ഥാനത്തിൽ തയ്യാറാക്കിയ പട്ടിക

പട്ടിക 1.9

വീട്ടു പണിയും കൃഷിപ്പണിയും - തരം

വീട്ടു പണി	*കൃഷിപ്പണി*
വീട് വൃത്തിയാക്കൽ	പറിച്ച് നടൽ
അലക്ക്	നിലം വൃത്തിയാക്കൽ
പാചകം	നടീൽ സ്ഥലം ഒരുക്കൽ
കുട്ടികളുടെയും/വൃദ്ധരുടെയും പരിപാലനം	കൊയ്ത്ത്
മൃഗ പരിപാലനം	മെതിക്കലും പാറ്റലും
നെല്ല് കുത്ത്	
വെള്ളം കോരൽ	
വിറക് ശേഖരണം	

അഭിമുഖത്തിന്റെ അടിസ്ഥാനത്തിൽ തയ്യാറാക്കിയ പട്ടിക

പട്ടിക 1.10

മലബാറിലെ സ്ത്രീ പുരുഷ കൂലി നിരക്ക്

തൊഴിൽ	*പുരുഷൻ*	*സ്ത്രീ*
കിളയിടൽ (രാവിലെ മുതൽ ഉച്ച 1 മണിവരെ)	2 മാക്കലിയോട് സേർ/1 സേർ	
കിളയിടൽ (മുഴുവൻ ദിവസം)	3 സെർ നെല്ലും പ്രാതലും	
ഉഴുതൽ (ഉച്ച 12 മണിവരെ)	1 ½ സേർ നെല്ല്	
കളപറിക്കൽ (ദിവസം മുഴുവൻ)		1½ നാഴി അല്ലെങ്കിൽ 3/8 സേർ അരി
കൊയ്ത്ത്, കറ്റകടത്തൽ		100 കറ്റയ്ക്ക് 10 കറ്റ വീതം
പറമ്പ് കിളയ്ക്കൽ (ഉച്ച 1 മണിവരെ)	2.6 അണ/2 സേർ നെല്ല്	
കൂലിപ്പണി (മുഴുവൻ ദിവസം)	4.6 അണ (ഭക്ഷണം ഇല്ലാതെ) 4 അണ ഭക്ഷണത്തോടെ	
സാധാരണ പണികൾ	1 ½ മുതൽ 2 അണ വരെ	2 മുതൽ 2 ½ അണ വരെ ദിവസം
സ്വതന്ത്ര തൊഴിലാളി	6 നാഴി നെല്ല് വടിച്ച് (103 ½ ക്യൂബിക് ഇഞ്ച്)	6 നാഴി നിറയെ (148 ½ ക്യൂബിക് ഇഞ്ച്)
ആശ്രിത ജോലിക്കാർ	1 അളവ് അരി അല്ലെങ്കിൽ വർഷത്തിൽ 1/3 രൂപയുടെ വസ്ത്രം, എണ്ണ, ഉപ്പ്	1 ½ അളവ് അരി ദിവസേന ½ രൂപയുടെ വസ്ത്രം.

ശ്രീനിവാസ രാഘവ അയ്യങ്കാർ, മെമ്മോറാണ്ടം ഓൺ ദി പ്രോഗ്രസ് ഓഫ് മദ്രാസ് പ്രസിഡൻസി, മദ്രാസ് ഗവൺമെന്റ് പ്രസ്, 1893

കാർഷിക സ്ത്രീതൊഴിലാളികളുടെ തൊഴിൽസമയം പ്രധാന ചർച്ചാവിഷയമായി മാറിയിരുന്നു എന്ന് മേൽകൊടുത്ത പട്ടികയിൽനിന്നും (1:10) മനസ്സിലാക്കാനാകും.[20] സ്ത്രീകളുടെ ഗാർഹികതൊഴിലിനെ വസ്തു വിവരകണക്കുകളിൽനിന്നുള്ള വിശദാംശങ്ങളുമായി തുലനപ്പെടുത്തി നോക്കിയാൽ അവരുടെ തൊഴിൽ/തൊഴിൽസമയ പങ്കാളിത്തം ഇനിയും വർദ്ധിക്കുകയേ ഉള്ളൂ.

കാർഷികതൊഴിലുമായി ബന്ധപ്പെട്ട മറ്റൊരു പ്രധാനവിഷയം വേതനപ്രശ്നമാണ്. അക്കാലത്ത് പൊതുവെ തൊഴിലാളികൾക്ക് ലഭിച്ചിരുന്ന വേതനം നിസ്സാരമായിരുന്നു. സ്ത്രീകളുടെ കാര്യത്തിൽ വേതനത്തുക ഒന്നുകൂടി തുച്ഛമാകുന്നുണ്ട്. താഴെകൊടുത്തിട്ടുള്ള പാട്ട് അക്കാലത്ത്

നിലനിന്ന വേതനനിരക്കിന്റെ ചിത്രം നല്കുന്നതാണ്.

നട്ടുച്ചമോന്തിയോളം പണിയെടുത്താൽ
പാടം പറമ്പത്തു പണി ചെയ്താല്,
കൂലിക്കു ജന്മിന്റെ വീട്ടിൽ ചെന്നാൽ
നിന്നുപിറുപിറുക്കണ്ട, നാളെ വന്നാൽ
ഇന്നത്തേതും കൊണ്ടുപോവാം...

കർഷകത്തൊഴിലാളികളുടെ മോശം അവസ്ഥയാണ് മേൽകൊടുത്ത പാട്ടിൽ അടങ്ങിയിട്ടുള്ളത്. രാപ്പകൽ പണിചെയ്തിരുന്നെങ്കിലും നിലനില്പിന് മതിയായ വേതനം അവർക്ക് ലഭ്യമായിരുന്നില്ല എന്നാണ് ഇത് സൂചിപ്പിക്കുന്നത്. സ്ത്രീക്ക് പുരുഷനേക്കാൾ കുറഞ്ഞവേതനമേ കിട്ടിയിരുന്നുള്ളൂവെന്നും അത് മിക്കപ്പോഴും പണമായല്ല മറ്റു ജംഗമ വസ്തുക്കളായിട്ടായിരുന്നു എന്നും പഠനങ്ങൾ തെളിയിക്കുന്നുണ്ട്.

കാർഷികതൊഴിലാളികളെ സംബന്ധിച്ച് വിതയ്ക്കുകയും കൊയ്യുകയും ചെയ്തിരുന്ന സ്ത്രീകൾക്ക് കൃഷിക്കായി ഭൂമി ഒരുക്കുകയും, ഉഴുകുകയും ചെയ്തിരുന്ന പുരുഷനേക്കാൾ കുറഞ്ഞകൂലി മാത്രമേ ലഭിച്ചിരുന്നുള്ളൂ. വേതനനിരക്കിലുള്ള ഈ ആൺപെൺവിവേചനം കാർഷികമായ തൊഴിലിടങ്ങളിൽ മാത്രമല്ല മറ്റുതൊഴിലിടങ്ങളിലും നിലവിലിരുന്നു. വേതനവിതരണത്തെക്കുറിച്ചുള്ള ഈയൊരു പരാമർശത്തിൽ വ്യക്തമാകുന്നത് സ്ത്രീകൾക്കായിരുന്നു എല്ലായ്പ്പോഴും കുറഞ്ഞകൂലി ലഭ്യമായതെന്നാണ്. കാർഷികസമ്പദ്‌വ്യവസ്ഥയിലെ പ്രധാനതൊഴിൽ ശക്തിയായിട്ടുകൂടി സ്ത്രീതൊഴിൽ പരിഗണിക്കപ്പെട്ടത് ലിംഗപരവും സാമ്പത്തികവുമായ വിവേചനത്തോടെയാണ്.

വടക്കേമലബാറിലെ സ്ത്രീതൊഴിൽപ്രക്രിയയെക്കുറിച്ചുള്ള അന്വേഷണങ്ങൾ ഒട്ടേറെ ചോദ്യങ്ങൾ ഉയർത്തുന്നുണ്ട്. കാർഷികസമൂഹത്തിലെ ഉല്പാദനപ്രക്രിയയിൽ സ്ത്രീകളുടെ പങ്കാളിത്തം സങ്കീർണ്ണമായ ഒന്നാണെന്നാണ് ഇത് കാണിക്കുന്നത്. അക്കാലഘട്ടത്തിലെ രേഖകളും അനുഭവങ്ങളും വ്യക്തമാക്കുന്നത് *കുടി*വ്യവസ്ഥയനുസരിച്ചുള്ള വടക്കേമലബാറിലെ ഗാർഹിക സമ്പദ്ഘടനയുടെ നിലനില്പിന് സ്ത്രീതൊഴിൽ പ്രധാനഘടകമായി വർത്തിച്ചിരുന്നു എന്നാണ്. സഹകരണസംരംഭമായിരുന്ന *കുടി*വ്യവസ്ഥിതിയിൽ സ്ത്രീകൾക്ക് വീട്ടുജോലിയും പുറംജോലിയും ഒരുമിച്ച് ചെയ്യേണ്ടിവന്നിരുന്നു. കൈവശ ഭൂമിയുടെ വിസ്തൃതിക്കനുസരിച്ച് ചെയ്യുന്നജോലിയുടെ അളവിൽ അന്തരമുണ്ടായിരുന്നെങ്കിലും കർഷകസ്ത്രീക്കും ജന്മിസ്ത്രീക്കും ഉല്പാദന-പുനരുല്പാദന തൊഴിലുകൾ ഒന്നുപോലെ പങ്കാളിത്തമുണ്ടായിരുന്നു. കാർഷികസമൂഹത്തിന്റെ ദൈനംദിനകാര്യങ്ങൾ നിവൃത്തിച്ചത് സ്ത്രീകളുടെ അദ്ധ്വാനത്തിലൂടെയായിരുന്നു. സ്ത്രീതൊഴിലിന് ലഭിച്ച ഈ പ്രാധാന്യം സമൂഹത്തിലെ മറ്റുതൊഴിൽമേഖലകളിലും വ്യാപരിച്ചിരുന്നു. സ്ത്രീതൊഴിലിന് പ്രാധാന്യം കൈവരാൻ കാരണമാക്കിയത് അത്തരം തൊഴിൽനടപ്പാണ്. സ്ത്രീക്കും പുരുഷനും ഒരുപോലെ

നിലനില്പിനായി കഠിനാദ്ധ്വാനം ചെയ്യേണ്ടിയിരുന്ന അക്കാലത്ത് രണ്ടു പേർക്കും നിസ്സാരകൂലിമാത്രമാണ് ലഭിച്ചിരുന്നത്. കാർഷികവൃത്തികൾ മിക്കതും കാലാവസ്ഥയെ ആശ്രയിച്ചു നടത്തിയിരുന്നതിനാൽ കാർഷികേതര തൊഴിലുകൾ ചെയ്യാൻ മറ്റുസമയങ്ങളിൽ അവർക്ക് സാദ്ധ്യമായിരുന്നു. വീട്ടുജോലികളും പുറംജോലികളും കാര്യപ്രാപ്തിയോടെ ചെയ്യാൻ സ്ത്രീകൾക്ക് കഴിഞ്ഞുവെന്നാണ് ഇത് തെളിയിക്കുന്നത്.

കാർഷികസമൂഹത്തിലെ സ്ത്രീതൊഴിൽപ്രക്രിയയെ വിലയിരുത്താൻ സമയക്രമത്തെക്കുറിച്ചുള്ള പഠനം അനിവാര്യമാണെന്ന് വരുന്നുണ്ട്. പൊതുതൊഴിലിടത്ത് സ്ത്രീകൾ ചെയ്യുന്ന ജോലികൾ വീട്ടുജോലികളുടെ വിപുലീകരണമായി കരുതിവരുന്നതിനാലാണ് അത്. വീട്ടുജോലികളിൽപെട്ട വിറകുശേഖരണം, കന്നുകാലിവളർത്തൽ തുടങ്ങിയവയ്ക്കായി സ്ത്രീകൾക്ക് വിനിയോഗിക്കേണ്ടിവരുന്ന സമയം ഒട്ടും കണക്കിലെടുത്തിരുന്നില്ല. രാപ്പകൽ ഭേദമില്ലാതെ മണിക്കൂറുകളോളം സ്ത്രീകൾക്ക് തൊഴിൽപ്രക്രിയയിൽ ഭാഗമാകേണ്ടതുണ്ടായിരുന്നു. തൊഴിൽസമയത്തിലുള്ള ഈ വ്യത്യാസം സ്ത്രീയുടെയും പുരുഷന്റെയും തൊഴിൽസമയം തുലനപ്പെടുത്തുമ്പോൾ ബോദ്ധ്യമാവുന്നതാണ്. സ്ത്രീകളായിരുന്നു പുരുഷനേക്കാൾ കൂടുതൽ സമയം ജോലി ചെയ്തിരുന്നതെന്ന് ഇതൊക്കെ അടിവരയിടുന്നുണ്ട്. അതുപോലെതന്നെ വേതനത്തിന്റെ കാര്യത്തിലും അന്തരം നിലനില്ക്കുന്നുണ്ട്. കാർഷികസമൂഹത്തിലെ വേതനം എന്നത് ഒരു തൊഴിലാളിക്ക് അയാൾ ചെയ്യുന്ന തൊഴിലിന്റെ അളവനുസരിച്ച് ലഭിക്കുന്ന പ്രതിഫലമല്ല. മറിച്ച് അയാളുടെ നിലനില്പിന് ഉതകുന്ന ഉപാധിമാത്രമാണ്. ഇവിടെ തൊഴിൽദാതാവായ ജന്മിയും തൊഴിലാളിയും തമ്മിൽ നേരിട്ടുള്ള ബന്ധമാണുള്ളത്. തൊഴിൽ സമയത്തെയോ തൊഴിലിന്റെ അളവിനെയോ അടിസ്ഥാനമാക്കി വേതനം നിശ്ചയിച്ചിരുന്ന വ്യവസായതൊഴിലിൽനിന്നും തീർത്തും വ്യത്യസ്ഥമാണ് ഇവിടെ തൊഴിൽബന്ധവും വേതനവ്യവസ്ഥകളും.

തൊഴിൽപ്രക്രിയയിലുള്ള സ്ത്രീകേന്ദ്രിതവ്യവസ്ഥ വടക്കേമലബാറിന്റെ പ്രത്യേകതകളിലൊന്നായിരുന്നു. ഇവിടെ കർഷകത്തൊഴിലാളി സ്ത്രീയും ജന്മിസ്ത്രീയും ഉല്പാദന-പുനരുല്പാദന പ്രവർത്തനങ്ങളിൽ ഒരുപോലെ പങ്കാളികളായതായി കാണാം. കാർഷികതൊഴിലായിരുന്നു സമൂഹത്തിന്റെ അടിസ്ഥാനമായിരുന്നതെങ്കിലും സ്ത്രീകൾ മറ്റുതൊഴിലുകളിലും ഏർപ്പെട്ടിരുന്നു. കൃഷിക്കാലം അല്ലാത്തപ്പോഴാണ് അവർ പുറംജോലികൾക്കായി പോയിരുന്നത്. പരമ്പരാഗതതൊഴിൽ വിഭാഗത്തിൽപെടുന്ന സ്ത്രീകളാണ് മുഖ്യമായും അത്തരം പാരമ്പര്യതൊഴിലുകൾ ചെയ്യാൻ കൂട്ടാക്കിയിരുന്നത്. ഇത് കാണിക്കുന്നത് പാരമ്പര്യതൊഴിലുകളുടെ ലഭ്യതയാണ്, സമൂഹത്തിൽ സ്ത്രീയുടെ തൊഴിലിന്റെ പ്രാധാന്യത്തെ ഉയർത്തിയത് എന്നതാണ്. കാർഷികതൊഴിൽപ്രക്രിയയ്ക്ക് സ്ത്രീകേന്ദ്രീകൃത സ്വഭാവമാണ് ഉണ്ടായിരുന്നതെങ്കിലും സമൂഹത്തിൽ നിലവിലിരുന്ന ചാർച്ച, ജാതി തുടങ്ങിയ ഘടകങ്ങളായിരുന്നു സ്ത്രീയുടെ തൊഴിൽപദവി തീരുമാനിച്ചിരുന്നത്.

ഗ്രന്ഥസൂചി

1. M. Sahlins, *Stone Age Economics*, Tavistock Publications, London, 1974, p. 77.
2. Daniel Thorner *et. al* (ed). *A V Chayanov on 'The Theory of Peasant Economy'*, New Delhi, 1987.
3. Ester Boserup, *Woman's Role in Economic Development*, Allen and Unwin, London, 1970.
4. Utspatnaik (ed.), *Agrarian Relation and Accumulation*, OUP, Delhi, 1990, p.193.
5. Bina Agarwal, *A Field of One's Own: Gender and Land Rights in South Asia*, Cambridge University Press, 1999.
6. K Saradamoni, 'Changing Land Relations and Women: A Case Study of Palghat District, Kerala' in R.C. Mazumdar (ed.), *Women and Rural Transformation*, Concept Publications, Delhi, 1983.
7. T C Varghese, *Agrarian Change and Economic Consequences*, Allied Publishers, New Delhi, 1970, p 138.
8. K N Ganesh, *Kanni Koithu*, Udinoor Vilakoithu Samaram, 60th Annual Smaranika (Mal), 2002, p.21.
9. Eric J Miller, 'Village Structure in North Kerala', in M N Srinivas (eds.) *India's Villages*, Asia Publishing House New Delhi, 1963.
10. *The Indian Labour Year Book*, 1946, p. 244.
11. *Interview with* M Narayani, Panikkotti, Vadakara on 09.07.2002.
12. Ester Boserup, *Op. Cit.,* p. 20.
13. *Ibid*, p. 33.
14. Vima Majumdar et.al (ed.) *Women Workers in India*, Chanakya Publications, Delhi, 1990, p. 35.
15. R A Cecilwood, *Notebook of Agricultural Facts and Figures*, Madras, 1920, p. 36.
16. Bina Agarwal (ed.) *Structures of Patriarchy, State Community and Household in Modern Asia*, Kali for Women, 1988, p.66.
17. Bina Agarwal, *Cold Hearths and Barren Slopes, The Wood Fuel Crisis in the Third World*, Allied Publishers, New Delhi, 1986.
18. Prem Chaudhary, *The Veiled Women: Shifting Gender Equations in Rural Haryana*, 1880-1990, Oxford Publications, 1984.
19. Gita Sen, Women's Work and Women Agricultural Labourers; A Study of the Indian Census, *Working Paper* No. 159, CDS, Trivandrum, 1983, p.2.
20. For further reference about labour time see, U A Shimray, *Women's work in Naga Society Household Work, Work-force participation and division of labour EPW*, April 24, 2004, Devaki Jain, *Valuing Work: Time as a Measure, EPW*, October 26, 1996, etc.

കാർഷികഗ്രാമീണ സാമൂഹ്യബന്ധങ്ങളും വടക്കേമലബാറും

കാർഷികസാമൂഹ്യഘടനയിൽ ഗ്രാമീണസാമൂഹ്യബന്ധങ്ങൾക്ക് നിർണ്ണായകമായ സ്ഥാനമുണ്ട്. ഗ്രാമീണസാമൂഹ്യബന്ധങ്ങളെ *ജാതി, വർഗ്ഗം, ചാർച്ച* (kin relation) എന്നിങ്ങനെ തരംതിരിച്ച് മനസ്സിലാക്കാനാകും. *ജന്മി-കുടിയാൻ* വ്യവസ്ഥിതിയിൽ സ്ത്രീതൊഴിൽപ്രക്രിയയുടെ സ്വഭാവത്തെ പലപ്രകാരത്തിലും നിർണ്ണയിച്ച ഘടകങ്ങളാണ് ഈ സാമൂഹ്യബന്ധങ്ങൾ. ഇവയുടെ വിശകലനമാണ് ഈ അദ്ധ്യായത്തിന്റെ ഊന്നൽ. ഒപ്പംതന്നെ കൊളോണിയൽ ഭരണക്രമത്തിനുകീഴിൽ *ജന്മി-കുടിയാൻ* വ്യവസ്ഥിതിക്ക് വന്ന മാറ്റത്തെയും അതിലെ കാർഷിക സ്ത്രീതൊഴിലാളികളുടെ പങ്കിനെയും അന്വേഷണവിധേയമാക്കുന്നുണ്ട്.

മുതലാളിത്തപൂർവ്വ സമൂഹത്തിൽ ഭൂമിക്കുമേലുള്ള അവകാശം നിക്ഷിപ്തമായിരുന്നത് ഭൂവുടമകളിലായിരുന്നു. ഭൂമിയുടെ ഉടമസ്ഥത കുടിയാന്മാരുടെയും കാർഷികതൊഴിലാളികളുടെയും ഇതരപണിയാളുകളുടെയും തൊഴിലിനെ ചൂഷണംചെയ്യാൻ ഭൂവുടമകളെ പ്രാപ്തരാക്കിയിരുന്നു. മാത്രവുമല്ല, കുടിയാനിൽനിന്നും വാടക പിരിക്കുന്നതിനും അവനിൽനിന്ന് കൂലിയില്ലാ സേവനം അനുഭവിക്കുന്നതിനും അവർക്ക് അത് അധികാരം നല്കുകയുണ്ടായി.[1] വടക്കേമലബാറിൽ ഭൂവുടമകൾ അനുഭവിച്ചുവന്ന ഈ പ്രത്യേക ആനുകൂല്യം *മര്യാദ* അഥവാ *നാട്ടുനടപ്പ്* എന്ന പേരിലാണ് അറിയപ്പെട്ടിരുന്നത്.[1] ഇതിൽ സ്ത്രീ തൊഴിലാളികളുടെ അദ്ധ്വാനവും സേവനവും നിർണ്ണായകമായിരുന്നു. കാർഷികസമ്പദ്ക്രമത്തിൽ ഭൂവുടമയും കുടിയാന്മാരും തമ്മിൽ ഇത്തരത്തിലുള്ള ഇടപാടുകൾ സാദ്ധ്യമായത് ചാർച്ചാബന്ധത്തിലൂടെയായിരുന്നു. *ചാർച്ചാ*ബന്ധമെന്നത് ഗ്രാമീണ-സാമൂഹ്യബന്ധങ്ങളിൽ സജീവമായി നിലനിന്നിരുന്ന സാമൂഹ്യസമ്പർക്കമാണ്.

വിവിധ ജാതിവിഭാഗങ്ങളിൽ നിലവിലിരുന്ന *ചാർച്ചാ*ബന്ധങ്ങൾ തമ്മിൽ വ്യത്യാസം ഏറെയുണ്ടായിരുന്നെങ്കിലും, സാമൂഹ്യബന്ധങ്ങൾ തീരുമാനിച്ചിരുന്നത് *ചാർച്ചാ* സമ്പ്രദായത്തിലെ പൊതു വ്യവസ്ഥകളായിരുന്നു. പ്രത്യേകിച്ച്, സ്ത്രീകളുടെ പദവിയുമായി ബന്ധപ്പെട്ട് സാമൂഹ്യസമ്പർക്കങ്ങൾ നിശ്ചയിക്കുന്നതും കുടുംബത്തിലെ അവരുടെ കടമകൾ ചൂണ്ടിക്കാണിക്കുന്നതും അവർക്കുള്ള സ്വത്തവകാശം തീരുമാനിക്കുന്നതും. ചുരുക്കത്തിൽ, സ്ത്രീകളുടെ കാര്യത്തിൽ അവരുടെ സാമൂഹ്യപദവി നിർണ്ണയിച്ചിരുന്നത് *ചാർച്ചാ*ബന്ധങ്ങളിലൂടെയും അതിന്റെ വ്യവഹാരങ്ങളിലൂടെയുമാണെന്ന് പറയാനാകും. ഇതിനുപുറമെ, *ചാർച്ചാ* ബന്ധം അടിസ്ഥാനമാക്കിയാണ് നിലനില്ക്കുന്ന അധികാരഘടനയും ഉല്പാദന-വിതരണ സമ്പ്രദായവും നിയമാനുസൃതമാക്കപ്പെട്ടത് എന്നതും എടുത്തുപറയേണ്ട വസ്തുതയാണ്.

വടക്കേമലബാറും മരുമക്കത്തായ ചാർച്ചാസമ്പ്രദായവും

വടക്കേമലബാറിന്റെ കാര്യത്തിൽ മരുമക്കത്തായ *ചാർച്ചാ*സമ്പ്രദായത്തിന് പ്രത്യേക മാനമുണ്ട്. വടക്കേമലബാറിൽ മരുമക്കത്തായസമ്പ്രദായം മുഖ്യമായും നമ്പൂതിരിമാർക്കിടയിലും, നായർ ജന്മിമാർക്കിടയിലുമാണ് പ്രചാരത്തിലുണ്ടായിരുന്നത്. ഭൂവുടമകളായ അവരുടെ പാർപ്പിടം *തറവാട്* എന്ന പേരിലാണറിയപ്പെട്ടിരുന്നത്. ഒരു തറവാട്ടിലെ വ്യക്തികൾ തന്നെ അച്ഛന്റെ കുടുംബവഴിയോ അമ്മയുടെ കുടുംബ വഴിയോ പരസ്പരബന്ധുക്കളായിരിക്കും. മിക്ക തറവാടുകളിലും നിലനിന്നിരുന്നത് മരുമക്ക ത്തായവും അതിന്റെ ദായക്രമവുമായിരുന്നു. സ്ത്രീകൾക്ക് പാരമ്പര്യസ്വത്തിൽ ഓഹരി ലഭിച്ചിരുന്നുവെന്നു മാത്രമല്ല സ്വതന്ത്രമായി തീരുമാനം എടുക്കാനുള്ള അധികാരവും ഉണ്ടായിരുന്നു.

മരുമക്കത്തായസമ്പ്രദായം നിലവിലുണ്ടായിരുന്ന അക്കാലത്തെ പ്രധാനപ്പെട്ട ബ്രാഹ്മണ തറവാടുകൾ താഴക്കാട്ട് മന, കീക്കാംകോട്ട് വാഴുന്നോർ, ഇരവിൽ വാഴുന്നോർ, അരൊത്ത് വാഴുന്നോർ, കുണ്ടിലായർ തുടങ്ങിയവയായിരുന്നു. അതേപോലെ മുഖ്യമായ നായർതറവാടുകൾ കോടോം, ഏച്ചിക്കാനം, കൊഴുമ്മൽ കോണോത്ത്, ചേരിപ്പാടി, നാരന്തട്ട, കോട്ടയിൽ, എടപ്പണിചേവരി, ബേടകത്ത്, കാമലോൻ, പനത്തടി, കാട്ടൂർ, കലിങ്ങോത്ത് കൂക്കൾ, ചന്നേരമടിയൻ, ആലത്തടി, പെരിയ, മാവില, പാലാട്ട്, കരിച്ചേരി, കന്യാൾ, കുട്ടമത്ത് എന്നിവയായിരുന്നു. മുസ്ലീം തറവാടുകൾ തൃക്കരിപ്പൂർ, ഉടുംബന്തല, കൈക്കോട്ട് കടവ്, പടന്ന, തുരുത്തി, ഇച്ചിലമാടം, ചെമ്മനാട്, കാസർഗോഡ് പഴയകോട്ടക്കാർ, അങ്കടി മുഗറിലെ ഷറൂൾ മുതലായവും.[2] മരുമക്കത്തായവും അതിന്റെ ദായക്രമവും തുടർന്നുപോന്ന ജാതികളുടെ പട്ടിക ഡോ. ഹെർമ്മൻ ഗുണ്ടർട്ട് തയ്യാറാക്കിയതിൽ അവരുടെ പേരുകൾ ഇങ്ങനെ വായിക്കാം: പയ്യന്നൂരിലെ പതിനേഴ് ബ്രാഹ്മണ ഇല്ലങ്ങൾ, ക്ഷത്രിയ, തിരുമുൽപ്പാട്, നായർ,

ഊരാളി, ആണ്ടൂർ, പള്ളിച്ചൻ, കുശവൻ, വ്യാപാരി, കോലയൻ, ചെമ്പോട്ടി, പിഷാരടി, വാരിയൻ, നമ്പി, തേയമ്പാടി, മാരാൻ, പൊതുവാൾ, കൂട്ടുനമ്പി, ആറ്റിക്കുറിച്ചി, ഉണ്ണിത്തിരി ഏറാടി, വെള്ളോടി, നെടുങ്ങാടി, വെളുത്തേടൻ, ചാലിയൻ, വടക്കുദേശത്തെയും, തിരുവിതാംകൂറിലെയും തീയ്യർ.[3]

മരുമക്കത്തായസമ്പ്രദായം തുടർന്നുപോന്ന ഈ തറവാടുകൾക്ക് പുറമെ മറ്റു സ്വതന്ത്ര ജാതികളുടെ കൂട്ടങ്ങളും ഗ്രാമങ്ങളിലുണ്ടായിരുന്നു. തീയ്യർ, മാപ്പിളമാർ, നായന്മാരുടെ ചില അവാന്തരവിഭാഗങ്ങൾ എന്നിവരായിരുന്നു അക്കാലത്തെ കർഷകക്കുടിയാന്മാർ. പറയ, പുലയ തുടങ്ങിയ ജാതികളിൽപെട്ടവരായിരുന്നു കാർഷികതൊഴിലാളികളിൽ ഭൂരിഭാഗവും. ഭൂമിയില്ലാത്ത കാർഷികതൊഴിലാളികൾ താഴ്ന്ന ജാതിയിൽ പെട്ടവരും ജന്മിമാരുടെ സ്ഥിരംപണിയാളുകളും അവരുടെ ഭൂമിയിൽ കുടിൽക്കെട്ടി താമസിച്ചുപോരുന്നവരുമായിരുന്നു. ഇവർക്ക് പുറമെ വെളുത്തേടൻ, ആശാരി, കൊല്ലൻ എന്നീ സമുദായങ്ങളിൽ പെട്ടവരും കാലാവസ്ഥാനുസൃതമായി കാർഷികപ്രവൃത്തികളിലേർപ്പെട്ടിരുന്നു.

എല്ലാ കർഷകഗ്രാമങ്ങളിലും ആശാരി, മൂശാരി, കൊല്ലൻ, തട്ടാൻ തുടങ്ങിയ പരമ്പാഗതകൈത്തൊഴിൽക്കൂട്ടങ്ങളും അലക്കുകാർ, ക്ഷുരകർ തുടങ്ങിയ സേവകജാതികളും ഉണ്ടായിരുന്നു. ഗ്രാമങ്ങളിലെ *തറവ്യവസ്ഥ/തറാവകാശം* നിശ്ചിതപ്രദേശത്ത് ഏത് വിഭാഗംത്തിലും പെട്ട പരമ്പരാഗതകൈത്തൊഴിൽക്കൂട്ടങ്ങളുടെയും സേവകതൊഴിൽക്കൂട്ടങ്ങളുടെയും ലഭ്യത ഉറപ്പ് വരുത്തിയിരുന്നു.[4] ഇവർ അവിടത്തെ അടിസ്ഥാനതൊഴിൽ കൂട്ടങ്ങളും സ്ഥിരാംഗങ്ങളുമായിരുന്നു. വടക്കേമലബാറിൽ നിന്നുള്ള അനുഭവം കാണിക്കുന്നത് സേവകജാതികളിൽ കുലത്തൊഴിൽ തുടരേണ്ട ബാദ്ധ്യത മിക്കപ്പോഴും സ്ത്രീകൾക്കായിരുന്നു എന്നാണ്. പരമ്പാഗത കൈത്തൊഴിൽക്കൂട്ടങ്ങളും സേവകജാതികളും *ജജ്മാനി* (Jajmani) സമ്പ്രദായപ്രകാരമാണ് അവരുടെ സേവനം വിട്ടുകൊടുത്തിരുന്നത്. *ജജ്മാനി* സമ്പ്രദായമനുസരിച്ച് കൈത്തൊഴിൽ കൂട്ടങ്ങളെയും സേവകജാതികളെയും കണക്കാക്കി പോന്നിരുന്നത് ഗ്രാമത്തിന്റെ പരമ്പരാഗതസേവകരായിട്ടായിരുന്നു. അതുകൊണ്ടുതന്നെ ഉപകരണങ്ങൾ നിർമ്മിച്ചുനല്കുന്നതിനോ സേവനത്തിനോ അവർക്ക് പ്രതിഫലം നല്കിയിരുന്നില്ല. ഇത്തരമൊരു സംവിധാനത്തിൽ ഓരോ ജാതിയിലെയും, പ്രാദേശിക അംഗങ്ങളെ *ചാർച്ച*ബന്ധം മുഖാന്തരം ബന്ധിപ്പിച്ചിരുന്നു. *ചാർച്ചാ*ബന്ധമാകട്ടെ ജാതിവ്യത്യാസത്തിനനുസരിച്ച് വ്യതിരിക്തരൂപമുള്ളതുമായിരുന്നു. ഭൂവുടമയും തൊഴിലാളിയും തമ്മിലുള്ള വേർതിരിവ് സാദ്ധ്യമായതും ഇതിലൂടെയാണ്. ഓരോ ജാതിയുടേയും തൊഴിലിന്റെ സ്വഭാവം, അനുഷ്ഠാനം എന്നിവയുടെ മാനദണ്ഡങ്ങൾ നിർവ്വചിക്കപ്പെട്ടത് *ചാർച്ചാ*ബന്ധത്തിന്റെ അടിസ്ഥാ

നത്തിലായിരുന്നു. ഇതിലൂടെയാണ് ദേശസമൂഹത്തിൽ ജാതികളുടെ സാമൂഹ്യനില, പദവി, കൊടുക്കൽവാങ്ങലുകൾ എന്നിവയും നിശ്ചയിക്കപ്പെട്ടിരുന്നത്.

വടക്കേമലബാറിലെ കുടിയായ്മ സമ്പ്രദായം

*ചാർച്ചാ*ബന്ധം നിലവിലിരുന്ന സമൂഹത്തിലാണ് കുടിയായ്മാ സമ്പ്രദായമായ *ജന്മി-കുടിയാൻ* രീതി നിലനിന്നിരുന്നത്. ഈ സമ്പ്രദായത്തിൽ ഭൂമിയുടെ അവകാശം *ജന്മം, കാണം, വെറുംപാട്ടം* എന്നിങ്ങനെ മൂന്നായി തിരിച്ചിരുന്നു. *ജന്മം* എന്ന പദം സംസ്കൃതമാണ്. ജന്മാവകാശം എന്നാണ് ഇതുകൊണ്ട് അർത്ഥമാക്കുന്നത്. ഒരാൾക്ക് തന്റെ ജന്മംകൊണ്ട്, അയാൾ ജനിച്ചസ്ഥലത്തിന് ലഭ്യമാകുന്ന ഉടമസ്ഥാവകാശത്തെ ഇത് വ്യഞ്ജിപ്പിക്കുന്നുണ്ട്. ഇങ്ങനെ ജന്മനാസിദ്ധിക്കുന്ന ജന്മം, പണത്തിന് ബുദ്ധിമുട്ട് നേരിടുമ്പോൾ ഉടമസ്ഥർ ജന്മിമാർക്ക് അതായത് താല്ക്കാലികമായി മറ്റുള്ളവർക്ക് പാട്ടത്തിന് കൈമാറ്റം ചെയ്യാനാകും. ഇതിലൂടെയാണ് *കുഴിക്കാണം, വെറുംപാട്ടം* എന്നീ സമ്പ്രദായങ്ങൾ ആവിർഭവിച്ചത്. *കാണം* എന്നത് പലരീതിയിൽ വിശദീകരിക്കപ്പെട്ടിട്ടുള്ള വാക്കാണ്. ഡോ. ഹെർമ്മൻ ഗുണ്ടർട്ട് *കാണുക* എന്ന വാക്കിൽനിന്നാണ് *കാണം* ഉരുത്തിരിഞ്ഞതെന്ന് രേഖപ്പെടുത്തുന്നുണ്ട്.[5] ജന്മിയുടെ അദൃശ്യമായ അധികാരങ്ങൾക്ക് വിപരീതമായി, പാട്ടക്കാരന്റെ അഥവാ *കാണന്താറി*ന്റെ കൈവശമുള്ള കാണപ്പെടുന്ന സ്വത്തിന്റെ ഉടമസ്ഥാവകാശത്തെയാണ് *കാണം* എന്ന പദംകൊണ്ട് വിവക്ഷിക്കുന്നത്. സാധാരണയായി പന്ത്രണ്ട് വർഷത്തേക്കാണ് *കാണം* അഥവാ പാട്ടകൈമാറ്റം നടത്താറുള്ളത്. വടക്കേമലബാറിലെയും, തെക്കേ മലബാറിലെയും *കാണം* സമ്പ്രദായത്തിൽ വ്യത്യാസം നിലനിന്നിരുന്നു. തെക്കേമലബാറിൽ *കാണ*ത്തിന് പകരമായി ചെറിയൊരു സംഖ്യ വാടക ഉറപ്പിനായി ജന്മിമാർ വാങ്ങിയിരുന്നു. പക്ഷേ, വടക്കേമലബാറിൽ സ്വത്ത് തന്നെയാണ് പണയമായി ജന്മിമാർ സ്വീകരിച്ചുപോന്നത്. *കുഴിക്കാണ*പ്രകാരം പാട്ടക്കാരന് പാട്ടത്തിനുകിട്ടിയ വസ്തുവിൽ കൃഷിചെയ്യാമായിരുന്നു. *വെറുംപാട്ടം* എന്നത് തെക്കെ മലബാറിലെ കൃഷിയോഗ്യമായ താഴ്നിലങ്ങളുടെമേലുള്ള പാട്ടസമ്പ്രദായമാണ്.

വടക്കേമലബാറിൽ *കാണ*ത്തിന് സമാനമായ മറ്റൊരുസമ്പ്രദായം *വെറുംകൊഴു* എന്നതാണ്. എന്നാൽ *വെറുംകൊഴു* എന്നത് ഫലവൃക്ഷതൈകൾക്കുമേലുള്ള പാട്ടമാണ്. ഇത് *മേൽപാട്ടം* എന്ന പേരിലും അറിയപ്പെടുന്നുണ്ട്.[6] ഇതിന്റെ ഉറവിടം *കുഴിക്കാണ*മാണ്. *വെറുംപാട്ടം* എന്നത് ഒരു വർഷത്തേക്ക് കൊടുക്കുന്ന *പാട്ട*മോ *വാര*മോ ആണ്. ഇതിന് പുറമെ *മേലായ്മ, കാരായ്മ, ഒറ്റി, കൊഴുക്കാണം, കട്ടക്കാണം* എന്നീ പാട്ടസമ്പ്രദായങ്ങളും ഇവിടെ നിലവിലിരുന്നു. ഇതിൽ *കൊഴുക്കാണ*വും, *കട്ടക്കാ*

*ണ*വും കുടിയാന്മാർ *വാര*ത്തിന്റെ ഉറപ്പിലേക്ക് ജന്മിക്ക് നല്കുന്ന തുകയെയാണ് ഉദ്ദേശിക്കുന്നത്. ഇതിനുപുറമെ മറ്റുപാട്ടസമ്പ്രദായങ്ങളും നിലവിലുണ്ടായിരുന്നു. പാട്ടഭൂമിക്കുമേൽ ജന്മിമാർക്കുള്ള അവകാശം *കിളിയകം* എന്ന പേരിലാണ് അറിയപ്പെട്ടത്. കുടിയാന്മാർക്ക് ജന്മിമാരോടുള്ള ബാദ്ധ്യത അഥവാ ഉത്തരവാദിത്വം തീരുമാനിക്കപ്പെട്ടത് *മര്യാദ* എന്ന മാമൂൽ അനുസരിച്ചായിരുന്നു.[7] ജന്മിമാർ അനുഭവിക്കുന്ന അധികാര-അവകാശങ്ങൾക്കും കുടിയാന്മാർക്ക് ജന്മിമാരോടുള്ള ബാദ്ധ്യതകൾക്കും പ്രാദേശികമായ രൂപങ്ങളാണുണ്ടായിരുന്നത്.

മേല്പറഞ്ഞ പാട്ടവ്യവസ്ഥിതി നിയമങ്ങളും ചട്ടങ്ങളുമനുസരിച്ച് നടപ്പിലാക്കാൻ പറ്റിയത് അക്കാലത്ത് നിലനിന്നിരുന്ന ഗ്രാമീണസാമൂഹ്യബന്ധങ്ങളുടെ അടിസ്ഥാനത്തിലായിരുന്നു. വടക്കേമലബാറിൽ ഇന്ത്യയുടെ ഇതരഭാഗങ്ങളിൽനിന്ന് തീർത്തും വ്യത്യസ്തമായ ഗ്രാമീണ സമ്പ്രദായമായിരുന്നു നിലനിന്നിരുന്നത്. ഒരു പ്രത്യേക ജാതിയിൽ ഉൾപ്പെട്ട കൂട്ടമായല്ല സമുദായങ്ങൾ അവരുടെ പാർപ്പിടം ഒരുക്കിയിരുന്നത്. അതുകൊണ്ടുതന്നെ അവരുടെ പാർപ്പിടവ്യവസ്ഥ ചിതറപ്പെട്ടതായിരുന്നു. ചാതുർവർണ്യ സങ്കല്പം ഇവിടത്തെ ഗ്രാമ്യവ്യവസ്ഥയ്ക്ക് യോജിക്കാത്തതുമായിരുന്നു എന്ന പ്രത്യേകതയുമുണ്ട്.[8]

വടക്കേമലബാറിലെ ജാതിസമുദായങ്ങളും സ്ത്രീതൊഴിലും

വടക്കേമലബാറിലെ ഗ്രാമങ്ങളിൽ ഭൂമിയുമായുള്ള, പ്രത്യേകിച്ച് നെൽവയലുമായുള്ള ബന്ധത്തിന് അനുപൂരകമായിട്ടാണ് ജാതിപദവി നിർണ്ണയിക്കപ്പെട്ടിരുന്നത്. ഇവിടങ്ങളിൽ കുടുംബത്തിലെ തലമുതിർന്ന പുരുഷനായിരിക്കും കുടുംബനാഥൻ. ഭൂമിയുടെ ഉടമസ്ഥനും അയാൾ തന്നെയായിരിക്കും. കുടുംബത്തിന്റെ കൈവശഭൂമി അവരുടെ ആവശ്യത്തിലും അധികം വരുന്നതായിരിക്കും. ഇത് പാട്ടത്തിന് പതിച്ചുകൊടുക്കുകയാണ് പതിവ്. പാട്ടത്തിന് എടുക്കുന്നയാൾ അതിൽ കൃഷിയിറക്കുകയോ അല്ലെങ്കിൽ മറ്റൊരാൾക്ക് പാട്ടത്തിനുകൊടുക്കുകയോ ചെയ്യും. നമ്പൂതിരിമാരും ഇതര ഉന്നതജാതിക്കാരുമായിരുന്നു ഭൂവുടമകൾ. ഉയർന്ന ഉപജാതി നായന്മാർ ഒന്നുകിൽ ഭൂവുടമകളോ അല്ലെങ്കിൽ കൃഷി ചെയ്യാത്ത പാട്ടക്കാരോ ആയിരുന്നു (*കീഴ്നടപ്പ് കാണംദാർ*), ജാത്യാതാഴ്ന്ന ഉപജാതിനായന്മാരും തീയൻമാരുമായിരുന്നു പാട്ടഭൂമിയിൽ കൃഷിചെയ്തുവന്നവർ. ഇവർ സ്ഥിരപാട്ടക്കാരോ (*കൃഷികാണാംദാർ*), വർഷാന്ത്യപാട്ടക്കാരോ (*വെറുംപാട്ടംദാർ*) ആയിരുന്നു. ഗ്രാമത്തലവനോ ഗ്രാമനാഥനോ വടക്കേമലബാറിന് ബാധകമായിരുന്നില്ല. വടക്കേമലബാറിൽ നിലവിലിരുന്ന വാസവ്യവസ്ഥ *കുടി*സമ്പ്രദായത്തെ ആശ്രയിച്ചുള്ളവയും ജന്മിമാരും തൊഴിലാളികളും തമ്മിൽ നേരിട്ടുള്ള ബന്ധം നിലനില്ക്കുന്നതുമായിരുന്നു.

വടക്കേമലബാറിലെ ജീവിതവ്യവഹാരങ്ങൾ തെളിയിക്കുന്നത് *അവകാശം, മര്യാദ* എന്നിവയും *കൂട്ട*വുമാണ് അധികാരബന്ധത്തിന്റെ ഘടനയെ നിർണ്ണയിച്ചത് എന്നാണ്. ജന്മി-കുടിയാൻ പാട്ട സമ്പ്രദായത്തിൽ പുരുഷനും സ്ത്രീക്കും ഒരേപോലെ അദ്ധ്വാനസേവനം നല്കേണ്ടതായി

വന്നിരുന്നു. ഇതിൽ സ്ത്രീകൾക്ക് സാമൂഹ്യവും പുനരുല്പാദന പരവുമായ തൊഴിൽ നോക്കേണ്ട ബാദ്ധ്യത കൂടിയുണ്ടായിരുന്നു. എന്നാൽ പുരുഷന് പാട്ടക്കരവും അദ്ധ്വാനവും മാത്രമേ ഒടുക്കേണ്ടി യിരുന്നുള്ളൂ. ഇതിനുപുറമേ സ്ത്രീക്കും പുരുഷനും അവരവരുടേതായ സമുദായകടമകളും നിർവ്വഹിക്കേണ്ടതുണ്ടായിരുന്നു. സ്ത്രീകളുടെ ചുമ ലിലാണ് സമുദായബാദ്ധ്യതകൾ കൂടുതലായി അടിച്ചേല്പിക്കപ്പെട്ടി രുന്നതെന്നാണ് വടക്കേമലബാറിലെ അനുഭവം തെളിയിക്കുന്നത്. അന്നത്തെ സാമൂഹികപരിതഃസ്ഥിതിയിൽ മേൽജാതിക്കാർക്ക് കീഴ്ജാതിക്കാരിൽനിന്നുമുണ്ടാകുന്ന അശുദ്ധിമാറ്റിക്കൊടുക്കുന്നതിനുള്ള ചുമതലയ്ക്ക് പുരുഷനും സ്ത്രീയും ഒരുപോലെ ബാദ്ധ്യതപ്പെട്ടിരുന്നു. ജാതികൾ തമ്മിൽ രണ്ടുരീതിയിലുള്ള അശുദ്ധി അക്കാലത്ത് നിലനിന്നിരുന്നു. ഒന്ന്, ഉയർന്നജാതിയിൽപെട്ടയാളുടെ കാഴ്ചപ്പുറത്ത് കീഴ്ജാതിയിൽപെട്ടയാൾ വന്നുപെട്ടാൽ കാഴ്ചയുണ്ടാക്കുന്ന അശുദ്ധി. രണ്ട്, തൊടൽതീണ്ടലുകൾ മൂലമുണ്ടാകുന്ന അശുദ്ധി. ഇത്തരമൊരു സമൂഹത്തിൽ അശുദ്ധിതീർത്തുകൊടുക്കുന്നതിന് ആളുകൾ അവശ്യം ആവശ്യമായിരുന്നു. അതുകൊണ്ടാവാം വെളുത്തേടന്മാരെ എല്ലാദേശ ങ്ങളിലും കാണാനായത്. ഇവർ രണ്ടുതരത്തിലുള്ളവരായിരുന്നു. ഉയർന്ന ജാതിക്കാർക്ക് മാത്രം സേവനംചെയ്യുന്നവരും കീഴ്ജാതിയിൽപ്പെട്ട കാർഷികതൊഴിലാളികളൊഴിച്ച് മറ്റേത് താഴ്ന്നജാതിയിൽപ്പെട്ടവർക്ക് സേവനം ചെയ്യുന്നവരും. ഇതിൽ ആദ്യത്തെ വിഭാഗത്തെ *വെളുത്തേടൻ* എന്നും രണ്ടാമത്തെ വിഭാഗത്തെ *വണ്ണാൻ* എന്നും വിളിച്ചുപോന്നിരുന്നു. ഈ രണ്ടുവിഭാഗങ്ങളുടെയും സേവനം മതപരമോ മതനിരപേക്ഷമോ ആയിരുന്നു. ഇക്കൂട്ടർ അലക്കിക്കൊടുക്കുന്ന വസ്ത്രങ്ങൾ ബ്രാഹ്മണ-ബ്രാഹ്മണേതര ക്ഷേത്രങ്ങളിൽ ദിവസേന ഉപയോഗിച്ചിരുന്നു എന്നത് അതിന്റെ മതപരമായ ഉള്ളടക്കത്തെയാണ് വെളിപ്പെടുത്തുന്നത്.[9]

മലബാറിൽ പെൺകുട്ടികൾ ആർത്തവമറിയിച്ചാൽ അവരുടെ ആർത്തവത്തുണികൾ കഴുകുന്നതിന് വണ്ണാൻ സമുദായത്തിൽപ്പെട്ട സ്ത്രീകളുടെ സേവനം ഒഴിച്ചുകൂടാനാകാത്തതാണ്. ഒരുതരത്തിലുള്ള ആചാരമായ ഇതിന് *വണ്ണാത്തിമാറ്റ്* എന്നാണ് പറഞ്ഞുവന്നത്. ഈ സമ്പ്രദായത്തിൽ, പെൺകുട്ടി ആദ്യമായി തീണ്ടാരിയായതിനുശേഷം വണ്ണാത്തിമാരാണ് അവൾക്ക് ഉടുക്കാനുള്ള തുണികൾ അലക്കി വെളുപ്പിച്ച് നല്കുന്നത്. പ്രസവിച്ച സ്ത്രീകളുടെ കാര്യത്തിലും അവ ളുടെ വസ്ത്രങ്ങൾ ഏതാനും ദിവസങ്ങൾ അലക്കി കൊടുക്കുന്നത് വണ്ണാ ത്തിമാരാണ്. കാർഷികസമരങ്ങളുടെ നാളുകളിൽ ജന്മിമാർ അവരുടെ കുടിയാന്മാരെ ഒതുക്കിയത് ഇങ്ങനെ *മാറ്റ്* നല്കുന്നതിൽനിന്ന് വണ്ണാ ത്തിമാരെ തടഞ്ഞുകൊണ്ടായിരുന്നു. അതത് സ്ഥലത്തെ കാവുകളിൽ ഉത്സവമോ പ്രത്യേകചടങ്ങുകളോ നടക്കുന്ന അവസരങ്ങളിൽ വണ്ണാ ത്തിസ്ത്രീകൾ അനുഷ്ഠാനനൃത്തവും ചെയ്യാറുണ്ട്. ഈ സമുദായ ത്തിൽപ്പെട്ടവരൊക്കെ പാരമ്പര്യവൈദ്യന്മാരും അവരിൽപ്പെട്ട സ്ത്രീകൾ പേറ്റിച്ചികളുമായിരുന്നു. ഇത് കാണിക്കുന്നത് അന്നത്തെ ഗ്രാമീണസാമൂ ഹ്യബന്ധങ്ങളിൽ സ്ത്രീക്ക് വീട്ടുജോലിയും അതോടൊപ്പം സമൂഹ

ത്തിന്റെ ആവശ്യാനുസരണം ചില പ്രത്യേക തൊഴിലും ചെയ്യേണ്ട ബാദ്ധ്യതയുണ്ടായിരുന്നുവെന്നാണ്.

നിലനില്ക്കുന്ന സമ്പ്രദായപ്രകാരം അവരവരുടെ ജാതിതന്നെയാണ് സ്ത്രീകളുടെമേൽ തൊഴിൽഭാരം ഏല്പിച്ചിരുന്നത്. തമിഴ്നാട്ടിലെ *പള്ളർ* സമുദായത്തിൽപ്പെട്ട സ്ത്രീകളുടെ അനുഭവത്തിന്റെ വെളിച്ചത്തിൽ ലിംഗം, ജാതി, വർഗ്ഗം ഇവ തമ്മിൽ നിലനിന്നിരുന്ന പരസ്പരബന്ധത്തെക്കുറിച്ച് ചരിത്രകാരിയായ കരിൻ കപാഡിയ വിശദീകരിക്കുന്നുണ്ട്.[10] ലിംഗപരമായ വേർതിരിവുകളുടെ പ്രാധാന്യത്തെ അവഗണിച്ചുകൊണ്ട് ജാതി, വർഗ്ഗം എന്നിവയുമായി ഇടപെടുന്നതും മനസ്സിലാക്കുന്നതും സാദ്ധ്യമല്ലെന്ന് അവർ പഠനത്തിൽ വ്യക്തമാക്കുന്നുണ്ട്. വടക്കേമലബാറിന്റെ കാര്യത്തിൽ കപാഡിയയുടെ നിരീക്ഷണം ഏറെ പ്രസക്തമാണ്. വടക്കേമലബാറിന്റെ കാർഷികതൊഴിലാളി സ്ത്രീകൾക്കായിരുന്നു ജോലിയഭാരം കൂടുതലായി ഏല്ക്കേണ്ടിവന്നതെന്നു കാണാം. ഇക്കൂട്ടർ ഭൂരിഭാഗവും കീഴ്ജാതിയിൽപ്പെട്ടവരും ഭൂരഹിതരും ജന്മിയുടെ സ്ഥലത്ത് കുടിൽകെട്ടി പാർക്കുന്നവരുമായിരുന്നു. അവരിലെ പുരുഷന്മാർ മുഖ്യമായും നിലം ഉഴുന്നവരായിരുന്നു. എന്നാൽ സ്ത്രീകൾക്ക് പാടത്ത് വിത്തുനടൽ, പറിച്ചുനടൽ, കറ്റമെതിക്കൽ തുടങ്ങിയ ജോലികളും അതുകഴിഞ്ഞ് ജന്മിമാരുടെ വീട്ടുവേലയും ചെയ്യേണ്ടതായിവന്നിരുന്നു. തങ്ങളുടെ ജാതിനിലയും ഭൂരഹിതരെന്നനിലയുമാണ് അവരെ ഇത്തരത്തിൽ ജന്മിയുടെ പാടത്തും വീട്ടിലും പണിയെടുക്കാൻ നിർബ്ബന്ധിതരാക്കിയത്. ചുരുക്കത്തിൽ, കുടിയാൻ സ്ത്രീക്ക് സ്വന്തം വീട്ടിലും ജന്മിയുടെ വീട്ടിലും പാടത്തും ഒരേസമയം ബഹുമുഖമായ ജോലിഭാരമാണ് ഏല്ക്കേണ്ടിവന്നത്. സ്ത്രീകളുടെ തൊഴിലും തൊഴിൽഭാരവും തീരുമാനിക്കുന്നതിൽ ജാതിയുടെ പങ്ക് ചെറുതല്ല എന്നതിന് ഇത് അടിവരയിടുന്നുണ്ട്.

സമ്പത്ത്, അവകാശങ്ങൾ, വീടിന് അകത്തും പുറത്തുമുള്ള ബന്ധങ്ങൾ എന്നിവയുടെ പരിധി നിശ്ചയിച്ചതും രൂപപ്പെടുത്തിയതും ജാതിയുടെ അടിസ്ഥാനത്തിലായിരുന്നു. ലിംഗവേർതിരിവ്, ലൈംഗികത, രതി എന്നിവയെ നിർണ്ണയിക്കുന്നതിലും ജാതി പ്രധാന പങ്കുവഹിച്ചിരുന്നു. ഭൂവുടമകളായ പുരുഷന്മാർക്ക് കീഴ്ജാതിയിലെ സ്ത്രീകളെ ലൈംഗികമായി ഉപയോഗിക്കുന്നത് എളുപ്പമായിരുന്നു. പ്രദേശം എത്രത്തോളം ജന്മിത്തത്തിന്റെ അധികാരബലത്തിൻകീഴിലാണോ അത്രത്തോളം നിർബ്ബന്ധമായിരുന്നു സ്ത്രീകളുടെമേലുള്ള അധികാരവും ലൈംഗികവിധേയത്തവും. സ്ത്രീകളുടെമേലുള്ള ചൂഷണം രണ്ടുവിധത്തിലാണ് നടന്നിരുന്നത്. ഒന്ന് ഗർഭാവസ്ഥയിലുള്ള സ്ത്രീകളെ അല്ലെങ്കിൽ മുലയൂട്ടുന്ന അമ്മമാരെ പാടത്തോ ജന്മിയുടെ വീട്ടിലോ ഭാരിച്ചജോലികൾ ചെയ്യിപ്പിക്കുക. മറ്റൊന്ന് സ്ത്രീയുടെ സമ്മതമില്ലാതെ നിർബ്ബന്ധം ചെലുത്തി ലൈംഗികാവശ്യത്തിന് ഉപയോഗപ്പെടുത്തുക.

ആദിവാസി കർഷകത്തൊഴിലാളി സ്ത്രീകൾക്ക് ഗർഭാവസ്ഥയിലോ പ്രസവാനന്തരമോ യാതൊരു വിശ്രമവും ജന്മിമാർ അനുവദിച്ചിരുന്നില്ല. പ്രസവിച്ച് മൂന്നോനാലോ ദിവസങ്ങൾ കഴിഞ്ഞാൽ കുറുന്തോട്ടി

ചെടികൾ പിഴുതെടുത്ത് സ്ത്രീകൾ അവരുടെ കൈയുടെ ബലംപരീക്ഷിച്ചുനോക്കി പണിക്കിറങ്ങാറാണ് പതിവ്. ജന്മിമാർ രാത്രികാലങ്ങളിൽപോലും ഇവരെക്കൊണ്ട് ജോലിചെയ്യിച്ചിരുന്നു. കുറഞ്ഞകൂലിയേ അവർക്ക് നല്കിയിരുന്നുള്ളു എന്നുമാത്രമല്ല, അവർ പലപ്പോഴും മർദ്ദനത്തിനും ലൈംഗികാതിക്രമങ്ങൾക്കും വിധേയരാകുകയും ചെയ്തിരുന്നു.[11] ജന്മിമാരോടുള്ള വിധേയത്തമാണ് സ്ത്രീകളെ ലൈംഗികമായി ചൂഷണം ചെയ്യാൻ അവസരമൊരുക്കിയത്. കീഴ്ജാതിയിൽപ്പെട്ട യുവതികൾ മാനഭംഗത്തിനിരയാവുന്നത് സാധാരണമായിരുന്നു എന്നതിൽനിന്നും സ്ത്രീകളുടെ അവസ്ഥ എത്രമാത്രം പരിതാപകരമായിരുന്നു എന്നുമനസ്സിലാക്കാനാകും. മലബാറിലെ അന്നത്തെ ജന്മിമാരിൽ പ്രധാനികളായ കല്ല്യാട്ട്യശമാനും കാരക്കാട്ടിടം നായനാർക്കും തങ്ങളെ ചോദ്യംചെയ്യുന്നവർക്ക് മരണശിക്ഷ വിധിക്കാനുള്ള അധികാരവും അതിനുള്ള പ്രത്യേക ഇടവും ഉണ്ടായിരുന്നു.[12] മേല്പറഞ്ഞ രണ്ടുജന്മികളും തങ്ങളുടെ ക്രൂരതയ്ക്ക് കുപ്രസിദ്ധി നേടിയവരാണ്.[13] നാട്ടുനടപ്പനുസരിച്ച് കുടിയാന്മാർക്ക് ജന്മിമാരുടെ അധീനതയിൽപ്പെട്ട കാടുകളിൽച്ചെന്ന് തോലും വിറകും ശേഖരിക്കാനാകും. എന്നാൽ ജന്മിയും കുടിയാനും തമ്മിലുള്ളബന്ധം നല്ലനിലയിലല്ലെങ്കിൽ അതിന്റെ തിക്തഫലം അനുഭവിക്കേണ്ടിവരുന്നത് കുടിയാൻസ്ത്രീകളായിരുന്നു. അവർക്ക് അനുവദിച്ചുകൊടുത്തിട്ടുള്ള സൗജന്യങ്ങൾ നിർത്തൽ ചെയ്യുന്നതാണ് ആദ്യനടപടി. ഇതൊക്കെ കാണിക്കുന്നത് *നാട്ടുനടപ്പ്* അല്ലെങ്കിൽ *മര്യാദ* എന്ന അക്കാലത്തെ നാട്ടാചാരപ്രകാരം സ്ത്രീകളുടെ അദ്ധ്വാനത്തെ പലരീതിയിൽ ജന്മിമാർ ചൂഷണംചെയ്തു എന്നാണ്.

അക്കാലത്തെ ഗ്രാമീണസാമൂഹ്യബന്ധങ്ങൾക്കകത്ത് ജന്മിമാർ പ്രത്യേക അവകാശാധികാരങ്ങൾ അനുഭവിച്ചിരുന്നു. നല്ലവസ്ത്രം ധരിക്കാനും മെച്ചപ്പെട്ട ഭാഷ സംസാരിക്കാനും ചെമ്പ്-ഓട്ടുപാത്രങ്ങൾ ഉപയോഗിക്കാനും ചെരിപ്പിടാനും മൺകട്ടകൊണ്ട് വീട് നിർമ്മിക്കാനുമുള്ള അവകാശം ജന്മിമാർക്ക് മാത്രമായിരുന്നു. ആളുകളിൽനിന്ന് പണവും വസ്തുക്കളും പിരിച്ചെടുക്കാനുള്ള അവകാശമുപയോഗിച്ച് കാഴ്ചയായി ഇന്ന വസ്തുക്കൾ എത്തിക്കണമെന്ന് ജന്മിമാർ നിശ്ചയിക്കുകയായിരുന്നു. കഥകളിക്കും മരണാനന്തര ചടങ്ങുകൾക്കും ഫീസ് വസൂലാക്കുകയും ചെയ്തിരുന്നു. ജന്മിമാർ മുസ്ലീംമതത്തിൽപ്പെട്ടവരാണെങ്കിൽ റംസാൻസമയത്ത് കുടിയാന്മാരോട് കത്ത് മുഖേന കോഴി, നെയ്യ് എന്നിവ ആവശ്യപ്പെടാറുണ്ട്. വിവാഹവേളകളിൽ, ജന്മിമാരുടെ സമ്മതത്തിനും ഇംഗിതത്തിനുംവേണ്ടി പലചടങ്ങുകളും ആചരിച്ചുപോന്നിരുന്നു. ഉദാഹരണമായി കാസർഗോഡിന്റെ ചിലഭാഗങ്ങളിൽ *പടികാണിക്കൽ*, *വെറ്റിലവെക്കൽ* എന്നീചടങ്ങുകൾ നിലവിലുണ്ടായിരുന്നു. കുടിയാൻ തന്റെ മകളുടെ വിവാഹം നിശ്ചയിക്കുന്നതിന് മുൻകൂർ അനുമതിതേടി ജന്മിയുടെ കാല്ക്കൽ വെറ്റിലവെച്ച് തൊഴുന്ന ഏർപ്പാടാണ് *വെറ്റിലവെക്കൽ*.[14] കല്യാണദിവസം പെൺകുട്ടിയെ അവളുടെ കുടുംബാംഗങ്ങൾ ജന്മിയുടെ വീട്ടിൽകൊണ്ടുചെന്ന് മൂന്നുമാസക്കാലത്തോളം താമസിപ്പിക്കുന്നതാണ് *പടികാണിക്കൽ*.[15] ഇത്തരം

ആചാരങ്ങൾ പ്രാദേശികമായി വ്യത്യാസപ്പെട്ടിരിക്കും. കാസർഗോഡിന്റെ ചിലപ്രദേശങ്ങളിൽ വിവാഹദിവസം വധൂവരന്മാർ അവരുടെ കുടുംബാംഗങ്ങളുമൊത്ത് ജന്മിയുടെ വീട്ടിൽച്ചെന്ന് *ബയിപ്പണിപാട്ട്* (ഒരുതരം നാടൻ പാട്ടുകച്ചേരി) പാടുന്ന പതിവുണ്ട്.[16]

വിശേഷദിവസങ്ങളായ ഓണം, വിഷു എന്നീ അവസരങ്ങളിൽ ജന്മിമാരോടുള്ള കൂറുകാണിക്കുന്നതിന്റെ ഭാഗമായി കുടിയാന്മാർ കാർഷിക ഉല്പന്നങ്ങൾ കാഴ്ചയായി നല്കേണ്ടതുണ്ട്. അവർ ഇങ്ങനെയുള്ള അവസരങ്ങളിൽ വെള്ളരി, മത്തൻ, ചേന തുടങ്ങിയവ കാഴ്ചയായി നല്കാറുണ്ട്. ശാലിയ, വാണിയ, ആശാരി സമുദായത്തിൽപെട്ടവർ യഥാക്രമം തുണി, എണ്ണ, മരഉരുപ്പടികൾ എന്നിവയാണ് ജന്മിമാർക്ക് കാഴ്ചവെച്ചിരുന്നത്. ജന്മിയുടെ വീട്ടിലെ വിവാഹസദ്യക്ക് ആവശ്യമുള്ള സാധനങ്ങൾ എത്തിക്കേണ്ടത് കുടിയാന്റെ ചുമതലയായിരുന്നു. പാല്, തൈര്, വെണ്ണ, വാഴയില, നേന്ത്രക്കുല, നാളികേരം തുടങ്ങിയ സാധനങ്ങൾ ശേഖരിച്ച് അവർ ജന്മിയുടെ വീട്ടിൽ എത്തിക്കാറുണ്ട്. അവിടങ്ങളിൽ വാഴയില ശേഖരിക്കുന്നതും വെള്ളം കോരുന്നതു പാത്രം കഴുകുന്നതും മറ്റുശുചീകരണ പ്രവൃത്തികൾ ചെയ്യുന്നതും കുടിയാൻ സ്ത്രീകളായിരിക്കും. മാത്രമല്ല, ജന്മിസ്ത്രീകൾ പുറത്തുപോവുമ്പോൾ അവർക്ക് കൂട്ടുപോകാനും അവർ തയ്യാറാകണം. ചില ജന്മിമാർ വിശേഷദിവസങ്ങളിൽ തങ്ങളുടെ കുടിയാന്മാരോട് ഉദാരതകാട്ടുകയും അവർക്ക് നെല്ല്, അരി, തുണി തുടങ്ങിയവ നല്കാറുമുണ്ട്.[17]

സ്ത്രീകളും ഭൂമിയുടെ ഉടമസ്ഥാവകാശവും

ഭൂമിയുടെ ഉടമസ്ഥാവകാശം ഉണ്ടെന്നിരിക്കിലും ജന്മിസ്ത്രീകളും തൊഴിലാളിസ്ത്രീകളും തമ്മിൽ ചിലകാര്യങ്ങളിൽ സമാനത കാണാം. നേരത്തെ ചർച്ചചെയ്ത അവർ തമ്മിലുണ്ടായിരുന്ന പരസ്പര സഹകരണത്തിനു പുറമേയാണിത്. ഇതിന്റെ അടിസ്ഥാനത്തിലാണ് ജന്മിമാരുടെ കൈവശമുള്ള കാടുകളിൽനിന്ന് തോലുംവിറകും ശേഖരിക്കാനും പറമ്പിൽനിന്ന് മറ്റുവസ്തുക്കൾ കൊണ്ടുപോകാനും തൊഴിലാളിസ്ത്രീകൾക്ക് സാദ്ധ്യമായത്. ജന്മിസ്ത്രീകളിൽ ഏറക്കുറെപേരും കർഷകത്തൊഴിലാളി സ്ത്രീകൾക്കൊപ്പം തങ്ങളുടെ പാടത്ത് കൃഷിപ്പണിക്ക് ഇറങ്ങിയിരുന്നതും അതിനുള്ള സ്വാതന്ത്ര്യം അവർക്ക് ലഭിച്ചതും മാതൃദായക്രമം നിലവിലിരുന്നത് കാരണമാവാം. ഇത്തരമൊരു സ്വാതന്ത്ര്യം വടക്കേമലബാറിന്റെ മാത്രം പ്രത്യേകതയായിരുന്നു. ഭൂമിയുടെ അവകാശത്തിനുപരിയായുള്ള തൊഴിൽബന്ധമായിരുന്നു രണ്ടുവിഭാഗം സ്ത്രീകളുടെയും ഇടയിൽ ഉണ്ടായിരുന്നത്. കൊയ്ത്തുകാലങ്ങളിൽ പരമ്പരാഗത തൊഴിലാളി സ്ത്രീകൾക്ക് വീട്ടിലും കൃഷിയിടത്തിലും ഒരുപോലെ തൊഴിലെടുക്കേണ്ടിവന്നിരുന്നു. ഗ്രാമങ്ങളിൽ കൊയ്ത്തുകാലത്ത് കാർഷികതൊഴിലാളി കുടുംബത്തിലെ അംഗങ്ങൾ മുഴുവൻ, ഒന്നൊഴിയാതെ, കൊയ്ത്തിലും അതിന്റെ അനുബന്ധപണികളിലും ഏർപ്പെടുന്നവരായിരിക്കും. വടക്കേമലബാറിൽ സ്ത്രീകളാണ് മുഖ്യമായും അനുബന്ധതൊഴിലുകളിൽ

ഏർപ്പെട്ടിരുന്നതെന്ന പ്രത്യേകതയുണ്ട്.

കൃഷിയുടെ അടിസ്ഥാനം ഭൂമിയാണെന്നിരിക്കെ, അതിന്റെ ലഭ്യതയും വിതരണവുമാണ് ഒരു പ്രദേശത്തിന്റെ കാർഷികവികാസവും തൊഴിൽ ഉപയുക്തതയും നിർണ്ണയിക്കുന്നത് എന്നാണ് പഠനങ്ങൾ കാണിക്കുന്നത്.[18] വടക്കേമലബാറിന്റെ പ്രായോഗികാനുഭവങ്ങളും അവിടുത്തെ ഭൂവിനിമയ രേഖകളും ഈയൊരു പ്രസ്താവനയെ സാധൂകരിക്കുന്നതാണ്. വടക്കേമലബാറിൽ സ്വത്തുടമകളായ സ്ത്രീകളുടെ എണ്ണം താരതമ്യേന കൂടുതലായിരുന്നുവെന്ന് ഭൂവിനിമയരേഖകൾ വ്യക്തമാക്കുന്നുണ്ട്. സ്വത്തിൻമേലുള്ള അവകാശം ജന്മിസ്ത്രീകൾക്ക് തീരുമാനമെടുക്കാനുള്ള അധികാരം നല്കിയിരുന്നുവെന്നാണ് സാക്ഷ്യപ്പെടുത്തുന്നത്. വടക്കേമലബാറിലെ സ്വത്തുടമകളായ സ്ത്രീകളുടെ ഏകദേശ കണക്ക് മനസ്സിലാക്കാൻ അവിടത്തെ ഏതാനും താലൂക്കുകളിലെ സ്വത്ത് നിർണ്ണയ-പുനർനിർണ്ണയ രേഖകളും രജിസ്റ്ററുകളും താരതമ്യം ചെയ്താൽ മനസ്സിലാക്കാനാകും. വടക്കേമലബാറിലെ ഭൂവിനിമയ രേഖകളും, സർവ്വേ രേഖകളും ഈപ്രദേശത്ത് സ്ത്രീകളായ സ്വത്തുടമകൾ താരതമ്യേന കൂടുതലായിരുന്നു എന്നകാര്യം സംശയാതീതമായി തെളിയിക്കുന്നുണ്ട്. സ്വത്ത് നിർണ്ണയരജിസ്റ്ററുകൾ ഭൂമിയുടെ കേന്ദ്രീകൃതവിസ്തൃതിയെക്കുറിച്ച് വസ്തുനിഷ്ഠമായ ഒരുചിത്രം നല്കുന്നില്ലെങ്കിലും ഏതാണ്ട് ഒരുദ്ദേശകണക്ക് നല്കുന്നുണ്ട്. താഴെ കൊടുത്ത പട്ടികകളിൽ (പട്ടിക 2:1,2,3,4) നിന്ന് അത് വായിച്ചെടുക്കാൻ കഴിയും.

പട്ടിക 2.1

ചിറക്കൽ താലൂക്ക് കരിവള്ളൂർ ദേശം സെറ്റിൽമെന്റ് റിസെറ്റിൽമെന്റ് രജിസ്റ്റർ

കരിവള്ളൂർ ദേശത്തെ കൈവശ ഭൂമിയുടെ വിവരം	*സെറ്റിൽമെന്റ്*	*റീസെറ്റിൽമെന്റ്*
സ്ഥലം	2494.5	2494.5
തോട്ടം	677.1	853.42
പശിമ നിലം	915.74	920.11
ഭൂമി കൈവശമുള്ള സ്ത്രീകൾ		
സ്ഥലം	77.23	237.26
തോട്ടം	40.23	102.7
പശിമ നിലം	29.99	70.05

ചിറക്കൽ താലൂക്ക് കരിവള്ളൂർ ദേശം സെറ്റിൽമെന്റ് റിസെറ്റിൽമെന്റ് രജിസ്റ്റർ, മലബാർ ജില്ല, പ്രിന്റഡ് ബൈ സൂപ്രണ്ട് ഗവൺമെന്റ് പ്രസ്, മദ്രാസ്, 1905, 1937

പട്ടിക 2.2

ചിറക്കൽ താലൂക്ക് മയ്യിൽ ദേശം സെറ്റിൽമെന്റ് റിസെറ്റിൽമെന്റ് രജിസ്റ്റർ

കരിവള്ളൂർ ദേശത്തെ കൈവശ ഭൂമിയുടെ വിവരം	*സെറ്റിൽമെന്റ്*	*റിസെറ്റിൽമെന്റ്*
സ്ഥലം	741.62	752.99
തോട്ടം	173.62	180.43
പശിമ നിലം	86.21	88.50
ഭൂമി കൈവശമുള്ള സ്ത്രീകൾ		
സ്ഥലം	67.69	74.06
തോട്ടം	26.42	40.9
പശിമ നിലം	6.37	13.76

മയ്യിൽ ദേശം സെറ്റിൽമെന്റ് റിസെറ്റിൽമെന്റ് രജിസ്റ്റർ, മലബാർ ജില്ല, പ്രിന്റഡ് ബൈ സൂപ്രണ്ട് ഗവൺമെന്റ് പ്രസ്, മദ്രാസ്, 1905, 1937

പട്ടിക 2.3

ചിറക്കൽ താലൂക്ക് കണ്ടകൈ ദേശം സെറ്റിൽമെന്റ് റിസെറ്റിൽമെന്റ് റജിസ്റ്റർ

കരിവള്ളൂർ ദേശത്തെ കൈവശ ഭൂമിയുടെ വിവരം	*സെറ്റിൽമെന്റ്*	*റിസെറ്റിൽമെന്റ്*
സ്ഥലം	699.4	527.8
തോട്ടം	187.24	196.83
പശിമ നിലം	131.10	129.73
ഭൂമി കൈവശമുള്ള സ്ത്രീകൾ		
സ്ഥലം	40.09	95.11
തോട്ടം	20.02	45.3
പശിമ നിലം	2.18	8.55

കണ്ടകൈ ദേശം സെറ്റിൽമെന്റ് റിസെറ്റിൽമെന്റ് രജിസ്റ്റർ, മലബാർ ജില്ല, പ്രിന്റഡ് ബൈ സൂപ്രണ്ട് ഗവൺമെന്റ് പ്രസ്, മദ്രാസ്, 1905, 1937

പട്ടിക 2.4

ചിറക്കൽ താലൂക്ക് തിമിരി ദേശം സെറ്റിൽമെന്റ് റിസെറ്റിൽമെന്റ് രജിസ്റ്റർ

കരിവള്ളൂർ ദേശത്തെ കൈവശ ഭൂമിയുടെ വിവരം	*സെറ്റിൽമെന്റ്*	*റീസെറ്റിൽമെന്റ്*
സ്ഥലം	5737.44	6180.13
തോട്ടം	26.23	28.11

പശിമ നിലം	11.46	12.24
ഭൂമി കൈവശമുള്ള സ്ത്രീകൾ		
സ്ഥലം	8.95	1.0
തോട്ടം	7.82	0.55
പശിമ നിലം	-	-

തിമിരി ദേശം സെറ്റിൽമെന്റ് റിസെറ്റിൽമെന്റ് രജിസ്റ്റർ, മലബാർ ജില്ല, പ്രിന്റഡ് ബൈ സൂപ്രണ്ട് ഗവൺമെന്റ് പ്രസ്, മദ്രാസ്, 1905, 1937

സ്വത്ത് നിർണ്ണയകാലയളവിൽ ഉണ്ടായതിനേക്കാൾ സ്ത്രീസ്വത്തുടമകൾ സ്വത്ത്പുനർനിർണ്ണയ കാലയളവിലാണ് തിമിരിയൊഴിച്ചുള്ള ദേശങ്ങളിൽ വർദ്ധിച്ചതെന്ന് മേൽകൊടുത്ത പട്ടിക പരിശോധിച്ചാൽ മനസ്സിലാവുന്നതാണ്. താഴ്നിലമായി (wet land) ഉദ്ദേശിച്ചിട്ടുള്ളത് കൃഷി ചെയ്തിരുന്ന ഭൂമിയെയാണ്. എല്ലാ ഗ്രാമങ്ങളിലും ആകെ ഭൂമിയുടെ നാലിലൊന്നോളം സ്ത്രീകളുടെ കൈവശമായിരുന്നു എന്നകാര്യം മേൽ പട്ടികയിൽനിന്ന് മനസ്സിലാക്കാം. ഈയൊരു ചെറുശതമാനം സ്ത്രീകൾക്ക് അവരുടെ കൈവശഭൂമിയുടെമേൽ നിയന്ത്രണാധികാരം ഉണ്ടായിരുന്നു എന്നാണ് ഇത് തെളിയിക്കുന്നത്. കരിവെള്ളൂർ ഗ്രാമത്തിലാണ് ഏറ്റവും കൂടുതൽ സ്ത്രീസ്വത്തുടമകൾ ഉണ്ടായിരുന്നത്. കർഷകസമരങ്ങളിൽ കർഷകത്തൊഴിലാളിസ്ത്രീകൾ ഊർജ്ജസ്വലരായി പങ്കെടുത്ത പ്രദേശമായിരുന്നു ഇത്. അതേപോലെ കണ്ടകൈ, മയ്യിൽ, തിമിരി തുടങ്ങിയ പ്രദേശങ്ങളും ശക്തമായ കർഷകസമരങ്ങൾ നടന്ന ഇടങ്ങളാണ്. തിമിരിയിലെ കൊയ്തുസമരം, കണ്ടകൈയിലെ പുല്ലുപറിസമരം, കലംകെട്ടുസമരം എന്നിവയിലൊക്കെ സ്ത്രീതൊഴിലാളികളുടെ സജീവപങ്കാളിത്തമുണ്ടായിരുന്നു. തിമിരി നെല്ല് കൊയ്ത്തു സമരത്തിന് തുടക്കംകുറിച്ചത് സ്ത്രീതൊഴിലാളികളായിരുന്നു എന്ന പ്രത്യേകതയുണ്ട്. ഇത് കാണിക്കുന്നത് സ്ത്രീകളുടെ സ്വത്തവകാശവും കാർഷികസമരങ്ങളിലുള്ള അവരുടെ പ്രത്യക്ഷ ഇടപെടലും തമ്മിൽ ബന്ധപ്പെട്ടു കിടക്കുന്ന വിഷയമാണെന്നാണ്.

ചാർച്ചാസമ്പ്രദായവും ജാതിഘടനയും നിലനിർത്തുന്നതിൽ മുഖ്യപങ്കുവഹിച്ചത് സ്ത്രീകളായിരുന്നു. സാമൂഹ്യവും സാമ്പത്തികവുമായ നിയമങ്ങളും ഉത്തരവാദിത്വങ്ങളും ആചാരമര്യാദകളും പാലിക്കുന്നതിന് സ്ത്രീകൾ നിർബ്ബന്ധിക്കപ്പെട്ടിരുന്നു. എന്നാൽ ഈ ആചാരങ്ങളും, ബാദ്ധ്യതകളും അവരുടെ കൈവശഭൂമിയുടെ അളവിനെ ആധാരമാക്കി വ്യത്യാസപ്പെട്ടിരുന്നു. സ്വത്തുടമസ്ഥത സ്ത്രീകൾക്ക് സ്വയം തീരുമാനങ്ങൾ എടുക്കുന്നതിന് കൂടുതൽ സ്വാതന്ത്ര്യവും അധികാരവും നല്കിയിരുന്നു. തീരുമാനമെടുക്കാനുള്ള അത്തരം സ്വയംപ്രാപ്തി സ്വകാര്യ-പൊതുപ്രശ്നങ്ങളിൽ വർദ്ധിച്ച തോതിൽ ഇടപെടാൻ സ്ത്രീകളെ പ്രാപ്തരാക്കി. കാർഷിക-കാർഷികേതര തൊഴിലുകളിൽ സ്ത്രീ തൊഴിലാളികളുടെ പ്രാതിനിധ്യമെന്ന ആവശ്യം ഉയർന്നുവന്നു. മുഖ്യമായും സ്ത്രീ

തൊഴിലിനുള്ള ആവശ്യം ഉന്നയിച്ചത് സാമുദായികമായിട്ടായിരുന്നു എന്നാണ് ഇതേക്കുറിച്ചുള്ള പഠനങ്ങൾ വെളിപ്പെടുത്തുന്നത്. അപ്പോൾ തന്നെ ഉടമകളും തൊഴിലാളികളും തമ്മിലുള്ള തൊഴിൽകരാറുകളിൽ ഭാര്യയുടെയും ഭർത്താവിന്റെയും സേവനങ്ങൾ ഒരുപോലെ ഉൾപ്പെടുത്തിയിരുന്നു എന്ന വസ്തുതയും നിലനില്ക്കുന്നുണ്ട്. ജാതിക്കകത്തു തന്നെ ആൺ-പെൺ വേർതിരിവ് ഏറെ സ്പഷ്ടമായിരുന്നു. ഒരേ ജാതിയിൽപ്പെട്ട സ്ത്രീയുടെയും പുരുഷന്റെയും ജോലി, കൂലി, അവകാശങ്ങൾ തുടങ്ങിയവയുടെ അന്തരവും വ്യത്യാസവും ഇതിന് അടിവരയിടുന്നുണ്ട്.

ഇതുവരെ പരിശോധിച്ച രേഖകളും അനുഭവക്കുറിപ്പുകളും വ്യക്തമാക്കുന്ന കാര്യങ്ങൾ ഇങ്ങനെ ക്രോഡീകരിക്കാം: വടക്കേമലബാറിലെ സ്ത്രീകൾ മണിക്കൂറുകളോളം അദ്ധ്വാനിച്ചിരുന്നു. അവരുടെ അദ്ധ്വാനമാണ് സമൂഹത്തിന്റെ ഉപജീവനത്തിന് അടിസ്ഥാനമായത്. ജാതി, വർഗ്ഗം, ചാർച്ച തുടങ്ങിയവയാണ് സ്ത്രീകളുടെ തൊഴിലുമായി ബന്ധപ്പെട്ട പദവി, ക്രമം, ഉത്തരവാദിത്വം എന്നിവ നിശ്ചയിച്ചത്. വടക്കേമലബാറിലെ ജീവിതത്തിൽനിലനിന്ന സ്ത്രീതൊഴിലിന്റെ പ്രാമുഖ്യം സ്ത്രീതൊഴിലിനെക്കുറിച്ച് അതുവരെയുണ്ടായ ധാരണകളെ സന്നിഗ്ദ്ധമാക്കുന്നുണ്ട്. ഇവിടെ ഭൂമി ഉള്ളവരും ഇല്ലാത്തവരുമായ സ്ത്രീകൾ വീട്ടിലും കാർഷികയിടങ്ങളിലും ഒരുപോലെ തൊഴിലെടുക്കേണ്ടി വന്നിരുന്നു. എന്നാൽ മറ്റിടങ്ങളിൽ ഇതുപോലെയായിരുന്നില്ല. അതുകൊണ്ടുതന്നെ വടക്കേമലബാറിലെ സ്ത്രീതൊഴിലാളികളെ ഒരു സവിശേഷവിഭാഗമായി കാണേണ്ടതുണ്ട്.

സമ്പദ്‌വ്യവസ്ഥയിലെ മാറ്റവും സ്ത്രീകളുടെ തൊഴിൽനിലയും

ബ്രിട്ടീഷ്ഭരണത്തിൽ ലാന്റ് ട്രിബ്യൂണലുകൾ, രജിസ്റ്റർകച്ചേരികൾ, പ്രാദേശിക ഭരണനിർവ്വഹണസ്ഥാപനങ്ങൾ തുടങ്ങിയവയുടെ വ്യാപനത്തോടെ സ്ത്രീകേന്ദ്രീകൃത തൊഴിലിന്റെ സ്വഭാവത്തിന് ക്രമേണ മാറ്റം സംഭവിച്ചുതുടങ്ങി. സ്ത്രീതൊഴിലിനെ മാത്രമല്ല, ഗ്രാമീണസാമൂഹ്യഘടനയെത്തന്നെ മൊത്തത്തിൽ അത് മാറ്റിമറിച്ചു. പ്രദേശങ്ങളുടെ ഭരണനിർവ്വഹണത്തിനായി പഞ്ചായത്തുകളും മുനിസിപ്പാലിറ്റികളും കോർപ്പറേഷനുകളും ജില്ലാബോർഡുകളും സ്ഥാപിക്കപ്പെട്ടു.[19] ജന്മിമാരുടെ കൈവശഭൂമിയുടെ അവകാശം ലാന്റ് ട്രിബ്യൂണലുകളിലൂടെയും രജിസ്റ്റർ കച്ചേരികളിലൂടെയും ബ്രിട്ടീഷ് വ്യവസ്ഥയനുസരിച്ച് നിയമാനുസൃതമാക്കപ്പെടുകയുമുണ്ടായി. ഭൂവിനിമയനിർണ്ണയ രജിസ്റ്ററിന്റെ അടിസ്ഥാനത്തിലാണ് ഭൂനികുതിവ്യവസ്ഥ രൂപീകരിക്കപ്പെട്ടത്. അതിനായി വലുതും ചെറുതുമായ എല്ലാ കൈവശഭൂമിയുടെയും തരം, വസ്തുവിവരങ്ങൾ, അവകാശിയുടെ പേര്, വില എന്നിവ സംബന്ധിച്ച കൃത്യമായ വിവരങ്ങൾ നല്കുന്ന അന്ത്യവിധിപ്പുസ്തകം (Domesday book-so called from its authority in judgement) അവർ തയ്യാറാക്കിയിരുന്നു.

ഗവൺമെന്റിന് കീഴിലുള്ള ഓരോ കർഷകന്റെയും വ്യക്തിഗത വിവരങ്ങൾ രജിസ്റ്ററിന്റെ പ്രത്യേക ലഡ്ജറായ *ചിട്ട*യിലാണ് രേഖപ്പെടുത്തപ്പെട്ടത്. പലയിടത്തുമായി കിടക്കുന്ന അവരുടെ കൈവശഭൂമി, അതിന്റെ തരം, വിസ്തൃതി, ആദായം തുടങ്ങിയവയുടെ വിശദവിവരങ്ങൾ *ചിട്ട*യിൽ അടങ്ങിയിരുന്നു. ഓരോ മുപ്പതുവർഷം കൂടുമ്പോഴും വിഭവങ്ങളിൽ നിന്നും ഗവൺമെന്റിന് കിട്ടാനുള്ള പങ്ക് പുനഃപരിശോധിക്കുകയും മാറ്റി നിശ്ചയിക്കുകയും ചെയ്യുന്ന വകുപ്പും അതോടൊപ്പമുണ്ടായിരുന്നു.

മേല്പറഞ്ഞ ഭൂനികുതി-വിഭവനികുതി വ്യവസ്ഥകൾ സമൂഹത്തെ ബാധിച്ചത് പലവിധത്തിലാണ്. (ക) കർഷകർക്ക് ഉല്പന്നങ്ങളിൽ അവരുടെ പങ്ക് തീരെ കുറയുകയും ഭൂമിയുടെമേലുള്ള കരം ഒടുക്കാനാകാതെ വരികയുംചെയ്തു. കർഷകരുടെ നിലനില്പുതന്നെ അപകടത്തിലാക്കുന്ന അവസ്ഥയാണ് ഇതിലൂടെ സംജാതമായത്. (ഖ) കരം ഈടാക്കുന്ന ഗവൺമെന്റും ജന്മിയും എന്ന രണ്ടുശക്തികളുടെ ഇടയിൽ കർഷകർ ഞെരിഞ്ഞുതുടങ്ങി. *കാണക്കാരാൻ* വഴി ജന്മിമാർ പുതുക്കൽ കരം അടിച്ചേല്പിക്കുകയും ബലംപ്രയോഗിച്ച് പിരിച്ചെടുക്കുകയും ചെയ്തു. നിയമം ഉപയോഗിച്ചുള്ള ഒരുതരം മുതലാളിത്തപൂർവ്വ ബലപ്രയോഗവും അടിച്ചമർത്തലുമായിരുന്നു ഇത്. (ഗ) കർഷകരുടെ വലിയസമൂഹം കൂടുതൽ ദാരിദ്ര്യത്തിലേക്ക് വഴുതുകയും കൃഷിപ്പണിയിലേർപ്പെടാത്ത *കാണക്കാർ* അധികാരശക്തിയായി ഉയർന്നുവരികയുണ്ടായി. മുതലാളിത്തമനോഭാവത്തോടെയുള്ളതും അർദ്ധഫ്യൂഡലെന്ന് വിശേഷിപ്പിക്കാവുന്നതുമായ ഉല്പാദനബന്ധമാണ് അതിലൂടെ ഉണ്ടായി വന്നത്.[20] പക്ഷേ, വടക്കേമലബാറിൽ *കാണക്കാരൻ* ഇല്ലെന്നുതന്നെ പറയാം. ഭൂവുടമയും തൊഴിലാളികളും തമ്മിൽ നേരിട്ടുള്ള ബന്ധമാണ് ഇവിടെ നിലനിന്നിരുന്നത്.

കാർഷികമേഖലയിലെ വാണിജ്യവല്ക്കരണവും വ്യവസായവല്ക്കരണവും അതിന്റെ പരമ്പരാഗത സമ്പദ്‌വ്യവസ്ഥയെ തകർച്ചയിലേക്ക് നയിച്ചു. അക്കാലത്ത് ക്രയവിക്രയത്തിലുണ്ടായിരുന്ന മുഖ്യനാണ്യവിളകൾ കുരുമുളക്, ഇഞ്ചി, നാളികേരം, കശുവണ്ടി, ഏലം തുടങ്ങിയവയായിരുന്നു. 1925 ൽ ആരംഭിച്ച സാമ്പത്തികമാന്ദ്യം 1932 ആകുമ്പോഴേക്കും അതിന്റെ ഉച്ചാവസ്ഥയിലെത്തി. ഇത് കാർഷിക വൃത്തിയെ ഏറ്റവും കുറഞ്ഞവേതനം പറ്റുന്ന തൊഴിലാക്കി മാറ്റി. മറ്റു വ്യവസായങ്ങളും വ്യവസായികളും ഈ അവസരം ഉപയോഗപ്പെടുത്തുകയുണ്ടായി. കൃഷിപ്പണിക്ക് കിട്ടിയിരുന്ന കൂലിയേക്കാൾ അധികകൂലിനല്കി അവർ തൊഴിലാളികളെക്കൊണ്ട് ജോലിചെയ്യിച്ചു. ഭാരിച്ചതോതിലുള്ള അദ്ധ്വാനശക്തിയാണ് ഇതിലൂടെ കുറഞ്ഞവേതനംകൊടുത്ത് വ്യവസായത്തിന് ഉപയോഗപ്പെടുത്താനായത്. മലബാറിലെ വ്യവസായവല്ക്കരണ പ്രക്രിയയെക്കുറിച്ചുള്ള പഠനത്തിൽ പ്രകാശ് കാരാട്ട് രണ്ട് നിഗമനങ്ങളിലാണ് എത്തിച്ചേരുന്നത്. ഒന്ന്: മലബാറിൽ വലിയതോതിൽ മുതൽമുടക്ക് നടത്തിയ വ്യവസായങ്ങളൊന്നും ഇല്ലായിരുന്നു. ഉണ്ടായി

രുന്നത് ചെറുകിട വ്യവസായങ്ങളായിരുന്നു. അതാകട്ടെ തൊഴിൽശക്തിയെ പരമാവധി ഉപയോഗപ്പെടുത്തിയിരുന്നു. രണ്ട്: മാർക്കറ്റിനെ അടിസ്ഥാനമാക്കിയുള്ള കുടിൽവ്യവസായങ്ങളുടെ നിരതന്നെ ഇവിടെ വ്യാപിച്ചിരുന്നു. പക്ഷേ, അവയൊന്നുംതന്നെ വൻകിട വ്യവസായശാലകൾ എന്ന നിലയിലേക്ക് വികസിച്ചില്ല.[21]

ബാസൽ ഇവാഞ്ചലിക്കൽ മിഷൻ എന്ന ക്രിസ്തീയസംഘമാണ് ആദ്യമായി വടക്കേമലബാറിൽ വ്യവസായം ആരംഭിച്ചത്. 1837 മുതൽ അവർ മലബാറിൽ വിവിധഭാഗങ്ങളിൽ തുണിമില്ലുകൾ തുടങ്ങുകയുണ്ടായി. കണ്ണൂരിൽ സ്ഥാപിച്ച തുണിമില്ലുകൾ അവയിൽ പ്രധാനപ്പെട്ടവയാണ്. മലബാറിലെ വ്യവസായവല്ക്കരണത്തിന്റെ ഒരു സവിശേഷത ഒരുവ്യവസായത്തിന്റെതന്നെ എല്ലാത്തരം നിർമ്മാണ യൂണിറ്റുകളും തൊട്ടുതൊട്ട് സ്ഥിതിചെയ്തിരുന്നു എന്നതാണ്. സാധാരണ ചെറിയ തറിനെയ്ത്തുകാർ തറിയുമായും (pit loom) പരിഷ്കൃതനെയ്ത്തുകാർ മഗ്ഗവുമായും (table loom), സംഘടിതരായ യന്ത്രത്തറിക്കാർ (power loom) ഫാക്ടറിയായും അടുത്തടുത്താണ് പ്രവർത്തിച്ചത്. തുണിമില്ലിന് പുറമെ ഓട് ഫാക്ടറികളും ബാസൽമിഷൻ ആരംഭിച്ചിരുന്നു.[22] കശുവണ്ടി ഫാക്ടറികളാണ് ഇക്കാലത്ത് സ്ഥാപിതമായ മറ്റൊരു വ്യവസായയൂണിറ്റ്. കശുവണ്ടിതൊഴിലാളികളുടെ തൊഴിൽചുറ്റുപാട് അടിസ്ഥാന സൗകര്യം പോലുമില്ലാത്തതും പരിതാപകരവുമായിരുന്നു. കശുവണ്ടിത്തോട് വൃത്തിയാക്കുന്ന ജോലി മിക്കവാറും താഴ്ന്നജാതിയിൽപ്പെട്ട സ്ത്രീകളാണ് ചെയ്തിരുന്നത്.[23] 1920 കളിൽ കണ്ണൂരിലെ പട്ടണപ്രദേശങ്ങളിലും തലശ്ശേരിയിലും ബീഡിതെറുപ്പ് കേന്ദ്രങ്ങൾ ആരംഭിച്ചു. ഒന്നാം ലോകമഹായുദ്ധത്തോടെ ബീഡിവ്യവസായം മലബാറിൽ വേരുറപ്പിക്കുകയും മാപ്പിളക്കച്ചവടക്കാർ അവരുടെ വ്യാപാര ബന്ധമുപയോഗിച്ച് സിലോണിലേക്കും തുടർന്ന് ബർമ്മയിലേക്കും ബീഡിക്കയറ്റുമതി ചെയ്യുകയുണ്ടായി. തൊഴിൽസംഘടനകളുടെ ശക്തമായ സ്വാധീനം കൊണ്ടാവാം മലബാറിലെ ബീഡി തൊഴിലാളിസ്ത്രീകൾക്ക് സാമാന്യം മെച്ചപ്പെട്ട കൂലിയായിരുന്നു ലഭിച്ചുപോന്നത്.

1907 ൽ കണ്ണൂരിൽ സംഘടിപ്പിക്കപ്പെട്ട ദേശീയ കാർഷിക-വ്യവസായ പ്രദർശനം മലബാറിലെ വ്യവസായ വിപുലീകരണത്തിന് മതിയായ തെളിവായിരുന്നു.[24] കൃഷിയിലെ വാണിജ്യവല്ക്കരണം കാർഷികാധിഷ്ഠിത വ്യവസായങ്ങളുടെ വളർച്ചയ്ക്ക് വഴിവെച്ചു. പ്രധാനമായും നാളികേര വ്യവസായത്തിൽ. കള്ള് ചെത്തൽ, കൊപ്രനിർമ്മാണം, വെളിച്ചെണ്ണയുല്പാദനം, കയർനിർമ്മാണം എന്നിവയാണ് അതിലുൾപ്പെട്ടത്. കയർവ്യവസായം ക്രമേണ തീരപ്രദേശങ്ങളിൽ ഒരു പ്രധാനപ്പെട്ട കാർഷികേതര തൊഴിലായി മാറി. കയർനെയ്ത്ത് ഫാക്ടറികളുടെ ആവിർഭാവത്തോടെ, വീടുകളിൽ ചകിരിതല്ലി കയർ പിരിച്ചുണ്ടാക്കിയിരുന്ന തൊഴിലാളികൾ ചെറുതും വലുതുമായ ചവിട്ടുപായകൾ യന്ത്രത്തിൽ നെയ്തുണ്ടാക്കുന്ന ഫാക്

ടറികളിലേക്ക് കുടിയേറി. കയർനിർമ്മാണമേഖലയിൽ ജോലി ചെയ്തിരുന്ന തൊഴിലാളികൾ ഭൂരിഭാഗവും സ്ത്രീകളും കുട്ടികളുമായിരുന്നു. വടക്കേമലബാറിലെ പ്രധാനപ്പെട്ട കയർ നിർമ്മാണയൂണിറ്റുകൾ വടകര, കൊയിലാണ്ടി തുടങ്ങിയ പ്രദേശങ്ങളിലാണ് കേന്ദ്രീകരിക്കപ്പെട്ടത്.

വ്യവസായവല്ക്കരണത്തിന്റെ തുടക്കംവരേക്കും ഗാർഹികജോലികളും കാർഷികജോലികളും ചെയ്തിരുന്നത് സ്ത്രീകളായിരുന്നു. വ്യവസായവല്ക്കരണപ്രക്രിയ സ്ത്രീതൊഴിലിനെ പ്രതികൂലമായി ബാധിക്കുകയും ഏറക്കുറെ ഇല്ലാതാക്കുകയും ചെയ്തു. ഇത് സ്ത്രീകളുടെ പദവിയേയും സാമൂഹ്യനിലയേയും പലതരത്തിലാണ് ബാധിച്ചത്. വടക്കേമലബാറിൽ വ്യവസായവല്ക്കരണത്തിന്റെ വളർച്ചയോടെ *കുടി* സമ്പ്രദായത്തിന് പകരം അണുകുടുംബം നിലവിൽവരികയും തൊഴിലിടങ്ങളിൽ നിന്ന് ഗാർഹികഘടകങ്ങൾ അപ്രത്യക്ഷമാവുകയും ചെയ്തു. അങ്ങനെ മുതലാളിത്ത-പൂർവ്വ കുടുംബരൂപം അണുകുടുംബരൂപത്തിലേക്ക് മാറ്റപ്പെട്ടു. അണുകുടുംബമെന്ന നിലയിൽ കുട്ടികളുടെ ഉത്തരവാദിത്വം മുഴുവനായും ചുമക്കേണ്ടിവന്നത് സ്ത്രീകളായിരുന്നു. മുതലാളിത്ത-പൂർവ്വ സമൂഹത്തിൽ കുട്ടികളെ പരിപാലിക്കുന്നത് സമൂഹം കൂട്ടായി ചെയ്തുപോന്ന ചുമതലയായിരുന്നു; പ്രത്യേകിച്ച് പ്രായംചെന്നവരും മുതിർന്നകുട്ടികളും. കുട്ടികളുടെ വിദ്യാഭ്യാസകാര്യങ്ങളും മറ്റും നോക്കേണ്ടുന്ന ഉത്തരവാദിത്വം അണുകുടുംബത്തിൽ സ്ത്രീകളുടേത് മാത്രമായി മാറി. ചുരുക്കത്തിൽ, അണുകുടുംബമെന്നത് സ്ത്രീകളെ വീട്ടിനുള്ളിൽ തളച്ചുനിർത്തി. മറ്റൊരു വാക്കിൽ പറഞ്ഞാൽ തൊഴിൽ മാർക്കറ്റിൽനിന്നും അവരെ പുറത്താക്കുകയും അതുവഴി സാമ്പത്തികസ്വാതന്ത്ര്യം അവർക്ക് എന്നെന്നേക്കുമായി നഷ്ടപ്പെടാനിടയാക്കുകയും ചെയ്തു.

മുതലാളിത്ത ഉല്പാദനവും വിപണനവും സ്ത്രീതൊഴിലിൽ കാര്യമായ ഇടിവ് ഉണ്ടാക്കിയെന്നാണ് പഠനങ്ങൾ വ്യക്തമാക്കുന്നത്. ആധുനികസാങ്കേതികവിദ്യയുടെ കടന്നുവരവോടെ ഒട്ടുമിക്ക മനുഷ്യപ്രയത്നങ്ങളും യന്ത്രങ്ങൾ നിർവ്വഹിച്ചുതുടങ്ങി. ആദ്യകാലത്ത് നെയ്ത്ത്, ബീഡി നിർമ്മാണം, കയർനിർമ്മാണം ഇവയൊക്കെ മറ്റുള്ള കാർഷിക പ്രവൃത്തികൾക്കൊപ്പമാണ് സ്ത്രീകൾ ചെയ്തുപോന്നിരുന്നത്. പക്ഷേ, അവർ ഫാക്ടറികളിലേക്ക് മാറ്റപ്പെടുകയും കേവലം കൂലിത്തൊഴിലാളി കളായി പരിണമിക്കുകയും ചെയ്തു. അതുപോലെതന്നെ അവൽ ഇടിച്ചുണ്ടാക്കുന്നത് ഒട്ടേറെ സ്ത്രീകൾക്ക് തൊഴിൽ നല്കിപ്പോന്നിരുന്നു. പക്ഷേ, നെല്ലുകുത്ത്-അവൽ മില്ലുകളുടെ വരവ് അവർക്ക് വലിയ ആഘാതം സൃഷ്ടിച്ചു. വ്യവസായവല്ക്കരണവും യന്ത്രവല്ക്കരണവും രണ്ട് അവസരങ്ങളാണ് സ്ത്രീത്തൊഴിലാളികൾക്കുമുന്നിൽ അവശേഷിപ്പിച്ചത്. ഒന്നുകിൽ കർഷികത്തൊഴിലാളിയായി തുടരുക, അല്ലെങ്കിൽ ഫാക്ടറി തൊഴിലാളിയായി മാറുക.

സ്ത്രീയുടെ സാമൂഹ്യചലനക്ഷമതയെ നിശ്ചയിക്കുന്നതിൽ മുത

ലാളിത്തത്തിന്റെ പങ്ക് ചെറുതല്ല. ആദ്യകാലത്ത് ചെറുകിട കച്ചവടങ്ങളിൽ സ്ത്രീകൾക്ക് ഗണ്യമായ സ്ഥാനമുണ്ടായിരുന്നു. പാത്രം, പായ, മത്സ്യം, എണ്ണ, ചക്കര തുടങ്ങിയ നിത്യോപയോഗസാധനങ്ങൾ അടുത്തുള്ള ഗ്രാമങ്ങളിലും, ദിവസ/ആഴ്ച ചന്തകളിലും വില്പന നടത്തിയിരുന്നത് സ്ത്രീകളായിരുന്നു. അക്കാലത്തെ മാർക്കറ്റ് സമ്പ്രദായത്തെക്കുറിച്ചുള്ള രേഖകൾ കോഴിക്കോട് ആർക്കൈവൽ ശേഖരങ്ങളിൽ കാണാൻ സാധിക്കും. അങ്ങനെയുള്ള ചില രേഖകളുടെ ചുരുക്കം താഴെ കൊടുക്കുന്നു:

മുക്കാളി ബസാറിലെ ഒരു വ്യാപാരി മലബാർ ഡിസ്ട്രിക്ട് ബോർഡ് പ്രസിഡന്റിന് സമർപ്പിച്ച കത്തിൽ മുക്കാളിയിലെ മത്സ്യമാർക്കറ്റിന്റെ വിസ്തൃതി വിപുലീകരിക്കണമെന്നും മാർക്കറ്റിന്റെ സ്ഥലപരിമിതി കാരണം ഒരു പ്രത്യേക പച്ചക്കറിമാർക്കറ്റ് പുതുതായി ആരംഭിക്കണമെന്നുമാണ് ആവശ്യപ്പെട്ടിരിക്കുന്നത്. ഉച്ചതിരിഞ്ഞ് മൂന്ന് മണിക്കും ഏഴ് മണിക്കുമിടയ്ക്ക് ഉദ്ദേശം അഞ്ഞൂറോളം സ്ത്രീപുരുഷന്മാർ ഈ ചെറിയ ഇടത്തിൽ തിങ്ങിക്കൂടാറുണ്ടെന്ന് കത്തിൽ പറയുന്നുണ്ട്. നിത്യോപയോഗസാധനങ്ങളായ തേങ്ങ, അടയ്ക്ക, മരച്ചീനി, മുറം, പാത്രം, കയർ, കൊട്ട തുടങ്ങിയ സാധനങ്ങൾ ഈ മാർക്കറ്റിൽ വിപണനം ചെയ്യാറുണ്ട് എന്നും രേഖയിൽ എടുത്തുപറഞ്ഞിട്ടുണ്ട്.[25] മറ്റൊരു കത്തിൽ തേങ്ങ, അടയ്ക്ക എന്നിവയ്ക്കായി മാത്രം ഇടക്കാല മാർക്കറ്റ് പേരാമ്പ്രമാർക്കറ്റിനടുത്ത് തുടങ്ങണമെന്ന ആവശ്യമാണ് ഉന്നയിച്ചിട്ടുള്ളത്. ഇതിൽത്തന്നെ കുന്നുമ്മക്കര പഞ്ചായത്തിൽപ്പെട്ട ഊരാളുങ്കൽ മാർക്കറ്റിനെക്കുറിച്ചുള്ള പരാമർശവുമുണ്ട്.[26] ആഴ്ചച്ചന്തകൾക്ക് ഗ്രാമാന്തര താലൂക്കടിസ്ഥാന പ്രാധാന്യം ഉണ്ടായിരുന്നുവെന്നും കാർഷികവിളകൾ വിദൂരസ്ഥലങ്ങളിൽ നിന്നുപോലും വിപണനത്തിനായി ചന്തയിൽ എത്തിക്കാറുണ്ടെന്നും മറ്റൊരു രേഖയിൽ വായിക്കാനാകും.[27]

മേൽകൊടുത്ത രേഖകൾ സൂചിപ്പിക്കുന്നത് വിപണിയിൽ സ്ത്രീകളും പുരുഷന്മാരും ഒരുപോലെ സജീവമായിരുന്നു എന്നാണ്. ഗ്രാമങ്ങളിലും താലൂക്കുകളിലും മാർക്കറ്റുകൾ പ്രവർത്തിക്കുകയും വിദൂരസ്ഥലങ്ങളിൽ നിന്നുപോലും അവിടേക്ക് ക്രയവിക്രയത്തിനായി സാധനങ്ങൾ വന്നെത്തുകയും ചെയ്തിരുന്നു എന്നും അതിലെ പരാമർശങ്ങളിൽനിന്നും മനസ്സിലാക്കാം. അക്കാലത്തെ മാർക്കറ്റുകൾ വിപണനകേന്ദ്രങ്ങൾ മാത്രമായിരുന്നില്ല. ഗ്രാമത്തിലെ ആളുകളുടെ കൂടിച്ചേരലിനും വിവരകൈമാറ്റത്തിനുമുള്ള സാമൂഹ്യസമ്പർക്ക കേന്ദ്രങ്ങളുമായിരുന്നു അവ. പതിയെ, സ്ത്രീകളുടെ സാന്നിദ്ധ്യം ഇത്തരം കേന്ദ്രങ്ങളിൽനിന്നും ഒഴിവാക്കപ്പെടുകയാണുണ്ടായത്.

മുതലാളിത്തസമൂഹത്തിൽ ഗാർഹികതൊഴിലും ജീവനോപാധിക്കുള്ള തൊഴിലും ഒരുമിച്ച് ചെയ്യേണ്ട ഇരട്ടബാദ്ധ്യതയുള്ളതിനാൽ സ്ത്രീകൾ പുരുഷനെ അപേക്ഷിച്ച് വൈദഗ്ദ്ധ്യത്തിന്റെ കാര്യത്തിൽ പിന്നോട്ടായിരുന്നു. എന്നാൽ പുരുഷന് യന്ത്രങ്ങൾ പ്രവർത്തിപ്പിക്കുന്നതുപോലുള്ള വിദഗ്ദ്ധതൊഴിലുകൾ സ്വായത്തമാക്കാനുള്ള അവസരങ്ങൾ

ലഭിച്ചിരുന്നു. സ്ത്രീകൾ തൊഴിൽശക്തിയായി മാറിയത് ദാരിദ്ര്യത്തിൽ നിന്ന് കരകയറാനും അതിജീവനം കണ്ടെത്താനുമായിരുന്നു. വ്യവസായസ്ഥാപനങ്ങൾ സ്ത്രീതൊഴിലാളികളെ കുറഞ്ഞനിരക്കിന് കിട്ടുന്ന തൊഴിൽശക്തിയായാണ് കണ്ടത്. സ്ത്രീതൊഴിലിനും തൊഴിലിൽ അന്തരീക്ഷത്തിനും വന്നുപെട്ട മാറ്റം സ്ത്രീകളുടെ ജീവിതാവസ്ഥയെ കൂടുതൽ സങ്കീർണ്ണവും അപകടകരവുമാക്കി. നേരത്തെ നിലനിന്നിരുന്ന ചൂഷണത്തിന്റെ രീതിയും സ്വഭാവവും മാറിയെങ്കിലും ചൂഷണം അതായിത്തന്നെ നിലനില്ക്കുകയും ബഹുരൂപത്തിലുള്ളതാകുകയും ചെയ്തു. കൂടിയ തൊഴിൽസമയം, കുറഞ്ഞ വേതനം, മോശമായ തൊഴിൽ അന്തരീക്ഷം തുടങ്ങി ഫാക്ടറി ഉടമകളുടെ ലൈംഗികാതിക്രമത്തിനുവരെ അത് വഴിവെച്ചു.

ശാരീരികമായി സ്ത്രീകൾ അശക്തരാണെന്നും അതുകൊണ്ട് അവർക്ക് കായികാദ്ധ്വാനത്തിൽ ഏർപ്പെടാൻ ആകില്ലെന്നുമുള്ള പുരുഷാധിപത്യ ആശയം ഇക്കാലത്ത് പ്രാബല്യം നേടുകയുണ്ടായി. സ്ത്രീകളുടെ ജോലിയിലും കൂലിയിലുമുള്ള വർഗ്ഗീകരണവും അന്തരവും തീരുമാനിക്കപ്പെട്ടത് അധികാരം കൈയാളിയിരുന്ന പുരുഷന്റെ താല്പര്യത്തിനനുസരിച്ചായിരുന്നു. അത് സ്ത്രീതൊഴിലാളികളുടെ നിലനില്പ് പരുങ്ങലിലാക്കുക മാത്രമല്ല, സമൂഹത്തിന്റെ മേൽത്തട്ടിലേക്കും നേതൃസ്ഥാനത്തേക്കും എത്തപ്പെടാൻ ആകാത്തവിധം അവരെ പാർശ്വവല്ക്കരിക്കുകയും ചെയ്തു. കാർഷികതൊഴിലിൽനിന്നും വ്യവസായതൊഴിലിലേക്കുള്ള മാറ്റത്തിലൂടെ ഉരുത്തിരിഞ്ഞത് സ്ത്രീതൊഴിൽ എന്നത് അപചയപ്പെടുന്ന സാമൂഹ്യസന്ദർഭമാണ്. സ്വകാര്യജീവിതവും പൊതുജീവിതവും വെവ്വേറെയാണെന്നുള്ള അനുഭവത്തിന് ഇത് ആക്കംകൂട്ടി. സ്ത്രീവിരുദ്ധമായ ആശയങ്ങളുടെ പ്രത്യയശാസ്ത്ര സമീകരണമാണ് ഇതിലൂടെ നടന്നത്.

ഗാർഹികതൊഴിലിന്റെ അകറ്റിനിർത്തൽ സ്ത്രീയും പുരുഷനും തമ്മിലുള്ള സ്വാഭാവിക വേർതിരിവായാണ് പ്രത്യക്ഷമായത്. അത് സ്വകാര്യജീവിതത്തിൽ സ്ത്രീക്കും പുരുഷനുമിടയിലെ പൊരുത്തക്കേടുകളായി മാറുന്നതിന് ഇടയാക്കിയിരുന്നു. പുതുതായി ആവിർഭവിച്ച വ്യാവസായിക വർഗ്ഗവും അതിന്റെ വളർച്ചയും സമൂഹത്തെ ഒന്നാകെ ബാധിക്കുകയുണ്ടായി. ഇക്കാലഘട്ടത്തിൽ സമൂഹത്തിൽ അനേകം പ്രസ്ഥാനങ്ങൾ ഉദയംകൊണ്ടു. കാർഷികതൊഴിലാളികളും വ്യാവസായിക തൊഴിലാളികളും ചൂഷണത്തിനെതിരെ സംഘടിക്കാൻ തുടങ്ങി. 1930 കളോടെ വ്യാവസായിക തൊഴിലാളികൾക്കിടയിൽ ട്രേഡ്യൂണിയനുകൾ രൂപംകൊള്ളുകയുണ്ടായി. നിരവധി പൊതുപണിമുടക്കുകളും സമരങ്ങളും ട്രേഡ്യൂണിയനുകളുടെ നേതൃത്വത്തിൽ സംഘടിപ്പിക്കപ്പെട്ടു. ഭൂരിഭാഗം വ്യാവസായിക തൊഴിലാളികളും കർഷകകുടുംബങ്ങളിൽനിന്നുള്ളവരാകയാൽ വ്യാവസായിക തൊഴിലാളികളും കാർഷികതൊഴിലാളികളും തമ്മിൽ സഹകരണം നിലനിന്നിരുന്നു.

കർഷകർക്കിടയിലും തൊഴിൽസംഘടനകളും സമരങ്ങളും രൂപം കൊണ്ട സമയമായിരുന്നു അത്. നേരത്തെ കിട്ടിക്കൊണ്ടിരുന്ന തങ്ങളുടെ തൊഴിൽഅവകാശങ്ങൾ നഷ്ടമായ സ്ത്രീകർഷകത്തൊഴിലാളികളും സമരങ്ങളിൽ പങ്കെടുക്കുകയുണ്ടായി. ഈ സമരങ്ങളിൽ സ്ത്രീകൾ കേവല പങ്കാളികൾ മാത്രമല്ല സുപ്രധാനഘടകവുമായിരുന്നു. കർഷകസമരങ്ങളിലെ സ്ത്രീകളുടെ ഇത്തരം പങ്കാളിത്തം കാണിക്കുന്നത് സാമൂഹ്യതൊഴിൽപ്രക്രിയയിൽ അവരുടെ പ്രാധാന്യത്തെയാണ്.

ഗ്രന്ഥസൂചി

1. K N Ganesh, *Ownership and Control of Land in Medieval Kerala, Janmam Kanam relations during the 16th – 18th Centuries*, IESHR, 3, 1991. p 303.
2. K Madhavan, *Oru Gandhiyan Kammunistinte Ormakal* (Mal), Arts and Cultural Co-operative Society Ltd, Trivandrum, 2002, p 28-29.
3. P J Cheriyan (ed), *William Logan's Malabar Manual* (2 Vols.), Vol. I, Kerala Gazatteer's Department, Trivandrum, 2000, p 155.
4. M R Raghava Varier, *Village Communities in Pre-Colonial Kerala*, Place Names Society India, Mysore, 1994, p 13.
5. *Report of the Malabar Tenancy Committee, Vol. I*, The Report printed by the Superintendent, Government Press, Madras, 1940, p 9.
6. *Ibid.*, Vol.II, The Evidence, p 274.
7. K N Ganesh, *Ownership ..... Op. Cit.,* p 303.
8. Eric J Miller, *Village Structure in North Kerala* in M N Srinivas (ed.), *India's Villages*, Asia Publishing House, New Delhi, 1960, p 42.
9. M R Raghava Varier, *Village... Op. Cit.*, p 19.
10. Karin Kapadia, *Siva and Her Sisters: Gender, Caste and Class in Rural South Asia*, Delhi, OUP, 1996.
11. Personal Interview with Pedara Kunhiraman, Eroly 04.04.2003.
12. Kavumbayi Samaram, 50th Anniversary, 1996. p 66.
13. A K Gopalan, *Ente Jeevitha Katha* (Mal), Chintha, Thiruvananthapuram, 1999, p 275.
14. Personal Interview with Kurumba, Kasargod 04.04.2003.
15. N K Kamalasanan, *Kuttanadum Karshaka Prasthanavum*, Paper Presented at the International Congress on Kerala Studies, 27-29, August 1994, At AKG Centre, Trivandrum.
16. Personal Interview with Undachy Patinhare Thoditiy, Noonjhi, 04.04.2004
17. M N Srinivas, *Village, Caste, Gender and Method; Essays in Indian Social Anthropology*, OUP, Delhi, 1996, p 19.
18. Bina Agarwal, *A Field of One's Own*, Cambridge University Press,

Cambridge 1999.
19. *Handbook of Information on the Administration of the Presidency of Madras, Government Press*, 1939, p 145.
20. Prakash Karat *Agrarian Relations in Malabar-1925 to 1948*, Part I, Social Scientist, p 34.
21. *Ibid.*, p. 40
22. R Prakash, (ed.), *Keralathile Thozhilali Varga Prasthanathinte Charithram* (Mal), Prabhath, Trivandrum, 1979.1979, p 9.
23. K P Kannan, *Of Rural Proletarian Struggle*, OUP, Madras, 1988, p 88.20.
24. C Samuel Aaron, *Jeevithasmaranakal* (Mal), Desamitram Publishers, Cannanore, 1974.1974, p 32.
25. Public market, Daily market at Chombala, Malabar district opening, pp. 2, 76, Calicut Regional Archives, Bundle No. 73, 10045, 23.5.40.
26. Perambra Market, Opening of a regulated market by the market committee regarding letter No. 74169/SS dated 27.11.1955, Calicut Regional Archives, Bundle No. 21060/ 56, 4.5.56.
27. Daily/weekly market, Feroke Panchayath, Malabar District Transfer of the control of the market to the Panchayath, Letter No. 17911/56 dated 4.5.56, Calicut Regional Archives, Bundle No. 27729156, 17.09.57.

വടക്കേമലബാറിലെ കർഷകസമരങ്ങളിലും രാഷ്ട്രീയപ്രവർത്തനങ്ങളിലുമുള്ള സ്ത്രീകളുടെ പങ്കാളിത്തം

അനേകം കർഷകസമരങ്ങൾ നടന്ന ഇടമാണ് വടക്കേമലബാർ. സ്ത്രീകളും പുരുഷന്മാരോടൊപ്പം കർഷകസമരങ്ങളിൽ നേരിട്ടു പങ്കാളികളായിരുന്നു. സമരങ്ങളിൽ പങ്കാളികളായിരുന്ന സ്ത്രീകളുടെ എണ്ണം വളരെ വലുതാണ്. കർഷകസമരങ്ങളിൽ എന്തുകൊണ്ടാണ് ഇത്രയധികം സ്ത്രീകൾ പങ്കാളിത്തം വഹിക്കാനിടയായതെന്ന് പരിശോധിക്കുമ്പോൾ ഉല്പാദനപ്രക്രിയയിലെ അവരുടെ സജീവപങ്കാളിത്തമാണ് അതിനു കാരണം എന്ന് മനസ്സിലാക്കാനാകും.[1] കർഷകസമരങ്ങളിലുള്ള സ്ത്രീകളുടെ ഇടപെടലിനെയും മുൻനിരപ്രവർത്തനത്തെയുംകുറിച്ച് അന്വേഷണം നടത്തുന്നവർ ഉല്പാദനപ്രക്രിയയും സമരവും തമ്മിലുള്ള ബന്ധത്തെ അടിവരയിട്ടുപറയുന്നുണ്ട്. കാർഷിക ഉല്പാദനമേഖലയിലെ തൊഴിൽബന്ധത്തിൽത്തന്നെ രാഷ്ട്രീയവല്ക്കരണത്തിന്റെ സാദ്ധ്യത അടങ്ങിയിട്ടുണ്ടെന്ന വസ്തുതയാണ് അവർ അതിലൂടെ മുന്നോട്ടുവെക്കുന്നത്.[2] ഇന്ത്യയിലെ കാർഷികമേഖലയിൽ നടന്ന തൊഴിൽസമരത്തെയും രാഷ്ട്രീയസമരത്തെയും മുൻനിർത്തിയുള്ള മേല്പറഞ്ഞ നിരീക്ഷണം വടക്കേമലബാറിന്റെ കാര്യത്തിലും സാധുതയുള്ളതാണ്.

ഗ്രാമീണസമൂഹത്തിൽ ഉരുത്തിരിഞ്ഞ സാമ്പത്തികപ്രതിസന്ധിയെ ഒരളവോളം മറികടക്കാൻ സഹായിച്ചത് അവിടെ നിലനിന്നിരുന്ന *തറകൂട്ടായ്മ*കളും ഗ്രാമീണ ഉല്പാദനബന്ധങ്ങളുമായിരുന്നു. എന്നാൽ, മുതലാളിത്തത്തിന്റെ വരവോടെ ഗ്രാമീണ ഉല്പാദനബന്ധങ്ങൾ കൂലിത്തൊഴിൽ അടിസ്ഥാനമാക്കിയുള്ള പണകേന്ദ്രിത തൊഴിൽബന്ധത്തിന് വഴിമാറിയിരുന്നു. സമൂഹത്തിൽ നിലനിന്നിരുന്ന *കുടി*വ്യവസ്ഥയിൽ ഊന്നിയുള്ള ഉല്പാദബന്ധത്തിന്റെ തകർച്ചയ്ക്കും *കുടി*സാമ്പത്തികവ്യവസ്ഥയുടെ നാശത്തിനുമാണ് അത് വഴിവെച്ചത്. മുതലാ

ളിത്തവും വ്യവസായവല്ക്കരണവും ഉണ്ടാക്കിയ കാർഷികമേഖലയുടെ തകർച്ച, യുദ്ധത്തിന്റെ ഫലമായി ഉടലെടുത്ത സാമ്പത്തികമാന്ദ്യം, വാരത്തിനും പാട്ടത്തിനുംമേലുള്ള അധികഭാരം, അധികനികുതി എന്നിവ സമൂഹത്തെ തൊഴിൽപരമായും സാമ്പത്തികമായും ഏറെ പാപ്പരും അരക്ഷിതവുമാക്കിയിരുന്നു. അതുണ്ടാക്കിയ ജീവിതസന്നിഗ്ദ്ധതകളാണ് സ്ത്രീ തൊഴിലാളികളെ കൂട്ടമായി സമരമുഖത്തേക്ക് എത്തിച്ചത്.

കൊളോണിയൽ സാമൂഹ്യപശ്ചാത്തലത്തിലുണ്ടായ മേല്പറഞ്ഞ പ്രതിസന്ധിയെ മറികടക്കുന്നതിനാണ് കർഷകത്തൊഴിലാളികളും കർഷകേതരതൊഴിലാളികളും സംഘടിക്കുകയും ആവശ്യങ്ങളുന്നയിച്ചുകൊണ്ട് പ്രത്യക്ഷ-പരോക്ഷ സമരത്തിനിറങ്ങുകയും ചെയ്തത്. ജാഥകൾ, മാർച്ചുകൾ, നിവേദനങ്ങൾ, മെമ്മോറാണ്ടങ്ങൾ എന്നിവയായിരുന്നു പ്രത്യക്ഷസമരരീതികൾ. പരോക്ഷസമരങ്ങൾ ജന്മികളുടെ പാടത്തെ ധാന്യംകൊയ്യലും വസ്തുക്കൾ പിടിച്ചെടുക്കലുമായിരുന്നു. ഇത്തരം സമരങ്ങൾ ബ്രിട്ടീഷ് വിരുദ്ധ, ജന്മിത്തവിരുദ്ധസമരങ്ങളായാണ് വളർന്നത്. സമരം പലപ്പോഴും അറസ്റ്റ്, മർദ്ദനം, മരണം, ലഹളകൾ എന്നിവയ്ക്ക് വഴിവെച്ചിരുന്നു. കർഷകത്തൊഴിലാളിസ്ത്രീകൾ പുരുഷന്മാർക്കൊപ്പം സമരങ്ങളിലൊക്കെ ഒരുപോലെ പങ്കാളികളായിരുന്നു. പല സമരങ്ങളും സ്ത്രീകളുടെ മുൻകൈയിലാണ് നടന്നത് എന്നത് എടുത്തുപറയേണ്ട വസ്തുതയാണ്.

സ്ത്രീരാഷ്ട്രീയവല്ക്കരണപ്രക്രിയ: പൊതുപശ്ചാത്തലം

ഇരുപതാംനൂറ്റാണ്ടിന്റെ ആദ്യദശകങ്ങൾ സാമൂഹ്യ-രാഷ്ട്രീയപ്രസ്ഥാനങ്ങൾ രൂപംകൊള്ളുകയും പ്രവർത്തിച്ചുതുടങ്ങുകയും ചെയ്ത കാലഘട്ടമായിരുന്നു. സമൂഹത്തിൽ നിലനിന്നിരുന്ന സാമൂഹിക-സാമ്പത്തിക അവസ്ഥയാണ് അതിനു വഴിയൊരുക്കിയത്. ബ്രിട്ടീഷ് വിരുദ്ധ-ജന്മിത്തവിരുദ്ധ പ്രക്ഷോഭസമരങ്ങളാണ് അത്തരം പ്രസ്ഥാനങ്ങളിലൂടെ രൂപംകൊണ്ടത്. ബ്രിട്ടീഷ് വിരുദ്ധസമരങ്ങളും ജന്മിത്തവിരുദ്ധസമരങ്ങളും പലയിടത്തും പരസ്പരപൂരകങ്ങളായിരുന്നു. സ്ത്രീകൾ രാഷ്ട്രീയവല്ക്കരിക്കപ്പെടുകയും സാമൂഹ്യവല്ക്കരിക്കപ്പെടുകയും ചെയ്തത് പ്രസ്ഥാനങ്ങളിലൂടെയും അവയുടെ പ്രക്ഷോഭ പരിപാടികളിലൂടെയുമാണ്. ബ്രിട്ടീഷ്‌വിരുദ്ധ ദേശീയപ്രസ്ഥാനം, അതിന്റെ ഭാഗമായ കോൺഗ്രസ്, കോൺഗ്രസ് സോഷ്യലിസ്റ്റുപ്രസ്ഥാനം, കർഷകപ്രസ്ഥാനമായ കർഷകസംഘം, മഹിളാസംഘം, കമ്മ്യൂണിസ്റ്റുപാർട്ടി, അവയുടെയൊക്കെ പോഷകസംഘടനകൾ എന്നിവയാണ് വിവിധ കാലയളവുകളിൽ സമൂഹത്തിൽ ഉയർന്നുവരികയും പ്രവർത്തിക്കുകയും ചെയ്ത പ്രസ്ഥാനങ്ങൾ. സമൂഹത്തിൽ അന്ന് നിലനിന്നിരുന്ന സംഘർഷങ്ങൾക്കും പ്രതിസന്ധികൾക്കും പരിഹാരമെന്നോണമാണ് ഇവ പ്രത്യക്ഷപ്പെടുകയും പ്രായോഗികപ്രവർത്തനങ്ങളിൽ ഏർപ്പെടുകയും ചെയ്തിരുന്നത്.

വടക്കേമലബാറിലെ ബ്രിട്ടീഷുവിരുദ്ധ ദേശീയപ്രസ്ഥാനത്തിന്റെ ആദ്യനാളുകളിൽ സ്ത്രീപ്രാതിനിധ്യം എണ്ണത്തിൽ വളരെ പരിമിതമായിരുന്നു. എന്നാൽ മുപ്പതുകളോടെ അത് അധികരിക്കുന്നത് കാണാം. ഗാന്ധിജി ദണ്ഡിയിൽ നടത്തിയ ഉപ്പുസത്യഗ്രഹത്തെ അനുകൂലിച്ചു കൊണ്ട് മലബാറിന്റെ പലപ്രദേശങ്ങളിലും ഉപ്പുകുറുക്കൽ സമരം നടന്നു.[3] പയ്യന്നൂരും മറ്റനേകം പ്രാദേശികകേന്ദ്രങ്ങളിലും ഉപ്പുസത്യഗ്രഹങ്ങളിൽ സ്ത്രീകൾ പങ്കെടുക്കുകയും ജയിൽവാസം അനുഭവിക്കുകയും ചെയ്തിട്ടുണ്ട്. മക്കപ്പുഴ കാർത്ത്യായനിയമ്മ, പയ്യന്നൂരിലെ മിസിസ്. ഗണേശ്പൈ, തലശ്ശേരിയിലെ മിസിസ്. എൻ എസ് പ്രഭു എന്നിവരുടെ പേരുകൾ ഇതിൽ എടുത്തുപറയാവുന്നതാണ്.[4] കണ്ണൂർ എരമം കുറ്റൂരിലെ സി പി കുഞ്ഞാതി, കെ പാട്ടിയമ്മ, കാനാപാറു, സി പി കല്യാണി, എം കെ പാർവ്വതി തുടങ്ങിയ സ്ത്രീകളും പ്രാദേശിക ഉപ്പു സത്യഗ്രഹത്തിൽ പങ്കെടുത്തവരാണ്.[5] ഇതു കൂടാതെ, ദേശീയ പ്രസ്ഥാനത്തിന്റെ ഭാഗമായി പുരുഷന്മാരോടൊപ്പം സ്ത്രീകളും ജയിലിലടയ്ക്കപ്പെട്ടിരുന്നു. എന്നാൽ വ്യാപകമായി സ്ത്രീകൾ സമരങ്ങളിൽ പങ്കാളികളാകുന്നത് കർഷകസമരങ്ങളോടു കൂടിയാണെന്നു കാണാം.

മുപ്പതുകളുടെ തുടക്കത്തിൽ സാമൂഹ്യവിപ്ലവമെന്ന ആശയത്തിൽ ഊന്നിക്കൊണ്ട് ദേശീയതലത്തിൽ സോഷ്യലിസ്റ്റ് ഗ്രൂപ്പുകൾ ഉദയം ചെയ്തിരുന്നു. അതിന്റെ സ്വാധീനം മലബാറിലും വന്നെത്തി. 1934 ൽ കരിവെള്ളൂരിൽ യുവാക്കളുടെ മുൻകൈയിൽ *അഭിനവഭാരത യുവക് സംഘം* എന്ന സംഘടന രൂപീകരിക്കപ്പെട്ടു. ഭഗത്സിങ്ങും കൂട്ടുകാരും രൂപീകരിച്ച *നൗജവാൻ ഭാരത്സഭ*യുടെയും അതിന്റെ തുടർച്ചയായ *ഹിന്ദുസ്ഥാൻ സോഷ്യലിസ്റ്റ് റിപ്പബ്ലിക്കൻ അസോസിയേഷ*ന്റെയും മാതൃകയിലായിരുന്നു അത്. ഏ വി കുഞ്ഞമ്പു, കെ കുഞ്ഞിരാമൻ, എം പി അപ്പു, വി വി കുഞ്ഞമ്പു തുടങ്ങിയവരായിരുന്നു ഇതിന്റെ നേതൃത്വ നിരയിൽ.[6] *അഭിനവഭാരത യുവക്സംഘം* രൂപീകരിച്ച വർഷംതന്നെ അത് മുപ്പത്തിരണ്ടു ശാഖകളുള്ള പ്രസ്ഥാനമായി വളർന്നെന്ന് ആ കാലത്തെ പത്രവാർത്തകളിൽനിന്നു മനസ്സിലാക്കാം.[7] *യുവക്സംഘം* പ്രവർത്തനങ്ങൾ ആരംഭിച്ചത് ഗ്രാമോദ്ധാരണ പരിപാടികളിലൂടെയായിരുന്നു. ഗ്രാമശുചീകരണം, പുരകെട്ടിമേയൽ, രോഗികളെ സഹായിക്കൽ തുടങ്ങിയ പ്രവർത്തനങ്ങളിലാണ് അത് ഏർപ്പെട്ടിരുന്നത്.[8] *യുവക്സംഘ*ത്തിന്റെ സമ്മേളനങ്ങളിൽ സ്ത്രീകളും പങ്കാളികളായിരുന്നു. കരിവെള്ളൂരിലെ വി വി ഉണ്ണാങ്ങമ്മ അവരുടെ മകളായ വി വി മാണി എന്നിവർ മറ്റു സ്ത്രീകളോടൊപ്പം *യുവക്സംഘ*ത്തിന്റെ സമ്മേളനത്തിൽ പങ്കെടുത്ത കാര്യം ഓർത്തുപറയുകയുണ്ടായി.[9] കർഷകസംഘം ശക്തിപ്പെട്ടതോടുകൂടി *യുവക്സംഘ*ത്തിന്റെ പ്രവർത്തനം നിലച്ചു. കർഷകസംഘം നേതാക്കളിൽ ഏറെപ്പേരും *യുവക്സംഘ*ത്തിലൂടെ വളർന്നുവന്നവരായിരുന്നു.[10]

കർഷകപ്രസ്ഥാനവും അതിലെ സ്ത്രീപങ്കാളിത്തവും

മലബാർകേന്ദ്രീകരിച്ച് ആരംഭിച്ച *മലബാർകർഷകസംഘമാ*യിരുന്നു ഇന്ത്യയിലെത്തന്നെ ആദ്യ സംഘടിത കർഷകപ്രസ്ഥാനമെന്നത് ശ്രദ്ധേയമായ വസ്തുതയാണ്. ലക്നൗവിൽ 1936 ൽ *അഖിലേന്ത്യാകർഷക സംഘം* പിറവിയെടുക്കുന്നതിനു മുന്നേയായിരുന്നു അത്. 1934 ൽ കരിവെള്ളൂരിൽ ചേർന്ന യോഗമാണ് കർഷകസംഘത്തിന് രൂപംനല്കിയത്. തുടർന്ന് മലബാറിലെ എല്ലാതാലൂക്കുകളിലും കർഷകസംഘത്തിന്റെ പ്രവർത്തനം വ്യാപിച്ചു. 1936 ൽ രൂപീകൃതമായ *അഖിലേന്ത്യാ കിസാൻസഭ*യുടെ പ്രസിഡന്റും സെക്രട്ടറിയുമായ സഹജാനന്ദസരസ്വതിയും എൻ ജി രംഗയും മലബാറിലെ കർഷകരുടെ സംഘടന തങ്ങളിൽ ഉണ്ടാക്കിയ സ്വാധീനത്തെക്കുറിച്ച് രേഖപ്പെടുത്തുന്നുണ്ട്.[11] കർഷകരുടെ ദുരിതങ്ങൾ പരിഹരിക്കുക, ആവശ്യങ്ങൾ നിവൃത്തിക്കുക എന്നീ ലക്ഷ്യങ്ങൾ മുൻനിർത്തിയാണ് അത് പ്രവർത്തിച്ചുതുടങ്ങിയത്. പലപ്രദേശങ്ങളിലും സംഘത്തിന്റെ നേതൃത്വത്തിൽ യോഗങ്ങളും ജാഥകളും സംഘടിപ്പിച്ചുവന്നു. കർഷകർക്കും കർഷകകുടിയാന്മാർക്കുമിടയിലെ സംഘടനാപ്രവർത്തനം അത്രകണ്ട് എളുപ്പമായിരുന്നില്ല. സമൂഹത്തിൽ നിലനിന്നിരുന്ന ജാതിയും അടിമത്താവസ്ഥയുമാണ് അതിനു കാരണമായത്. എന്നിരുന്നാലും കർഷകസംഘത്തിന്റെ പ്രവർത്തനങ്ങളിൽ പങ്കാളിത്തം വർദ്ധിച്ചുവന്നിരുന്നു.

മലബാറിലെ കർഷകസംഘവും ഇടതുമനോഭാവമുള്ളവരും ചേർന്ന് 1936 ൽ മദ്രാസിലേക്ക് കാൽനടയായി *പട്ടിണിജാഥ* സംഘടിപ്പിച്ചു.[12] ജനങ്ങളുടെ പട്ടിണിയും ദാരിദ്ര്യവും ഭരണാധികാരികളുടെ ശ്രദ്ധയിൽ കൊണ്ടുവരാൻ നിവേദനം സമർപ്പിക്കുന്നതിനായിരുന്നു അത്. *പട്ടിണിജാഥ* എന്ന തലക്കെട്ടോടെ പ്രശ്നങ്ങളും ആവശ്യങ്ങളും അടങ്ങുന്ന നോട്ടീസ് ജനങ്ങൾക്കിടയിൽ വിതരണം ചെയ്തിരുന്നു.[13] അധികാരികൾ നിവേദനം സ്വീകരിക്കാൻ വിസമ്മതിച്ചെങ്കിലും പൊതുവായ താല്പര്യങ്ങൾക്കുവേണ്ടിയുള്ള സാമൂഹ്യമുന്നേറ്റമായി അത് മാറുകയായിരുന്നു. ഗ്രാമങ്ങളിലൂടെയുള്ള ജാഥ കർഷകരെയും തൊഴിലാളികളെയും ഒന്നിച്ചുനിന്ന് പ്രവർത്തിക്കുന്നതിന്റെയും പോരാടുന്നതിന്റെയും ആവശ്യകതയെ ബോദ്ധ്യപ്പെടുത്താൻ ഉപകരിക്കുകയുണ്ടായി. ജാഥയെ സ്വീകരിക്കാൻ മലബാറിൽ നിരവധി പൊതുയോഗങ്ങൾ സംഘടിപ്പിക്കപ്പെട്ടു. കോഴിക്കോട് വെസ്റ്റ്ഹില്ലിൽ നടന്ന പൊതുയോഗം സ്ത്രീകൾക്കും സംഘടന അനിവാര്യമാണെന്ന ആശയം മുന്നോട്ടുവെക്കുകയുണ്ടായി. എൻ കെ സുനിത എന്ന വിദ്യാർത്ഥിനി യോഗത്തിൽ വിതരണംചെയ്ത നോട്ടീസുകൾ ലേലത്തിൽ വാങ്ങാൻ തയ്യാറായി. ജാഥയ്ക്കുവേണ്ടിയുള്ള സാമ്പത്തികസഹായമായിട്ടായിരുന്നു അത്. കോഴിക്കോട്ടെ കുഞ്ഞിക്കാവമ്മ ജാഥ അംഗങ്ങൾക്കായി സന്ദേശം കൊടുത്തയക്കുകയും അംഗങ്ങളുടെ ആവശ്യത്തിലേക്ക് നെല്ല്

നല്കുകയും ചെയ്തതായി അന്നത്തെ *മാതൃഭൂമി* പത്രം റിപ്പോർട്ടു ചെയ്തിരുന്നു.[14] പട്ടിണിജാഥയോട് സ്ത്രീകൾ കാണിച്ച താല്പര്യവും പിന്തുണയും സാമൂഹ്യപ്രശ്നങ്ങളിൽ അവർ ബോധവതികളായിരുന്നു എന്നതിന് തെളിവു നല്കുന്നവയാണ്.

മലബാറിലെ കർഷകസംഘം ശക്തിപ്പെട്ടതിനെത്തുടർന്ന് ഏകോപിച്ച് പ്രവർത്തിക്കുന്നതിനായി 1937 ൽ കോഴിക്കോട് വെച്ച് *അഖില മലബാർ കർഷകസംഘം* നിലവിൽവന്നു. പി നാരായണൻ നായർ പ്രസിഡന്റും കെ കേരളീയൻ സെക്രട്ടറിയുമായ അതിന്റെ പ്രവർത്തനകേന്ദ്രം പിന്നീട് കല്യാശ്ശേരിയിലേക്ക് മാറ്റുകയുണ്ടായി. കർഷകരുടെ ആവശ്യങ്ങൾ ഉന്നയിച്ചുകൊണ്ടുള്ള പ്രവർത്തനങ്ങളിൽ സ്ത്രീകളുടെ പങ്കാളിത്തം കൂടിവന്ന സമയമായിരുന്നു അത്. ജന്മിമാർക്കെതിരെ ഓരോ പ്രദേശത്തും കർഷകസംഘം സംഘടിപ്പിക്കുന്ന ജാഥകളിലും യോഗങ്ങളിലുമുണ്ടായ സ്ത്രീകളുടെ സജീവസാന്നിദ്ധ്യത്തെക്കുറിച്ചുള്ള പത്രറിപ്പോർട്ടുകൾ ഇത് സാധൂകരിക്കുന്നുണ്ട്. കർഷകസംഘത്തിന്റെ രണ്ടാം മലബാർസമ്മേളനം 1938 ൽ കോഴിക്കോട്ടെ ചേവായൂരിലാണ് നടന്നത്.[15] സമ്മേളനത്തിന്റെ ഭാഗമായി ഗ്രാമങ്ങളിൽനിന്നുള്ള കൃഷിക്കാർ കോഴിക്കോട് കേന്ദ്രീകരിക്കുകയും അവരുടെ ആവശ്യങ്ങൾ അനുവദിച്ചുകിട്ടാൻ ഗവൺമെന്റിലേക്ക് സമ്മർദ്ദം ചെലുത്തുകയുമുണ്ടായി. അതേത്തുടർന്ന് അന്നത്തെ റവന്യൂമന്ത്രിയായിരുന്ന ടി പ്രകാശം മലബാറിൽ സഞ്ചരിക്കുകയും മലബാർ കാർഷിക അന്വേഷണകമ്മീഷന്റെ രൂപീകരണത്തിനായി നിർദ്ദേശിക്കുകയും അഡ്വക്കേറ്റ് ജനറൽ കുട്ടികൃഷ്ണ മേനോൻ കമ്മിറ്റിയെ നിശ്ചയിക്കുകയും ചെയ്തു. അതിൽ കോൺഗ്രസിലെ ഇടതുപക്ഷത്തും വലതു പക്ഷത്തുമുള്ള എം എൽ എമാർ അംഗങ്ങളായിരുന്നു. ഈ കമ്മിറ്റി മലബാറിലുടനീളം സഞ്ചരിച്ച് കൃഷിക്കാരിൽനിന്ന് തെളിവുകൾ ശേഖരിക്കുകയുണ്ടായി.

കർഷകസംഘം പ്രവർത്തനങ്ങളിൽ പങ്കാളികളോ സാക്ഷികളോ ആയ, ഇപ്പോൾ ജീവിച്ചിരിക്കുന്ന സ്ത്രീകളുടെയും പുരുഷന്മാരുടെയും വിവരണങ്ങളിൽനിന്നും അക്കാലത്തെ പത്രറിപ്പോർട്ടുകളിൽനിന്നും വ്യക്തമാവുന്ന കാര്യം കർഷകസംഘത്തിന്റെ ഏറക്കുറെ എല്ലാ പ്രവർത്തനങ്ങളിലും സ്ത്രീകൾ പങ്കാളികളായിരുന്നു എന്നാണ്.[16] സ്ത്രീകളെ രാഷ്ട്രീയവല്ക്കരിക്കുകയും സാമൂഹീകരിക്കുകയും ചെയ്യുന്ന പ്രക്രിയ അതിലുണ്ടായിരുന്നു.[17] 1939 ൽ കരിവെള്ളൂരിനടുത്ത കൊടക്കാട് നടന്ന കാസർകോട് താലൂക്ക് കർഷകസംഘത്തിന്റെ സമ്മേളനം സ്ത്രീകളുടെ പങ്കാളിത്തം, സാമൂഹീകരണം, രാഷ്ട്രീയവല്ക്കരണം എന്നിവ എത്രത്തോളമെന്ന് വെളിപ്പെടുത്തുന്നുണ്ട്. ജാതിവ്യത്യാസമോ അയിത്തമോ വകവെക്കാതെ ഗ്രാമത്തിലെ ആളുകൾ മുഴുവൻ ഒന്നിച്ചിരുന്ന് ഒരേപന്തിയിൽ ഭക്ഷണം കഴിച്ചത് കൊടക്കാട് സമ്മേളനത്തിന്റെ ഭാഗമായിരുന്നു. ഇത്തരമൊരു അനുഭവം ഗ്രാമത്തിന് അന്യമായിരുന്നു.[18] അന്നുവരെ നിലനിന്നിരുന്ന ജാതിവ്യവസ്ഥയും അതിന്റെ കീഴ്മേൽ

ബന്ധവുമാണ് അതിലൂടെ ചോദ്യം ചെയ്യപ്പെട്ടത്.[19] കർഷകസംഘത്തിന്റെ ഇത്തരം പ്രവർത്തനങ്ങളിലൂടെ യാഥാർത്ഥ്യമായത് സാമൂഹികമായ തുറസ്സിന്റെയും സാമൂഹീകരണത്തിന്റെയും ഇടങ്ങളാണ്.

നേരിട്ടുപങ്കാളിയല്ലെങ്കിലും രണ്ടാം ലോകയുദ്ധം മലബാറിലെ സാമൂഹ്യജീവിതത്തെയും വ്യക്തിജീവിതത്തെയും സങ്കീർണ്ണമാക്കുകയുണ്ടായി. നാട്ടിലാകെ പട്ടിണിയും ചൂഷണവും വർദ്ധിച്ചു. ജന്മിമാർ ധാന്യങ്ങൾ പൂഴ്ത്തിവെക്കുകയും കൃഷിക്കാർക്ക് നല്കിവന്നിരുന്ന കൂലിയിനത്തിലുള്ള നെല്ലിൽ വലിയതോതിൽ ഇടിവുവരുത്തുകയും ചെയ്തു. കർഷകസംഘം ഇതിനെതിരെയുള്ള പ്രവർത്തനം ശക്തിപ്പെടുത്തുകയും ആളുകളെ രാഷ്ട്രീയമായി സംഘടിപ്പിക്കുകയും ചെയ്തു. നാടിന്റെ പലഭാഗത്തും നടന്ന പ്രവർത്തനങ്ങളിൽ സ്ത്രീകൾ ആവേശത്തോടെ പങ്കെടുക്കുകയുണ്ടായി. ജാഥകൾ, പൊതുയോഗങ്ങൾ, പ്രചാരണങ്ങൾ, സമരപരിപാടികൾ ഇവയിൽ എല്ലാംതന്നെ സ്ത്രീകളുടെ സംഖ്യ ഗണ്യമായി വർദ്ധിച്ചുവന്ന സമയമായിരുന്നു അത്. അതേസമയംതന്നെയാണ് കോൺഗ്രസ് സോഷ്യലിസ്റ്റുകളിലെ ഇടതുപക്ഷക്കാർ കമ്യൂണിസ്റ്റ് പാർട്ടിക്ക് രൂപംകൊടുത്തത്. കണ്ണൂർജില്ലയിലെ പിണറായിയിൽ ചേർന്ന ആദ്യയോഗത്തോടെ കമ്യൂണിസ്റ്റുപാർട്ടിയുടെ പിറവി ഔപചാരികമായി അംഗീകരിക്കപ്പെട്ടു.[20] കമ്യൂണിസ്റ്റ് പാർട്ടി കർഷകരെയും മറ്റ് തൊഴിലാളികളെയും ബഹുജനങ്ങളെയും സംഘടിപ്പിച്ച് അതിന്റെ കൊടിക്കീഴിൽ അണിനിരത്തിത്തുടങ്ങി.

യുദ്ധാനന്തരപരിതഃസ്ഥിതി ജീവിതം കൂടുതൽ ദുസ്സഹമാക്കിയതോടെ, പ്രക്ഷോഭങ്ങളും സമരങ്ങളും വ്യാപിച്ചു. 1940 സെപ്തംബർ 15 അടിച്ചമർത്തൽ വിരുദ്ധദിനമായി ആചരിക്കുന്നതിന് കർഷകരും തൊഴിലാളികളും ഒന്നുചേർന്നു. മോറാഴ, പാപ്പിനിശ്ശേരി, മട്ടന്നൂർ, തലശ്ശേരി, കോഴിക്കോട് എന്നിവിടങ്ങളിൽ ജാഥകളും പൊതുയോഗങ്ങളും സംഘടിപ്പിക്കപ്പെട്ടു. പലയിടത്തും പൊലീസ് ഇടപെടലുകളും അതിക്രമങ്ങളുമുണ്ടായി. തലശ്ശേരിയിൽ നടന്ന പൊലീസ് വെടിവെപ്പ് രണ്ടുപേരുടെ മരണത്തിനിടയാക്കി. മോറാഴ നടന്ന സംഘർഷത്തിൽ മരണപ്പെട്ടത് പൊലീസ് ഇൻസ്പെക്ടറായിരുന്നു.[21] ഇതേത്തുടർന്ന് കെ പി സി സിയെയും കർഷകസംഘത്തെയും ഗവൺമെന്റ് നിരോധിച്ചു. അതോടുകൂടി കർഷകസംഘം പ്രവർത്തകന്മാർ ഒളിവിൽ പോവുകയും ഒളിവിൽനിന്നു പ്രവർത്തനം തുടരുകയും ചെയ്തു. തുടർന്നുള്ള വർഷങ്ങളിൽ കുടിയാന്മാരായ കർഷകർ തങ്ങളുടെ സമരം വിപുലപ്പെടുത്തുകയുണ്ടായി. 1941 ഫെബ്രുവരിയിൽ കരക്കാട്ടിടം നായനാരുടെ കുടിയാന്മാർ പുനം കൈയേറി കൃഷിചെയ്തു. കയ്യൂരിലെ കൃഷിക്കാർ നീലേശ്വരം ജന്മിക്ക് അവരുടെ ആവശ്യങ്ങൾ വ്യക്തമാക്കുന്ന നിവേദനം സമർപ്പിക്കാൻ ശ്രമിക്കുന്നതിനിടെ അറസ്റ്റും പ്രതിഷേധവുമുണ്ടായി. കയ്യൂരിലെ കൃഷിക്കാർ നയിച്ച പ്രതിഷേധജാഥ കൃഷിക്കാരും പൊലീസും തമ്മിലുള്ള സംഘട്ടനത്തിലാണ് അവസാനിച്ചത്. സംഭവത്തിൽ ഒരു പൊലീസുകാരൻ മരണ

പ്പെടുകയുണ്ടായി. അതിനുശേഷം കയ്യൂർഗ്രാമം പൂർണ്ണമായി പൊലീസിന്റെ നിയന്ത്രണത്തിലാവുകയും പുരുഷന്മാരായ കർഷകസംഘം പ്രവർത്തകർ ഒളിവിൽ പോവുകയും ചെയ്തു.[22] കയ്യൂർകേസിനെ തുടർന്ന് പ്രതിചേർക്കപ്പെട്ട നാലുപേരെ 1943 മാർച്ച് 29 ന് തൂക്കിലേറ്റുകയുണ്ടായി. സ്ത്രീകൾ ഭക്ഷണം, മറ്റ് അവശ്യവസ്തുക്കൾ എന്നിവ എത്തിച്ചും വിവരം കൈമാറിയും കർഷകസംഘംപ്രവർത്തകരെ ഒളിവിൽ സംരക്ഷിച്ചു.[23] അക്കാലത്ത് തങ്ങൾക്ക് ജീവൻ നിലനിർത്താനായത് സ്ത്രീകളുടെ അസാമാന്യമായ തന്റേടംകൊണ്ടായിരുന്നു എന്ന് കർഷകസംഘം നേതാക്കൾ അതേക്കുറിച്ച് രേഖപ്പെടുത്തുന്നുണ്ട്.[24]

കർഷകസംഘം നേതാക്കൾ തുടക്കത്തിൽത്തന്നെ ശ്രദ്ധിച്ചിരുന്ന കാര്യം നിരക്ഷരരായ കർഷക സ്ത്രീകളെക്കൂടി സംഘം പ്രവർത്തനങ്ങളെക്കുറിച്ചു ബോധവതികളാക്കുക എന്നതായിരുന്നു. അക്കാലത്ത് സംഘത്തിന്റെ പ്രവർത്തനങ്ങൾ പ്രചാരപ്പെടുത്തിയത് മുഖ്യമായും ലഘുലേഖകൾ, പത്രം എന്നിവ വഴിയുമായിരുന്നു. ധനശേഖരണത്തിനായി മേളകൾ സംഘടിപ്പിക്കുകയും അതിൽ സ്ത്രീകളെ പങ്കെടുപ്പിക്കുകയും ചെയ്തിരുന്നു.[25] കർഷകത്തൊഴിലാളികളായ സ്ത്രീകൾ മാത്രമല്ല ജന്മികുടുംബത്തിൽനിന്നുള്ളവരും ഉയർന്നജാതിയിൽപ്പെട്ടവരും സമരമുഖത്തും പ്രവർത്തനങ്ങളിലും സജീവമായിരുന്നു. കർഷകസംഘത്തിലെ നേതാക്കൾ അവരുടെ ഭാര്യമാരേയും സഹോദരിമാരേയും രാഷ്ട്രീയപഠന ക്ലാസുകളിലേക്ക് അയച്ച് പരിശീലനം നല്കുകയും അവരെ പ്രവർത്തകരാക്കി മാറ്റുകയുമുണ്ടായി. ഇത്തരം ക്ലാസുകൾ വിഷയമാക്കിയത് യുദ്ധക്കെടുതി, ജന്മിമാരുടെ ചൂഷണം എന്നിവയാണ്. മിക്ക ക്ലാസുകളും നടത്തിയിരുന്നത് ഗ്രാമീണവായനശാലകൾ കേന്ദ്രമാക്കിയായിരുന്നു. രാഷ്ട്രീയമായ ആശയങ്ങൾ, തത്ത്വങ്ങൾ എന്നിവ പ്രചരിപ്പിക്കുന്നതിനും പൊതുഅഭിപ്രായം രൂപീകരിക്കുന്നതിനും വായനശാലകൾ പ്രധാനപ്പെട്ട പങ്ക് വഹിച്ചിരുന്നു.

മഹിളാസംഘവും സ്ത്രീസംഘാടനവും

കർഷകസംഘത്തിന്റെ അനുബന്ധമായാണ് തൊഴിലാളിസ്ത്രീകൾ സംഘടിപ്പിക്കപ്പെടുന്നതും അതിന്റെ പ്രവർത്തനങ്ങളിൽ സജീവമായി പങ്കെടുക്കുന്നതും. മലബാറിൽ ഉടനീളം മഹിളാസംഘം എന്ന പേരിൽ പ്രവർത്തിച്ചുതുടങ്ങിയ അതിന് താലൂക്ക് കമ്മിറ്റികളും അതിന്റെ കീഴിൽ പ്രവർത്തിക്കുന്ന പ്രാദേശിക ഘടകങ്ങളുമുണ്ടായി. സ്ത്രീകളെ കൂടാതെ ബഹുജനപ്രസ്ഥാനം സാദ്ധ്യമല്ല എന്ന് കർഷകസംഘം നേതാക്കന്മാർക്ക് അറിയാമായിരുന്നു.[26] സ്ത്രീകളെ പ്രസ്ഥാനത്തിന്റെ ഭാഗമാക്കാൻ വേണ്ടി അതുകൊണ്ടുതന്നെ ബോധപൂർവ്വശ്രമങ്ങൾ അവർ നടത്തുകയുണ്ടായി. കർഷകസംഘം യോഗങ്ങളും സമ്മേളനം നടക്കുന്നിടത്തെല്ലാം മഹിളാസമ്മേളനവും സമാന്തരമായി സംഘടിപ്പിക്കപ്പെട്ടു. 1939 ജനുവരി

1-ാം തീയതി ഓണ്ടേൻ തായമ്മയുടെ അദ്ധ്യക്ഷതയിൽ ബ്ലാത്തൂരിൽ വിളിച്ചു ചേർത്ത മഹിളായോഗത്തിൽ ഏകദേശം അഞ്ഞൂറോളം സ്ത്രീകൾ പങ്കെടുത്തിരുന്നു. 1940 മെയ് മാസത്തിൽ അവിടെത്തന്നെ മറ്റൊരു മഹിളാസമ്മേളനവും വിളിച്ചുകൂട്ടുകയുണ്ടായി.[27] സമ്മേളനത്തിൽ ചേനൻവീട്ടിൽ ലക്ഷ്മിയും പി സി കാർത്ത്യായനിക്കുട്ടിയും മഹിളാസംഘത്തിന്റെ പ്രസിഡന്റും സെക്രട്ടറിയുമായി തിരഞ്ഞെടുക്കപ്പെട്ടു.[28] 1940 ജൂണിലെ പത്രറിപ്പോർട്ടിൽ അഖില മലബാർ മഹിളാസംഘം രൂപീകരിക്കുന്നതിലേക്കായി ശാരദാകൃഷ്ണൻ, ദേവകിപള്ളം, വി പി ദേവകി, മിസിസ് ടി എസ് തിരുമുമ്പ്, പി യശോദ, മിസിസ് കെ എൻ കൃഷ്ണൻ, മിസിസ് എം ആർ ഭട്ടതിരിപ്പാട്, മിസിസ് കാണൂര് നാരായണൻ ഭട്ടതിരിപ്പാട് തുടങ്ങി ഒൻപതംഗ പ്രവർത്തക കമ്മിറ്റി രൂപീകരിച്ചതിനെക്കുറിച്ച് വിവരിക്കുന്നുണ്ട്.[29]

സ്ത്രീകളെ സംഘടിപ്പിക്കേണ്ടതിന്റെ ആവശ്യകത നേതാക്കന്മാർ മനസ്സിലാക്കിയിരുന്നു എന്നതിന് മറ്റൊരുദാഹരണമാണ് അഖിലേന്ത്യാ കിസാൻ സംഘം നേതാവായ പി സി ജോഷിയുടെ മഹിളാസംഘം പ്രവർത്തകരോടുള്ള ആഹ്വാനത്തിന്റെ പത്രറിപ്പോർട്ട്. 'ഒറ്റപ്പെടാതെ പ്രവർത്തിക്കുക' എന്ന തലക്കെട്ടോടെ പ്രസിദ്ധീകരിക്കപ്പെട്ട അത് ഇങ്ങനെ വായിക്കാം:

> സ്ത്രീകളില്ലാത്ത സംഘടന മുന്നോട്ടുപോവുകയോ നിലനില്ക്കുകയോ ഇല്ലെന്ന് ഞങ്ങൾക്ക് ബോദ്ധ്യമായത് സാമ്രാജ്യയുദ്ധഘട്ടത്തിലെ അജ്ഞാതവാസക്കാലത്താണ്. ഈ തെറ്റ് നാം തിരുത്തിവരികയാണ്. അടുക്കളയിൽനിന്ന് അടുത്തുമാത്രം മോചനം കിട്ടിയിട്ടുള്ള നിങ്ങൾക്ക് അന്യഗ്രാമങ്ങളിലേക്ക് പോകാൻ സ്വാഭാവികമായ വെമ്പൽ ഉണ്ടാകും; ഇത് ശരിയല്ല. മഹിളാപ്രസ്ഥാനമെന്നത് ഇന്നത്തെമാതിരി സംഘം പ്രവർത്തകരുടെ അമ്മമാരുടെയും ഭാര്യമാരുടെയും സംഘമായാൽ പോര. ഇത് എല്ലാ സ്ത്രീവിഭാഗങ്ങളെയും ഉൾക്കൊള്ളുന്ന പ്രസ്ഥാനമായിത്തീരണമെങ്കിൽ നിങ്ങൾ നാടുംവീടും വിടാതെ പ്രവർത്തിക്കണം, എല്ലാത്തരക്കാരായ സ്ത്രീകൾക്കിടയിലും അവരുടെ നിലയുംതരവും നോക്കിയിട്ടുവേണം സമീപിക്കാൻ; ഉദാഹരണത്തിന്, ചെറുപ്പക്കാരെയും വൃദ്ധകളെയും വ്യത്യസ്തരീതിയിലാണ് സമീപിക്കേണ്ടത്. നിങ്ങൾ നയത്തോടും മയത്തോടും കൂടിവേണം പെരുമാറാൻ. പഴമയുമായി നിങ്ങൾക്ക് പോരടിക്കേണ്ടിവരും. ആ പോരിൽ നിങ്ങൾ വളരുക മാത്രമല്ല മറ്റുള്ളവരെ വളർത്തുകകൂടി ചെയ്യണം...

തങ്ങളുടെ മക്കളെ നാടിന്റെ ശുശ്രൂഷയ്ക്കായി അയക്കാൻ അമ്മമാരോട് അഭ്യർത്ഥിച്ചുകൊണ്ടാണ് ജോഷി തന്റെ ലേഖനം അവസാനിപ്പിക്കുന്നത്.[30]

1942 ഓടെ മഹിളാസംഘം കമ്യൂണിസ്റ്റ് പ്രസ്ഥാനത്തിന്റെ ഭാഗമായി പ്രവർത്തിച്ചുതുടങ്ങിയിരുന്നു. സ്ത്രീസംഘാടനത്തിലൂടെ കമ്യൂണിസ്റ്റ് പാർട്ടി ശ്രമിച്ചത് സ്ത്രീകൾക്കിടയിൽ രാഷ്ട്രീയബോധം ഉണ്ടാക്കുന്നതിനായിരുന്നു. പാർട്ടികാര്യങ്ങൾ ഉത്തരവാദിത്വത്തോടെ ചെയ്യുക, സാംസ്കാരിക പരിപാടികൾ നടത്തുക, സാമൂഹ്യതിന്മകൾ ഇല്ലാതാക്കുക തുടങ്ങിയ പ്രവർത്തനങ്ങളിൽ ഏർപ്പെടുന്നതിനുള്ള പരിശീലനം സ്ത്രീകൾക്ക് കമ്യൂണിസ്റ്റ് പാർട്ടി നല്കിയിരുന്നു. മഹിളാസംഘം കമ്യൂണിസ്റ്റ് പാർട്ടിയുടെ ഭാഗമായി പ്രവർത്തിക്കുന്നതിൽ ചില സ്ത്രീകൾ വിയോജിപ്പ് പ്രകടിപ്പിക്കുകയുണ്ടായി. മഹിളാസംഘത്തിൽനിന്നും രാജിവെച്ചുകൊണ്ട് ഇ അമ്മുക്കുട്ടിയമ്മ സമർപ്പിച്ച കത്തിൽനിന്നും ഇത് വ്യക്തമാകുന്നുണ്ട്.[31] എന്നിരുന്നാലും ഭൂരിപക്ഷം സ്ത്രീകളും മഹിളാസംഘത്തോട് ചേർന്നുനില്ക്കുകയും അതിൽ തുടരുകയുമാണുണ്ടായത്. 1942 ൽ കോഴിക്കോട് കമ്യൂണിസ്റ്റ്പാർട്ടി സമ്മേളനം നടത്തുന്നതിനോടനുബന്ധിച്ച് എഴുപത്തിയഞ്ച് സ്ത്രീകൾ കോഴിക്കോട് പുതിയറയിലെ ഒരു വീട് വാടകയ്ക്ക് എടുക്കുകയും സ്ക്വാഡ് പ്രവർത്തനങ്ങൾ നടത്തുകയും ചെയ്തു. കോഴിക്കോട് മാനാഞ്ചിറയ്ക്ക് വടക്കുഭാഗത്ത് തറമ്മൽകൃഷ്ണൻ വക്കീലിന്റെ വീട്ടിലാണ് മലബാറിലെ മഹിളാസംഘം പ്രവർത്തകർ ഒത്തുകൂടാറെന്ന് തലശ്ശേരിക്കടുത്തുള്ള ചിറക്കുനിയിലെ പി കൃഷ്ണൻ ഓർക്കുന്നു.[32] ഒരു സ്ക്വാഡിൽ പത്തുവീതം സ്ത്രീകൾ പത്രംവില്ക്കാനും പണംപിരിക്കാനുമായി വീടുകൾതോറും കയറിയിറങ്ങുമായിരുന്നു.

മഹിളാസംഘത്തിന്റെ പ്രവർത്തനങ്ങളിൽ ഒന്നാണ് പിടിയരിശേഖരിക്കൽ. ഓരോ വീട്ടിലെ സ്ത്രീകളോടും ദിവസേന ഓരോപിടി അരി മാറ്റിവെക്കാനായി പറയുകയും ആഴ്ചയിൽ ഒരിക്കൽ മഹിളാസംഘം പ്രവർത്തകർ അത് ശേഖരിച്ച് അവരുടെ കേന്ദ്രങ്ങളിൽ എത്തിക്കുകയും ചെയ്തിരുന്നു.[33] ഇങ്ങനെ ശേഖരിക്കുന്ന അരി പാർട്ടിയോഗങ്ങൾക്കും സമ്മേളനങ്ങൾക്കും ഉപയോഗിക്കുകയാണ് പതിവ്. ഇതിന്റെ മറ്റൊരു വശം മഹിളാസംഘം പ്രവർത്തകർക്ക് സാധാരണ സ്ത്രീകളെ ആനുകാലിക പ്രശ്നങ്ങളായ ഭക്ഷ്യക്ഷാമം, അയിത്തം, യുദ്ധക്കെടുതി തുടങ്ങിയവയെ പറഞ്ഞു മനസ്സിലാക്കാൻ അവസരമൊരുക്കുന്നു എന്നതാണ്. അതുകൊണ്ടുതന്നെ ആ കാലഘട്ടത്തിലെ സ്ത്രീകൾ നാടിന്റെ അവസ്ഥാവിശേഷത്തെക്കുറിച്ച് തികച്ചും ബോധവതികളായിരുന്നു.[34] ജാഥ നയിക്കാനും ലഘുലേഖകൾ വിതരണം ചെയ്യാനും ജനങ്ങളെ ബോധവാന്മാരാക്കാനും മാത്രമല്ല, പകർച്ചവ്യാധികൾ പടർന്നുപിടിച്ച സമയത്ത് രോഗികൾക്ക് മരുന്നുനല്കാനും ശുശ്രൂഷിക്കാനും സന്നദ്ധസേവകരായി സ്ത്രീകൾ മുന്നിട്ടിറങ്ങിയിരുന്നു.[35]

മഹിളാസംഘത്തിന്റെ നേതൃത്വനിരയിൽ പ്രവർത്തിച്ച സ്ത്രീകളിൽ ഏറെപ്പേരും വിദ്യാഭ്യാസം നേടിയവരായിരുന്നു. അവരുടെ മദ്ധ്യവർഗ്ഗ പശ്ചാത്തലമായിരുന്നു അവർക്ക് വിദ്യാഭ്യാസം ലഭിക്കാൻ

ഇടയാക്കിയത്. അവരിൽ മിക്കവർക്കും രാഷ്ട്രീയ കുടുംബപശ്ചാത്തലം ഉള്ളതായും കാണാം. മാത്രമല്ല, മിക്കവരും അദ്ധ്യാപികമാരുമായിരുന്നു. ബക്കളത്തെ കെ ജാനകി, യു ഓമന, ലീല, യു ജാനകി, പി നാണി, സി ലക്ഷ്മിക്കുട്ടി, പി യശോദ തുടങ്ങിയവരെല്ലാം ഇക്കൂട്ടത്തിൽപ്പെടും.[36] വിദ്യാഭ്യാസം ലഭിച്ചവരെന്നനിലയിൽ ഇവർക്ക് സമൂഹത്തിൽ സ്വീകാര്യതയും അംഗീകാരവും എളുപ്പമായിരുന്നു. മഹിളാസംഘങ്ങൾ വിവിധ വിഭാഗത്തിൽപ്പെട്ട തൊഴിലാളികൾക്കിടയിലുള്ള പ്രവർത്തനങ്ങൾക്കാണ് ഊന്നൽകൊടുത്തിരുന്നത്. വിദ്യാഭ്യാസം, തൊഴിൽ തുടങ്ങി സ്ത്രീകളെ ബാധിക്കുന്ന പ്രശ്നങ്ങളെ അവർ കൈകാര്യം ചെയ്തിരുന്നു. ഒപ്പം തന്നെ ജാത്യാചാരത്തിനെതിരെ പന്തിഭോജനം, മിശ്രവിവാഹം തുടങ്ങിയവ പ്രോത്സാഹിപ്പിക്കാനും അതിന് മാതൃകയാവാനും അവർക്ക് സാദ്ധ്യമായി. പ്രധാനപ്പെട്ട മഹിളാസംഘം പ്രവർത്തകരായ പി നാണി ടീച്ചർ, എടോത്ത് ജാനകി തുടങ്ങിയവർ വിജാതീയവിവാഹം കഴിച്ചവരായിരുന്നു.[37] മഹിളാസംഘത്തിലൂടെ സ്ത്രീകൾ എത്രമാത്രം സാമൂഹീകരിക്കപ്പെടുകയും രാഷ്ട്രീയബോധമുള്ളവരായിത്തീരുകയും ചെയ്തിരുന്നു എന്നാണ് ഇതിലൂടെ വ്യക്തമാകുന്നത്. ഇവരിൽ പലരും ദൂരസ്ഥലങ്ങളിൽ യാത്രചെയ്ത് സമ്മേളനങ്ങളിലും യോഗങ്ങളിലും പങ്കെടുക്കുന്നവരായിരുന്നു. മഹിളാസംഘത്തിന്റെ പ്രവർത്തനത്തിൽ ഏർപ്പെട്ടിരുന്ന സ്ത്രീകൾക്ക് മറ്റു സ്ത്രീകളേക്കാൾ സാമൂഹിക സമ്പർക്കങ്ങൾക്കുള്ള അവസരങ്ങളും അതിനനുസരിച്ചുള്ള സാമൂഹികചലനക്ഷമതയും ഉണ്ടായിരുന്നു എന്ന് ഇതിലൂടെ വെളിപ്പെടുന്നുണ്ട്.

കർഷകസമരങ്ങളിൽ സ്ത്രീകളുടെ പങ്ക്

മലബാറിൽ കർഷകരുടെ നേതൃത്വത്തിൽ നടന്ന സമരങ്ങളിൽ സ്ത്രീകളുടെ പങ്കാളിത്തം വലുതായിരുന്നു. പലസമരങ്ങളും സ്ത്രീകളുടെ നേതൃത്വത്തിലും മുൻകൈയിലും നടന്നവയാണ്. സ്ത്രീകർഷകത്തൊഴിലാളികൾ മാത്രമല്ല അദ്ധ്യാപികമാർ, മഹിളാപ്രവർത്തകർ തുടങ്ങി സമൂഹത്തിന്റെ വിവിധ വിഭാഗങ്ങളിൽനിന്നുള്ള സ്ത്രീകളും സമരങ്ങളിൽ സജീവമായുണ്ടായിരുന്നു. എല്ലാസമരങ്ങളും പ്രത്യക്ഷമായും പരോക്ഷമായും ബാധിച്ചിരുന്നത് സ്ത്രീകളെയായിരുന്നു. സമരത്തിന്റെ ഫലമായി ഉണ്ടായിവന്ന പൊലീസ് നടപടികളും അതിക്രമങ്ങളിലും സ്ത്രീകൾക്ക് ഭർത്താക്കന്മാരെയോ മക്കളെയോ അല്ലെങ്കിൽ സഹോദരനെയോ രക്ഷിതാവിനെയോ നഷ്ടപ്പെട്ടിരുന്നു. പലർക്കും ശാരീരികവും മാനസികവുമായ സമ്മർദ്ദങ്ങളും രോഗങ്ങളും ഏല്ക്കേണ്ടിവന്നിട്ടുണ്ട്. സമരകാലത്ത് പുരുഷന്മാരുടെ അഭാവത്തിൽ സ്ത്രീകളുടെ അദ്ധ്വാനഭാരം ഇരട്ടിക്കുകയാണുണ്ടായത്.

എല്ലാ പ്രായത്തിലുമുള്ള സ്ത്രീകളും കർഷകസമരത്തിന്റെ ഭാഗമായിരുന്നു. അതിൽ ഗർഭിണികളും കൈക്കുഞ്ഞുള്ള അമ്മമാരും ഉണ്ടായിരുന്നു. സമരങ്ങൾ പലയിടത്തും പൊലീസുമായുള്ള ഏറ്റുമുട്ടലിലും

മരണത്തിലുമാണ് അവസാനിച്ചത്. സ്ത്രീകളുടെ മുൻകൈയിൽ നടന്ന പലസമരങ്ങളും സായുധസമരത്തിന്റെ രൂപമാർജ്ജിക്കുകയുണ്ടായി. അരിവാളും മറ്റ് പണിയായുധങ്ങളുമായി സമരത്തിനിറങ്ങിയ സ്ത്രീകളുടെ സ്വാഭാവികമായ ചെറുത്തുനില്പുകളുടെ രൂപമായിരുന്നു അത്. സമരത്തെ നേരിടാൻ എത്തുന്ന പൊലീസുകാരെ സ്ത്രീകൾ വിരട്ടിയോടിക്കുന്നതും സമരമുഖത്തുനിന്ന് അറസ്റ്റു ചെയ്തുകൊണ്ടുപോകുന്ന പുരുഷന്മാരെ പൊലീസിൽനിന്നും രക്ഷപ്പെടുത്തുന്നതുമായ സംഭവങ്ങളായിരുന്നു അവ. മലബാറിലെ കർഷകസ്ത്രീകളുടെ സമരങ്ങൾക്ക് സമാനമായ ഇത്തരം സംഭവങ്ങൾ രാജ്യത്തെ ഇതരപ്രദേശങ്ങളിലെ കർഷകസമരങ്ങളിലും ആവർത്തിക്കുന്നത് അക്കാലത്ത് റിപ്പോർട്ട് ചെയ്യപ്പെട്ടിരുന്നു.[38]

കർഷകസമരം ജീവനോപാധികൾക്കുവേണ്ടിയുള്ള സമരമായാണ് വികസിച്ചത്. വ്യാപകമായ ഭക്ഷ്യദൗർലഭ്യവും തൊഴിൽപ്രതിസന്ധികളും പുതിയസമരമുറകൾക്ക് വഴിയൊരുക്കി. *വിത്തിട്ടവൻ വിളകൊയ്യും* എന്ന മുദ്രാവാക്യവുമായി ആരംഭിച്ച കർഷകപ്രക്ഷോഭം വയലുകളിൽനിന്ന് വിളകൾ കൊയ്തെടുക്കുന്നതിലേക്ക് കർഷകത്തൊഴിലാളികളെ നയിച്ചു. *വിളകൊയ്ത്ത് സമരം* എന്ന പേരിലറിയപ്പെട്ട സമരങ്ങളിൽ പലപ്രദേശങ്ങളിലും സ്ത്രീകൾ സജീവമായി പങ്കെടുക്കുകയുണ്ടായി. ഇതോടൊപ്പംതന്നെ ഉപജീവനത്തിനായുള്ള മറ്റ് സമരങ്ങളും വ്യാപകമായി. *പുല്ല്പറി സമരം*, *തോൽ-വിറക്* സമരം, *നെല്ലെടുപ്പ്* സമരം എന്നിവയായിരുന്നു അവ.

വിളകൊയ്ത്ത് സമരം

കയ്യൂരിനടുത്ത പാലായിലെ ഭൂരിഭാഗം കൃഷിഭൂമിയും നീലേശ്വരം രാജയുടെ കൈവശമായിരുന്നു. 1941 ഫെബ്രുവരി മാസം പാലായിലെ കർഷകസംഘം പ്രവർത്തകർ ജന്മിമാരായ തണ്ടലാട്ട് അമ്പാടി, കൊവ്വൽ അമ്പാടി, അയല വളപ്പിൽ കുഞ്ഞികൃഷ്ണൻ നമ്പ്യാർ എന്നിവരുടെ വിളകൾ കൊയ്യുകയുണ്ടായി. സമരക്കാർക്ക് കുഞ്ഞികൃഷ്ണൻ നമ്പ്യാരുടെ വയലിൽ തടസ്സവും സംഘർഷവും നേരിടേണ്ടിവന്നു. ഒരുകൂട്ടം സ്ത്രീകളും പുരുഷന്മാരും ചേർന്നാണ് വിളകൊയ്തത്. സ്ത്രീകളുടെ കൂട്ടത്തിൽ കുഞ്ഞാമ്മ, കരിപ്പി, ദാക്ഷായണി, മാണിക്കം എന്നിവർ ഉണ്ടായിരുന്നു.[39] ഇത്തരം സമരം കാഞ്ഞങ്ങാടിനടുത്ത ഗ്രാമമായ ഉദിനൂരിലും നടന്നു.[40] 1942 സെപ്തംബർ 3-ാം തീയതി കർഷകസംഘം വെങ്ങലാട്ട് കുഞ്ഞമ്പുനായർ എന്ന ജന്മിയുടെ പാടത്ത് നിർബ്ബന്ധിത കൊയ്ത്തുനടത്തി. സ്ത്രീകളായിരുന്നു സമരത്തിന് മുൻകൈ എടുത്തതെന്നും, അവരായിരുന്നു അടുത്ത പ്രദേശങ്ങളിൽചെന്ന് കൊയ്യാനുള്ള അരിവാളുകൾ ശേഖരിച്ച് പാടത്ത് ഒളിപ്പിച്ചുവെച്ചതെന്നും സമരത്തിൽ പങ്കെടുത്ത കിഴക്കൂർ ലക്ഷ്മി സാക്ഷ്യപ്പെടുത്തുന്നുണ്ട്.[41] കൊയ്തതിനുശേഷം അവ പാടത്തിട്ട് മെതിച്ച് നെല്ലാക്കി വീടുകളിലേക്ക്

ചുമന്നുകൊണ്ടുപോയത് കൊളവളപ്പിൽ പാർവ്വതി ഓർക്കുന്നു.[42] കിഴക്കൂർ ലക്ഷ്മി, കൊളവളപ്പിൽ പാർവ്വതി എന്നിവരെ കൂടാതെ തട്ടാക്കോട് പുറവൻകര അമ്മാറു, കണിച്ച കുളങ്ങര ഉച്ചിര, തെക്കെ വെങ്ങലാട്ട് മീനാക്ഷി തുടങ്ങിയ സ്ത്രീകളും ഇതിൽ പങ്കാളികളായിരുന്നു.

1944 ൽ പുലിയന്നൂരിൽ നടന്ന കൊയ്ത്തുസമരത്തിൽ നൂറോളം സ്ത്രീകൾ പങ്കെടുത്തിരുന്നു.[43] ഏറ്റവും കൂടുതൽ സ്ത്രീപങ്കാളിത്തമുണ്ടായ സമരങ്ങളിലൊന്നായിരുന്നു പുലിയന്നൂരിലേത്. സമരത്തോടനുബന്ധിച്ച് സുബ്രഹ്മണ്യം തിരുമുമ്പ്, എം ജി കാമത്ത്, എ പി കുഞ്ഞമ്പു, വി പി കുഞ്ഞമ്പു, കെ എ കേരളീയൻ തുടങ്ങിയ കർഷകസംഘം നേതാക്കൾ പുലയന്നൂർ ഗ്രാമം സന്ദർശിക്കുകയുണ്ടായി. ആ പ്രദേശത്തെ ഒട്ടുമുക്കാൽ ഭൂമിയും താഴെക്കാട്ട് ദേവസ്വത്തിന് കീഴിലായിരുന്നു. സംഘംപ്രവർത്തകർ നെല്ലുകൊയ്യാൻ തുടങ്ങിയപ്പോൾ പൊലീസ് ഇടപെട്ട് തടയാൻ ശ്രമിച്ചെങ്കിലും കർഷകസ്ത്രീകളുടെ ചെറുത്തുനില്പു കാരണം അവർക്ക് പിൻവാങ്ങേണ്ടിവന്നു. മീത്തലെപുരയിൽ കുഞ്ഞാത, ചേരിക്കൽ ചെമ്മരുത്തി, ചേരിക്കൽ കാരിച്ചി, പുതിയപുരയിൽ ചെറിയ, കലക്കാരന്റെ മാണിക്കം, സി വി ചെറിയ, സി വി കുഞ്ഞാമ്മ, താഴത്തു വീട്ടിൽ പാർവ്വതി, കുഞ്ഞിപുരയിൽ ചെട്ടിച്ചി, ടി വി കുഞ്ഞാങ്ങ, പടിഞ്ഞാറെവളപ്പിൽ മാധവി, പുതിയവീട്ടിൽ മാധവി, വണ്ണാത്താടിച്ചി കാരിച്ചി എന്നിവർ അതിൽ പങ്കാളികളായിരുന്നു.[44] തിമിരി, താഴെക്കാട്ട് മന എന്നിവിടങ്ങളിലെ നെല്ലുകൊയ്ത്തുസമരത്തിൽ സ്ത്രീകളുടെ പങ്കാളിത്തം വ്യത്യസ്ത രീതിയിലായിരുന്നു.[45] തിമിരിസമരത്തിൽ പങ്കെടുത്തവരെ അറസ്റ്റുചെയ്യുകയും കോടതിയിൽ ഹാജരാക്കുകയുമുണ്ടായി. സമരത്തിൽ ആകെയുണ്ടായിരുന്ന ഇരുപത്തെട്ട് പേരിൽ എട്ടുപേർ സ്ത്രീകളായിരുന്നു. താഴെക്കാട്ട് മനയിലെ വിളകൊയ്യുന്നത് പൊലീസ് ഇടപെട്ട് തടയാൻ ശ്രമിച്ചെങ്കിലും മനയിലെ നങ്ങായികുട്ടി, പൂച്ചക്കാടിച്ചി ഉച്ചിര, പണ്ടാരപുരയിൽ ഏറുവാടി, മാണിക്കം, പൊത്താട്ടി ഉമ്പിച്ചി, പാലേരി കുമ്പ, മേക്കര മീനാക്ഷി, ആട്ടക്കാരി വാനി, പൊടുവാട്ടി പാർവ്വതി തുടങ്ങിയ സ്ത്രീകൾചേർന്നാണ് വിള കൊയ്തെടുത്തത്.[46]

താഴെക്കാട്ട് മനയുടെ സമീപമുള്ള കൊഴുമ്മൽ പ്രദേശത്തും നെല്ല് കൊയ്ത്ത് സമരം നടന്നതായി മന്ദ്യൻവീട്ടിൽ കൃഷ്ണൻ പറഞ്ഞു.[47] അതുപോലെ കുടകിനോട് തൊട്ടുകിടക്കുന്ന നീലേശ്വരത്തിനടുത്തുള്ള എളേരിയിൽ നടന്ന കൊയ്ത്തുസമരത്തിലും സ്ത്രീകൾ പങ്കെടുത്തിരുന്നു. ഉയരമുള്ള കുന്നിന്റെ മുകളിലാണ് എളേരിതട്ട്. സമരത്തിൽ പങ്കാളിയായിരുന്ന, വള്ളിയോട്ട് മാണി അതേക്കുറിച്ച് ഓർക്കുന്നത് ഇങ്ങനെയാണ്: 'തലേദിവസം രാത്രി വിദൂരപ്രദേശങ്ങളായ കാര്യങ്കോട്, മയിച്ച എന്നിവിടങ്ങളിൽനിന്നും സ്ത്രീകൾ എളേരിയിലെ വിവിധ വീടുകളിൽ വന്ന് തമ്പടിക്കുകയും പിറ്റേന്ന് വെളുത്തേടൻ കേളുനായർ എന്ന ജന്മി

യുടെ നെല്ല് മൂർന്ന് വിളകൾ അവരവരുടെ വീട്ടിലേക്ക് ചുമന്നുകൊണ്ടു പോവുകയുമാണ് ചെയ്തത്.'[48] കർഷകസംഘം പ്രവർത്തകനായ പൊടോര കുഞ്ഞമ്പു അതിൽ പങ്കെടുത്ത സ്ത്രീകളെക്കുറിച്ചു നല്കുന്ന വിവരം ഇത്രയുമാണ്: 'വള്ളിയോട്ട് മാണി, വള്ളിയോട്ട് പാട്ടി, എടോലത്ത് ചിരി, തോട്ടിയിൽ ചെറിയ, കാട്ടൂർ പാർവ്വതി, കാട്ടൂർ മാധവി, കുറുവാട്ടേ മാണിയും പാർവ്വതിയും, വള്ളിയോട്ട് ചെറിയയും ലക്ഷ്മിയും താഴെ വീട്ടിൽ കാരിച്ചിയും ആ സമരത്തിൽ പങ്കെടുത്തിരുന്നു.'[49] താഴെവീട്ടിൽ കാരിച്ചി സമരത്തിൽ പങ്കെടുത്തത് തന്റെ മൂന്നുമാസം പ്രായമുള്ള കൈ കുഞ്ഞിനെ പാടത്തിനരികിൽ കിടത്തിയിട്ടാണ്.[50]

പുല്ലരിയൽ സമരം

പുല്ലരിയൽ സമരം അഥവാ പുല്ലുപറിസമരം സ്ത്രീകളുടെ നേതൃത്വത്തിൽ നടന്ന സമരമായിരുന്നു. മലബാറിന്റെ വിവിധയിടങ്ങളിലായി 1946 നെ തുടർന്നുള്ള മൂന്നുവർഷങ്ങളിലാണ് ഇത്തരം സമരങ്ങൾ നടന്നത്. കണ്ടകൈ, പെരിങ്ങോം, പെരളം തുങ്ങിയ സ്ഥലങ്ങളിലെ സമരങ്ങൾ അതിൽ ചിലതാണ്. അക്കാലത്ത് കുടിയാന്മാർ അവരുടെ വീടിന്റെ മേല്ക്കൂര മേഞ്ഞിരുന്നത് തരിശുഭൂമിയിൽ വളരുന്ന പുല്ല് ഉപയോഗിച്ചായിരുന്നു. ജന്മിമാരും കുടിയാന്മാരും തമ്മിലുള്ള ബന്ധം വഷളായതിനെ തുടർന്ന് ജന്മിമാർ പുല്ല് അരിഞ്ഞെടുക്കാൻ കുടിയാന്മാരെ അനുവദിക്കാതായി. പുല്ല് ശേഖരിക്കൽ പ്രധാനമായും സ്ത്രീകളായിരുന്നു. അതുകൊണ്ടുതന്നെ ഇത്തരം സമരങ്ങൾക്ക് മുൻകൈ എടുത്തത് സ്ത്രീകളായിരുന്നു. നിലനില്പിനാവശ്യമായ അടിസ്ഥാന വസ്തുക്കൾ നിഷേധിക്കപ്പെട്ടതോടെയാണ് സ്ത്രീകൾ സമരത്തിനിറങ്ങിയത്.

പെരിങ്ങോം-വയക്കര പുല്ലരിയൽസമരം നടന്നത് 1946 നവംബറിലാണ്. സമരത്തിൽ പങ്കെടുത്ത പിലാക്കൂ മീനാക്ഷി, പിലാക്കൂ ചീരി എന്നീ സ്ത്രീകൾ പറഞ്ഞത് സമരത്തോടനുബന്ധിച്ച് എച്ചിലംപാറയിൽ നിന്നാണ് അവർ പുല്ല് ചെത്തിയതെന്നാണ്. അവരോടൊത്ത് മണിയേരി ലക്ഷ്മി, പുതിയവീട്ടിൽ ലക്ഷ്മി, അവരോട്ടി നാരായണി, കാന ചെറിയ, തുടങ്ങിയവരുമുണ്ടായിരുന്നു.[51] പെരളം, കൊടക്കാട്, പുത്തൂർ എന്നിവിടങ്ങളിൽ സമാനരീതിയിലുള്ള പുല്ലരിയൽസമരം നടന്നിരുന്നു. പുല്ലരിയുന്നത് ജന്മിമാർ തടഞ്ഞപ്പോൾ കർഷകസംഘത്തിന്റെ നേതൃത്വത്തിൽ ആയിരത്തഞ്ഞൂറോളം സ്ത്രീപുരുഷന്മാർ ഒത്തുചേർന്ന് കൊടക്കാട് മുതൽ പുത്തൂർ വരെയുള്ള വിശാലമായ ഭൂഭാഗത്തുനിന്ന് പുല്ലരിഞ്ഞെടുക്കുകയുണ്ടായി.[52] അതേവർഷം ഡിസംബർ മാസം നടന്ന കണ്ടകൈയിലെ പുല്ലരിയൽ സമരം പ്രധാനപ്പെട്ട സമരങ്ങളിലൊന്നായിരുന്നു. കരക്കാട്ടിടം നായനാരുടെ കാര്യസ്ഥനായ ഇ പി ഗോവിന്ദൻ നമ്പ്യാർ സമരക്കാരെ തടഞ്ഞപ്പോൾ, അവർ ചെറുത്തുനില്ക്കുകയും നമ്പ്യാരുടെ പറമ്പിൽനിന്ന് പുല്ലരിയുകയും ചെയ്തു. വയലമ്പ്രത്ത്

കുഞ്ഞാതി, എടവൻ പാർവ്വതി, മരുതിയോട് തമ്പായി, ചീയ്യേയി, എം വി ദേവകി, പി കെ കുഞ്ഞാക്കമ്മ, ചെറിയ, പി കെ ലക്ഷ്മി, ശ്രീദേവി തുടങ്ങിയവരായിരുന്നു ആ സമരത്തിൽ പങ്കെടുത്ത സ്ത്രീകൾ. ജന്മി സമരക്കാർക്കെതിരെ പരാതി നല്കുകയും, അതേത്തുടർന്ന് മലബാർ സ്പെഷ്യൽ പൊലീസ് കുടിയാന്മാരുടെ വീടുകളിൽ കയറി അതിക്രമങ്ങൾ കാണിക്കുകയുണ്ടായി. അതിക്രമത്തിൽ പാത്രങ്ങളും പിഞ്ഞാണങ്ങളും ഇതര വീട്ടുവസ്തുക്കളും നശിപ്പിക്കപ്പെടുകയും ആളുകൾക്ക് മർദ്ദനമേല്ക്കേണ്ടിവരികയും ചെയ്തു.

തങ്ങളുടെ ജീവനും സ്വത്തിനും ഭീഷണിയുയർന്നതിനെത്തുടർന്ന് പി കെ കുഞ്ഞാക്കമ്മയുടെ നേതൃത്വത്തിൽ സ്ത്രീകൾ ജന്മിയുടെ വീട്ടിലേക്ക് ജാഥ നയിക്കുകയുണ്ടായി. 1947 ജനുവരി മാസം 22-ാം തീയതിയായിരുന്നു അത്. നശിപ്പിക്കപ്പെട്ട പാത്രങ്ങളുടെയും, വീട്ടുപകരണങ്ങളുടെയും അവശിഷ്ടങ്ങൾ സ്ത്രീകൾ തലയിലേറ്റിയിരുന്നു. അവർ അത് ജന്മിയുടെ വീട്ടുമുറ്റത്ത് നിക്ഷേപിക്കുകയും തങ്ങളുടെ രോഷം പ്രകടിപ്പിക്കുകയും ചെയ്തു. *കലംകെട്ട്* എന്നാണ് പിന്നീട് ഈ ജാഥ അറിയപ്പെട്ടത്. *കലംകെട്ട്* സമരത്തിൽ സജീവമായുണ്ടായിരുന്ന സ്ത്രീയുടെ മകൾ, ഇ വി മീനാക്ഷി സമരത്തിൽ പങ്കെടുത്ത മൂന്നു സ്ത്രീകളെ എം എസ് പിക്കാർ പിടിച്ചുകൊണ്ടുപോയതായി സാക്ഷ്യപ്പെടുത്തുന്നുണ്ട്.[53] ജന്മിമാരുടെ വീട്ടിലേക്ക് കൊണ്ടുപോയ അവരോട് പാത്രങ്ങളുടെ അവശിഷ്ടങ്ങൾ എടുത്തുമാറ്റാൻ പൊലീസ് ആജ്ഞാപിച്ചെങ്കിലും സ്ത്രീകൾ അതിന് വിസമ്മതിക്കുകയാണുണ്ടായത്. പിന്നീട് ജന്മി കർഷകത്തൊഴിലാളി സ്ത്രീകൾക്കെതിരെ പരാതിനല്കുകയും ജാഥയ്ക്ക് നേതൃത്വം നല്കിയ കുഞ്ഞാക്കമ്മയെ അറസ്റ്റ് ചെയ്യുകയുമുണ്ടായി.[54] തുടർന്നും *കലംകെട്ട്* സമരം മലബാറിന്റെ പലഭാഗങ്ങളിലും നടന്നു. കാസർഗോഡ് ഉദുമയിൽ എം എസ് പിക്കാർ കുടിയാന്മാരുടെ വസ്തുവകകൾ നശിപ്പിച്ചപ്പോൾ ശാന്ത, ശാന്തയ്ക്ക് അന്ന് പതിനഞ്ച് വയസ്സ് മാത്രമേ പ്രായമുണ്ടായിരുന്നുള്ളു, പുല്ലായിക്കൊടി ചിരുത തുടങ്ങി ഇരുപത്താറു സ്ത്രീകൾ മജിസ്ട്രേട്ട് കോടതിയിലേക്ക് ജാഥ നയിക്കുകയുണ്ടായി.[55] ആലയ് എന്ന പ്രദേശത്ത് പൊലീസ് അതിക്രമവും നാശനഷ്ടവുമുണ്ടായപ്പോൾ കുഞ്ഞമ്മാറിന്റെ നേതൃത്വത്തിൽ സ്ത്രീകൾ കോൺഗ്രസ് പ്രസിഡന്റിന്റെ വീട്ടിലേക്കാണ് ജാഥ നയിച്ചത്. ആലയ് കലംകെട്ട് സമരത്തിൽ കുഞ്ഞമ്മാർക്കൊപ്പം ചാപ്പയിൽ ലിങ്കമ്മ, വടക്കേക്കര മാണിക്കം, കല്ലിൻകീഴിൽ അമ്മാറ, കരുവാക്കൽ കുഞ്ഞാത, ആലൈ കല്ലിൽ വെള്ളച്ചി, ചെറിയോൾ, വാടക്കൊടച്ചി കുമ്പ തുടങ്ങിയ സ്ത്രീകൾ പങ്കെടുത്തിരുന്നു.[56]

തോൽ-വിറക് സമരം

ഗ്രാമങ്ങളിൽ ജന്മിയും കുടിയാന്മാരും തമ്മിലുള്ള ബന്ധം വഷളായിക്കൊണ്ടിരുന്നു. ആദ്യകാലങ്ങളിൽ നിലനിന്നിരുന്ന നല്ല ബന്ധം അവ

സാനിക്കുകയും ജന്മി കുടിയാന്റെമേൽ നിസ്സാരകാര്യങ്ങൾക്കുപോലും നിയന്ത്രണവും ശിക്ഷയും അടിച്ചേല്പിക്കുകയും ചെയ്തു. എതിർപ്പിനോ പ്രതിഷേധത്തിനോ കുടിയാൻ ശ്രമിച്ചാൽ അവന്റെ വീട്ടിന് മുകളിലോ കിണററിന് മുകളിലോ അടയാളം തൂക്കിയിടും. ഇങ്ങനെ അടയാളമിട്ടു കഴിഞ്ഞാൽ പിന്നെ ആ വസ്തു കുടിയാന് പെരുമാറാൻ പാടില്ല എന്നാണ് ചട്ടം.[57] അയാൾ മറ്റേതെങ്കിലും ജന്മിയുടെ അടുത്ത് തൊഴിൽ തേടി പോയാൽ അവിടെ അയാൾക്ക് തൊഴിൽ കിട്ടില്ല. ജന്മിയുടെ സ്ഥല ത്തുനിന്ന് വിറക്, വളത്തിനുള്ള പച്ചില, പശുവിനെ തീറ്റിക്കാനുള്ള പുല്ല് തുടങ്ങിയവ ശേഖരിക്കാൻ കുടിയാനെ അനുവദിക്കാറില്ല.[58] തോൽ-വിറകു ശേഖരണം കർഷകസ്ത്രീകളുടെ കുടുംബജീവനത്തിനുള്ള മുഖ്യവരുമാന മാർഗ്ഗവുമായിരുന്നു.[59] ഉപജീവനത്തിനുള്ള വഴികളടഞ്ഞ ഈയൊരു പരിതഃസ്ഥിതിയിൽ കുടിയാന്മാരായ സ്ത്രീകൾ തോല്, വിറക് ഇവ ശേഖരിക്കുന്നതിനായി സമരത്തിനിറങ്ങിത്തുടങ്ങി.

1946 കാസർഗോഡ് നടന്ന തോൽ-വിറക് സമരത്തിൽ നൂറിലധികം സ്ത്രീകൾ പങ്കെടുക്കുകയുണ്ടായി. നീലേശ്വരം ഫർക്കയിലെ കർഷകർ വിറക്, പച്ചില, പുല്ല് എന്നിവ ശേഖരിച്ചിരുന്നത് തിമിരി-ചിമേനി പ്രദേശ ങ്ങളിലെ കാടുകളിൽ നിന്നായിരുന്നു. താഴെക്കാട്ടു മനയുടെ കൈവ ശമായിരുന്ന ഈ കാടുകൾ ജോർജ്ജ്തോമസ് കൊട്ടുകാപ്പള്ളി എന്ന യാൾ ചാർത്തി വാങ്ങിയതോടെ തിമിരി, ക്ളായിക്കോട്, ചെറുവത്തൂർ, കയ്യൂർ തുടങ്ങിയ സ്ഥലങ്ങളിലെ കർഷകർ കാലാകാലമായി തോൽ, വിറക് എന്നിവ ശേഖരിച്ചുവന്നിരുന്ന അവകാശം തടയപ്പെട്ടു. ഇതിനെ തിരെ വിവിധപ്രദേശങ്ങളിൽ നിന്നുള്ള കർഷകസ്ത്രീകൾ സംഘടിച്ച് സമരത്തിനിറങ്ങി. കേരള കിസാൻ സംഘം സെക്രട്ടറി കെ എ കേരളീയൻ സമരകാലം മുഴുവൻ ചെറുവത്തൂരിൽ ക്യാമ്പുചെയ്യുകയും സ്ത്രീകളെയും പുരുഷന്മാരെയുംകൊണ്ട് എസ്റ്റേറ്റിലേക്ക് പ്രതി ഷേധജാഥ നയിക്കുകയും ചെയ്തു. സ്ത്രീകളുടെയും പുരുഷന്മാ രുടെയും നേതൃത്വത്തിൽ പ്രത്യേകം ജാഥകളാണ് എസ്റ്റേറ്റിലേക്ക് മാർച്ച് ചെയ്തതെന്ന് ആണ്ടലാട്ട് അദ്ദേഹത്തിന്റ കൃതിയായ *രേഖയില്ലാത്ത ചരിത്ര*ത്തിൽ പറയുന്നുണ്ട്.[60] പി മാധവനും, എ കെ ജിയും അവരുടെ പുസ്തകങ്ങളിലും എസ്റ്റേറ്റ് സമരത്തെ പരാമർശിക്കുന്നുണ്ട്.[61] ഇതേ കാര്യം അന്നത്തെ (1946 ഒക്ടോബർ 18) *മാതൃഭൂമി*പത്രത്തിൽ ചീമേനി-തിമിരി എസ്റ്റേറ്റ് കൈയേറി എന്ന തലകെട്ടോടുകൂടി വായിക്കാനാകും.[62]

തോൽ-വിറകു സമരത്തിൽ സ്ത്രീകളെ സംഘടിപ്പിക്കാൻ വേണ്ടി നേതൃത്വപരമായ പങ്കുവഹിച്ചവരാണ് കുട്ടമത്ത് പ്രദേശത്തെ കൂത്തൂർ പാട്ടിയമ്മ, ചട്ടിച്ചിപ്പാറു, എടാടം വീട്ടിൽ മാധവി, മാരാത്തി പാർവ്വതി, മീത്തലെ വീട്ടിൽ ലക്ഷ്മി, പി വി ചെറിയ, ഇ ടി കാർത്ത്യായനി, സി മാധവി തുടങ്ങിയ സ്ത്രീകൾ.[63]

തോലും വിറകും ഞങ്ങളെടുക്കും
കാലൻ വന്നു തടുത്താലും

കാവല്ക്കാരെ സൂക്ഷിച്ചോളിൻ
പാവങ്ങളുടെ മെയ്യ് തൊട്ട് കളിച്ചാൽ
അരിവാൾ തോലരിയാനായി മാത്രം
പരിചൊടു കൈയിൽ കരുതിയതല്ല...

എന്ന കേരളീയന്റെ പാട്ടു പാടിക്കൊണ്ടാണ് സ്ത്രീകൾ എസ്റ്റേറ്റ്വക സ്ഥലത്തേക്ക് നീങ്ങിയത്. വിറകും തോലും ശേഖരിച്ച കർഷകരെ പൊലീസ് മർദ്ദിക്കുകയും അറസ്റ്റു ചെയ്തുകൊണ്ടുപോകാൻ ശ്രമിക്കുകയും ചെയ്തു. കുത്തൂർ പാട്ടിയമ്മയുടെ നേതൃത്വത്തിലുള്ള സ്ത്രീകൾ അരിവാളും മുദ്രാവാക്യം വിളിയുമായി ഇതിനെ ചെറുത്തുനിന്നു.[64] അതേത്തുടർന്ന് പൊലീസ് ഉദ്യോഗസ്ഥർ അവരെ വിടുകയാണുണ്ടായത്. സ്ത്രീകളുടെ ധീരമായ ഇടപെടലാണ് ഇതിനുവഴിവെച്ചത്. നൂറ്റിഏഴാം വകുപ്പുപ്രകാരം ഏഴ് ആളുകളുടെ പേരിൽ കേസ് ചാർജ് ചെയ്തെങ്കിലും പ്രതികളിൽ ആരെയും പിടിക്കാൻ പൊലീസിനു സാധിച്ചില്ല. ഒടുവിൽ സന്ധിസംഭാഷണങ്ങളിലൂടെ കർഷകരുടെ ആവശ്യങ്ങൾ അനുവദിച്ചു കിട്ടുകയായിരുന്നു.

നെല്ലെടുക്കൽ സമരം

നെല്ലുകൊയ്ത്തു സമരംപോലെ നെല്ലുപിടിച്ചെടുക്കൽ സമരത്തിലും സ്ത്രീകൾ സജീവമായി പങ്കെടുക്കുകയുണ്ടായി. ഗവൺമെന്റ് നിശ്ചയിച്ച വില ജന്മിക്ക് നല്കിക്കൊണ്ട് ജന്മിമാരുടെ നെല്ലറകളിൽ നിന്നും ബലംപ്രയോഗിച്ച് നെല്ല് പിടിച്ചെടുക്കുകയോ, കരംപിരിച്ച നെല്ല് കൊണ്ടുപോകുമ്പോൾ തടയുകയോ ആണ് ഈ സമരരീതി. കർഷകസംഘം പ്രവർത്തകർ ജന്മിമാരായ കുന്നത്ത് ഇല്ലം, കാഞ്ഞിരപ്പള്ളി ഇല്ലം, കാസർക്കോട്ടെ എളനീർമഠം, പുല്ലൂരിലെ കുണ്ടുലായർ, മടിക്കൈ കാക്കോത്തയാർ, കരിന്തളം രാമൻ, എളേരിയിലെ കോട്ടയിൻ രാമൻ തുടങ്ങിയ ജന്മിമാരുടെ വീടുകളിൽനിന്ന് നെല്ലെടുത്ത് ആളുകൾക്കിടയിൽ വിതരണം ചെയ്യുകയുണ്ടായി.[65] ജന്മിക്കെതിരെ നടത്തിയ ജാഥകളും സമരങ്ങളും മിക്കപ്പോഴും പൊലീസുമായുള്ള ഏറ്റുമുട്ടലിലാണ് കലാശിച്ചത്. ജന്മിമാരിൽനിന്നുള്ള മർദ്ദനവും അതിന്റെ ഭാഗമായിരുന്നു. ഇതേ അവസരം തന്നെ 1946 നവംബർ മാസം കോഴിക്കോട് ടൗൺഹാളിൽ കർഷകസംഘത്തിന്റെ സമ്മേളനം വിളിച്ചുകൂട്ടുകയും സമ്മേളനത്തിൽ കരിഞ്ചന്തയ്ക്കും പൂഴ്ത്തിവെപ്പിനുമെതിരെ സംഘത്തിന്റെ പ്രവർത്തനങ്ങൾ ഊർജ്ജിതപ്പെടുത്താനും തീരുമാനിക്കുകയുണ്ടായി.[66] അത്യാവശ്യഘട്ടങ്ങളിൽ സ്ത്രീകളും സമരങ്ങളിൽ പങ്കുചേരണമെന്നത് കർഷകസംഘത്തിന്റെ നിർദ്ദേശങ്ങളിൽ ഒന്നായിരുന്നു.

നെല്ലെടുപ്പ് സമരങ്ങളിൽ പലതിലും സ്ത്രീകൾ നേരിട്ടും പരോക്ഷമായും പങ്കാളികളായിരുന്നു. സമരത്തെത്തുടർന്ന് പുരുഷന്മാർ ജയിലിലും ഒളിവിലും പോകുന്നതോടെ സ്വാഭാവികമായും കുടുംബം

പോറ്റേണ്ട ഉത്തരവാദിത്വം സ്ത്രീകളുടേതായി മാറുകയുണ്ടായി. ഒപ്പം തന്നെ ഒളിവിൽക്കഴിയുന്ന പ്രവർത്തകർക്ക് ഭക്ഷണമെത്തിക്കുന്നതിലും സുരക്ഷിതത്വം ഒരുക്കുന്നതിലും സ്ത്രീകൾക്ക് ശ്രദ്ധിക്കേണ്ടതായും വന്നിരുന്നു. കരിവെള്ളൂർ നെല്ലെടുപ്പ് സമരത്തിൽ പങ്കെടുത്ത കർഷക സംഘം പ്രവർത്തകരുടെ കുടുംബത്തിലെ സ്ത്രീകൾ ഇതിന് പ്രത്യക്ഷ ഉദാഹരണങ്ങളാണ്.[67] നീലിയം വീട്ടിൽ ചെറിയ, കിഴക്കേവീട്ടിൽ ലക്ഷ്മി, കതിരുമ്മൽ ചിരി, പരിയാരത്ത് നാരായണി, വി വി മാണി, മന്ദ്യൻ വീട്ടിൽ കല്യാണി, ആമ്പിലേരി ലക്ഷ്മി എന്നിവർ കഠിനാദ്ധ്വാനം ചെയ്തുകിട്ടുന്ന വരുമാനംകൊണ്ടായിരുന്നു തങ്ങളുടെ കുട്ടികളെയും വീട്ടിലെ പ്രായമായവരെയും സംരക്ഷിച്ചതും ആഹാരംകൊടുത്തതും.[68] ഇവരിൽ പലരും ആ സമയത്ത് ഗർഭിണികളോ കൈക്കുഞ്ഞുങ്ങൾ ഉള്ളവരോ ആയിരുന്നു. കുന്നുമ്മൽ ശ്രീദേവി, കീനേരി ചിരി, പടോളി ചിരി, തോട്ടോൻ വളപ്പിൽ ചിരി, തെക്കുമ്പാടൻ മാധവി തുടങ്ങിയവർക്ക് അവരുടെ അടുത്തബന്ധുക്കളെ നഷ്ടപ്പെടാനിടയാക്കി. അറസ്റ്റിനും മർദ്ദനത്തിനും ഗർഭപാത്രത്തിൽ ലാത്തി കുത്തിക്കയറ്റുന്നതുപോലുള്ള കൊടിയപീഡനത്തിനും വിധേയരായ സ്ത്രീകളും ഇക്കൂട്ടത്തിലുണ്ട്.[69]

കാവുമ്പായി, എരിക്കുളം എന്നീ പ്രദേശങ്ങളിൽ കർഷകസംഘം പ്രവർത്തകർ നടത്തിയ നെല്ലെടുപ്പുസമരങ്ങളിൽ സ്ത്രീകൾ പ്രക്ഷോഭകരായി മാറുകയുണ്ടായി. 1946 ഡിസംബറിൽ നടന്ന കാവുമ്പായി നെല്ലെടുപ്പ് സമരത്തെക്കുറിച്ചുള്ള എ സി കണ്ണൻനായരുടെ ഡയറിക്കുറിപ്പ് ഇത്തരമൊരു വിവരം തരുന്നുണ്ട്. സ്ത്രീപുരുഷന്മാരും, കുട്ടികളുംചേർന്ന ഒരുകൂട്ടം കർഷകത്തൊഴിലാളികൾ വടികൾ കൈയിലേന്തി കുണ്ടലായർ എന്ന ജന്മിയുടെ വീട്ടിലേക്ക് ജാഥ നയിച്ചെന്ന് കണ്ണൻനായർ എഴുതിയത് കാണാം.[70] സമരത്തെത്തുടർന്ന് ഭൂവുടമകളും പൊലീസും കർഷകർക്കുമേൽ ക്രൂരമായ മർദ്ദനമുറകൾ ആരംഭിച്ചു. മർദ്ദനം അസ്സഹ്യമായതോടെ സ്ത്രീകൾ ഉൾപ്പെടെയുള്ള കുടിയാൻകർഷകർ ഇരിക്കൂർ പൊലീസ്സ്റ്റേഷനിലേക്ക് ജാഥ നയിക്കുകയുണ്ടായി.[71] എരിക്കുളത്തെ ഉരവിൽ കാക്കോത്തയാർ എന്ന ജന്മിയുടെ വീട്ടിലേക്ക് സ്ത്രീകൾ ജാഥയായി പോവുകയും അവിടെ നിന്ന് നെല്ലെടുക്കുകയുമുണ്ടായി. തലയാട് കൊറുമ്പി, ഉമ്പിച്ചി, കുഞ്ഞമ്മാറ, എരിക്കുളം കാരിച്ചി തുടങ്ങിയ സ്ത്രീ തൊഴിലാളികളാണ് നെല്ലെടുപ്പിന് നേതൃത്വം നല്കിയത്.[72]

നെല്ലെടുപ്പ് സമരത്തിന്റെ ഭാഗമായി എളേരി ഗ്രാമത്തിലെ എല്ലാ പുരുഷന്മാരും കാട്ടിൽ ഒളിവിൽ പോയപ്പോൾ പൊലീസുകാർ പ്രതികാരമെന്നോണം അവരുടെ സ്ത്രീകളെ പൊലീസ് ക്യാമ്പിലേക്ക് കൊണ്ടുപോയി ക്രൂരമായി മർദ്ദിക്കുകയുണ്ടായി. പൊലീസിന്റെ ഭീഷണികളോ പീഡനങ്ങളോ വകവെക്കാതെ സ്ത്രീകൾ അരി, പഞ്ചസാര, ബീഡി, അച്ചടിച്ച പാർട്ടിലഘുലേഖകൾ തുടങ്ങിയവ ഒളിവിൽ കഴിയുന്ന പുരുഷന്മാർക്ക് എത്തിച്ചുകൊടുത്തിരുന്നു. കുറുവാത്ത് പാർവ്വതി, വള്ളിയോട്ട് പാട്ടി, മണിയേരി അക്കുവമ്മ, പള്ളിയത്ത് ലക്ഷ്മി, എടോലത്ത് ചിരുത,

പൊടോര മാണി, വടക്കേടത്ത് പാർവ്വതി, കാട്ടൂർ പാർവ്വതി, താഴെവീട്ടിൽ മാണി തുടങ്ങിയ സ്ത്രീകൾ ഇങ്ങനെ കാട്ടിൽ ഒളിവിൽ കിടന്നിരുന്ന കർഷകസംഘം പ്രവർത്തകർക്ക് സഹായം എത്തിച്ചുകൊടുത്തവരായിരുന്നു.[73] താഴെവീട്ടിൽ കാരിച്ചിയേയും, കാട്ടൂർ പാർവ്വതിയേയും ലഘുലേഖ വിതരണം നടത്തിയതിന് എം എസ് പിക്കാർ മർദ്ദിച്ചിരുന്നു. നന്ദാവനത്തെ കൈനിദേവിയെ രഹസ്യപ്രവർത്തനങ്ങളുടെ പേരിൽ ജയിലിലടച്ചിരുന്നു. തങ്ങൾ വിശ്വസിച്ചുപോരുന്ന പ്രസ്ഥാനത്തിനുവേണ്ടി ജീവത്യാഗം ചെയ്യാൻപോലും സ്ത്രീകൾ തയ്യാറായിരുന്നു എന്നാണ് ഇത്തരം സംഭവങ്ങൾ കാണിക്കുന്നത്.[74]

കോറോം പുല്ലേരി ഇല്ലത്തെ ദേവകി അന്തർജ്ജനം കർഷകസംഘത്തിന്റെ കടുത്ത അനുഭാവിയായിരുന്നു. എ കെ ഗോപാലൻ, വണ്ണാൻ ചിണ്ടൻ തുടങ്ങിയ നേതാക്കൾക്ക് ജാതി വ്യത്യാസം മറന്ന് അവരുടെ ഇല്ലത്ത് ഒളിസങ്കേതമൊരുക്കാൻ അവർ തയ്യാറായി. പൊലീസിൽ നിന്നുള്ള ഭീഷണിയോ, ഭർത്താവായ നാരായണൻ നമ്പൂതിരിയുടെ കോൺഗ്രസ് അനുഭാവമോ അവരുടെ മനോഭാവത്തിന് മാറ്റംവരുത്തിയില്ല. കൂർക്കരയിൽനിന്നുള്ള ചിരുതേയി, ചീരു, മാർക്കാവിൽ മാതി എന്നിവരും കർഷകസംഘം പ്രവർത്തകരെയും, നേതാക്കളെയും ഒളിവിൽ സംരക്ഷിച്ചവരാണ്.[75] പറശ്ശിനിക്കടവിൽ, ചന്ദ്രോത്ത് വീട്, അച്ചുമാസ്റ്ററുടെ വീട്, പനച്ചിക്കൽ വീട് എന്നിവിടങ്ങളിലായിരുന്നു മുഖ്യ ഒളിപ്രവർത്തനം സംഘടിപ്പിച്ചിരുന്നത്. മടപ്പുര പാറു, പി എം മാധവി, പനച്ചിക്കൽ ചിയ്യേയി, പാലക്കയിൽ മാണിക്കം തുടങ്ങിയവർ അക്കാലത്തെ പ്രധാനപ്പെട്ട പ്രവർത്തകരായിരുന്നു.[76] എരമത്തെ കൊട്ടില വീട്ടിൽ കുഞ്ഞാതി എം എസ് പിക്കാരുടെ മാനഭംഗത്തിനിരയായ സ്ത്രീയായിരുന്നു. കുറ്റൂരിൽ കുറ്റൂർ മഠം നെല്ലെടുപ്പ് സമരത്തിനുശേഷം സി പി കുഞ്ഞാത, കാനപാറ്റ, കല്യാണി, എം കെ പാർവ്വതി, പാട്ടിയമ്മ എന്നിവർ കർഷകസംഘം പ്രവർത്തകരെ സംരക്ഷിച്ചവരാണ്.[77]

തില്ലങ്കേരിയിൽ കോട്ടയം രാജാവിന്റെ അനുയായികൾ നെല്ല് കരിഞ്ചന്തയിൽ വില്ക്കാൻ കൂത്തുപറമ്പിലേക്ക് കടത്തിയപ്പോൾ കർഷകസംഘം പ്രവർത്തകർ വാഹനം തടയുകയും നെല്ലെടുത്ത് നാട്ടുകാർക്ക് വിതരണം ചെയ്യുകയുംചെയ്തു. ഈ സംഭവത്തെതുടർന്ന് വൃദ്ധരുൾപ്പെടെ ഒട്ടേറെ സമരക്കാരെ അറസ്റ്റ് ചെയ്യുകയുണ്ടായി. ഈ സന്ദർഭത്തിൽ കല്ലി കല്യാണി, കടമ്പേരി ചപ്പില, നാരോത്തുചീരുട്ടി, കേളമ്പേത്ത് കുഞ്ഞിമാണിക്കം, മാത തുടങ്ങിയ സ്ത്രീകൾ അറസ്റ്റുചെയ്തവരെ കയറ്റിക്കൊണ്ടുപോയ വാഹനം തടയാനായി നാല്ക്കവലയിൽ കാത്തുനിന്നു. പക്ഷേ, അവരുടെ പദ്ധതി മനസ്സിലാക്കിയ പൊലീസ് വഴിമാറിപോവുകയാണുണ്ടായത്. ഇവിടെ സായുധരായ സ്ത്രീകൾ പൊലീസുകാരോട് നേരിട്ട് ഏറ്റുമുട്ടാൻ തയ്യാറായതായി കാണാം.[78] ഇതേത്തുടർന്ന് ശിവപുരം പ്രദേശത്തുണ്ടായ സംഘർഷത്തിൽ ബാലൻ, അനന്തൻ എന്നിവർ കൊല്ലപ്പെടുകയുണ്ടായി. അവരുടെ വീടുകളിലെ സ്ത്രീകൾ പൊലീസ് അതിക്രമത്തിന് വിധേയരായി.[79] തില്ലങ്കേരിയിൽ

നടന്ന മറ്റൊരുസംഭവത്തിൽ പൊലീസ് വെടിവെപ്പുണ്ടാവുകയും ഏഴു കർഷകത്തൊഴിലാളികൾക്ക് ജീവൻനഷ്ടപ്പെടുകയും ചെയ്തു. തില്ല ങ്കേരിയിലെ പുല്ലാട്ട്, ശങ്കരൻകണ്ടി തുടങ്ങിയ ജന്മികളുടെ വീടുകളിൽ നിന്നും നെല്ലെടുത്തതിനെ തുടർന്നാണ് വെടിവെപ്പ് നടന്നത്. വെടിവെപ്പി നെത്തുടർന്ന് ഈ പ്രദേശത്ത് മർദ്ദനവും ദുരിതവും അനുഭവിച്ച അനേകം സ്ത്രീകളുണ്ട്. അതിൽ ചെറോട്ടെ ദേവിക്ക് കൈക്കുഞ്ഞുമായി കാട്ടിൽ കഴിഞ്ഞുകൂടേണ്ടിവന്നിരുന്നു. ഗർഭിണിയായിരുന്ന ചിരുതയാകട്ടെ അക ലെയുള്ള ബന്ധുവീട്ടിലേക്കാണ് ഓടിപ്പോയത്.[80]

ഒഞ്ചിയത്തെ കൃഷിഭൂമി കടത്തനാട്ട് തമ്പുരാനിൽനിന്ന് മറുപാട്ട വ്യവസ്ഥിതിയിൽ കൈവശം വച്ചവരായിരുന്നു അവിടുത്തെ ജന്മിമാരായ ഇല്ലത്ത്, തരോൽ രാമത്ത്, കൊയിലോത്ത്, മാണിക്കോത്ത്, മീത്തലെ പാലയാട്ട്, പുതിയേടത്ത് മഠത്തിൽ തുടങ്ങിയവർ. വളരെ ക്രൂരമായിട്ടാണ് ജന്മിമാർ കുടിയാന്മാരോട് പെരുമാറിയിരുന്നത്. ജന്മിമാരുടെ ക്രൂരത ക്കെതിരെ ഒഞ്ചിയത്തെ കർഷകർ സംഘടിക്കുകയും താമസിയാതെ അവിടങ്ങളിൽ പാർട്ടികമ്മിറ്റികൾ നിലവിൽവരികയും ചെയ്തു.[81] 1948 ഏപ്രിൽ 29 ന് കമ്യൂണിസ്റ്റ് പാർട്ടിയുടെ കുറുമ്പ്രനാട് താലൂക്ക് കമ്മിറ്റി യോഗം രഹസ്യമായി ഒഞ്ചിയത്ത് ചേരുകയുണ്ടായി. യോഗത്തെക്കുറിച്ച് വിവരമറിഞ്ഞ പൊലീസ്, നേതാക്കളെ അറസ്റ്റ് ചെയ്യാനായി അവിടെ യെത്തി. കർഷകസംഘം പ്രവർത്തകർക്കുനേരെ പൊലീസ് അതിക്രമ വും വെടിവെപ്പുമുണ്ടായി. വെടിവെപ്പിൽ അളവക്കൽ കൃഷ്ണൻ, കാവു ന്തൊടി മീത്തൽ ശങ്കരൻ, വാഴയിൽ പീടികയിൽ ഗോപാലൻ, വട്ടക്കണ്ടി രാഘൂട്ടി, സി കെ ചാത്തു, മേനോൻ കണാരൻ, പുറവിൽ കണാരൻ, പാറോള്ളതിൽ കണാരൻ തുടങ്ങി എട്ടുപേർ മരണപ്പെടുകയും ശേഷം മണ്ടോടി കണ്ണൻ, കൊല്ലാച്ചേരി കുമാരൻ എന്നിവർ ലോക്കപ്പ് മർദ്ദനത്തെ തുടർന്നു മരിക്കുകയും ചെയ്തു.[82] ഒഞ്ചിയത്തെ സംഘർഷസ്ഥലത്ത് പ്രത്യക്ഷത്തിൽ സ്ത്രീകൾ ഉണ്ടായിരുന്നില്ലെങ്കിലും അവർക്കാണ് അതിന്റെ തിക്തഫലം കൂടുതൽ അനുഭവിക്കേണ്ടിവന്നത്.[83] മരിച്ചവരുടെ ഭാര്യമാർ, സഹോദരിമാർ, അമ്മമാർ തുടങ്ങിയവർക്കുണ്ടായ മാനസി കവും ശാരീരികവുമായ ആഘാതം, കഷ്ടനഷ്ടങ്ങൾ ഇവ വിവരണാ തീതമായിരുന്നു.[84]

വടക്കേമലബാറിലെ പല പ്രദേശങ്ങളിലും സ്ത്രീകളുടെ പങ്കാളി ത്തത്തിലും മുൻകൈയിലും നടന്ന കർഷകസമരങ്ങളും അതിന്റെ ഭാഗ മായുണ്ടായ സംഘർഷങ്ങളെക്കുറിച്ചുമാണ് മുകളിൽ വിവരിച്ചത്. ഇത്തരം സമരങ്ങളെ അടിച്ചമർത്താൻവേണ്ടി ജന്മിമാർ മലബാർ സ്പെഷ്യൽ പൊലീസിന്റെ സഹായമാണ് തേടിയിരുന്നത്. സമരത്തെ തുടർന്ന് പലയിടത്തും പുരുഷന്മാർ ഒളിവിൽപോകുകയായിരുന്നു. പുരുഷന്മാർ ഒളിവിൽപ്പോകുന്നതോടെ സ്ത്രീകൾക്ക് കൃഷിപ്പണിയും, വീട്ടുപണിയും ഒന്നിച്ചുചെയ്യേണ്ട സാഹചര്യം വന്നു. സ്ത്രീകൾ ഇരട്ടി ജോലി ചെയ്യാൻ നിർബ്ബന്ധിതരായിത്തീർന്ന സന്ദർഭമായിരുന്നു അത്. ഒരുവശത്ത് വീട്ടിൽ പുരുഷന്മാരില്ലാത്തതുകൊണ്ട് കുടുംബത്തെ സംര

ക്ഷിക്കേണ്ട ബാദ്ധ്യതയും മറുവശത്ത് കർഷകസംഘം പ്രവർത്തകർ ഒളിവിൽ താമസിക്കുന്നതുകൊണ്ട് അവർക്ക് വേണ്ട ഭക്ഷണവും സൗകര്യവും ഒരുക്കിക്കൊടുക്കേണ്ട ചുമതലയും സ്ത്രീകൾക്കായിരുന്നു. പകൽസമയത്ത് നിലനില്പിനുവേണ്ടിയുള്ള തൊഴിലെടുത്തും രാത്രി സമയങ്ങളിൽ ഒളിവിലുള്ളവരുടെ ആവശ്യങ്ങൾ നിവർത്തിച്ചും സ്ത്രീകൾ അനുഭവിച്ച ദുരിതങ്ങൾ മേല്പറഞ്ഞ കാർഷികഗ്രാമങ്ങളുടെ അനുഭവത്തിൽനിന്ന് മനസ്സിലാക്കാവുന്നതാണ്.

വീടുകളിൽ, പുരുഷന്മാരുടെ അഭാവത്തിൽ വന്നുപെട്ട തൊഴിൽ ബാദ്ധ്യതകളെക്കൂടാതെ പലതരത്തിലുള്ള പൊലീസ് നടപടികളിലൂടെയും സ്ത്രീകൾ കടന്നുപോകുകയുണ്ടായി. പലരും ക്രൂരമായ മർദ്ദനങ്ങൾക്കും ലൈംഗിക അതിക്രമങ്ങൾക്കും വിധേയരായി. സ്ത്രീകൾക്ക് അവരുടെ മക്കളെയോ ഭർത്താവിനെയോ സഹോദരനെയോ നഷ്ടപ്പെടുകയുണ്ടായി. ഇങ്ങനെയുള്ള പ്രതികൂല പരിതഃസ്ഥിതിയിലും സ്ത്രീകൾ ആത്മവിശ്വാസം കൈവിടാതെ തന്റേടത്തോടും ധൈര്യത്തോടും അവരുടെ കുടുംബത്തെയും കർഷകസംഘം പ്രവർത്തകരെയും സംരക്ഷിച്ചുപോന്നിരുന്നു. എഴുതപ്പെട്ട ചരിത്രത്തിൽ ഇടം കിട്ടാത്തവരാണ് അവരിൽ അധികംപേരും. കർഷകത്തൊഴിലാളി സ്ത്രീകൾക്കൊപ്പംതന്നെ സമൂഹത്തിന്റെ എല്ലാ വിഭാഗത്തിലും പദവിയിലുമുള്ള സ്ത്രീകൾ പൊതുപ്രവർത്തനത്തിന്റെ ഭാഗമായിരുന്നു. തങ്ങളുടെ ജീവനും നിലനില്പും അപകടപ്പെടുത്തിക്കൊണ്ടാണ് അവർ അതിലൊക്കെ പങ്കാളികളായത്. വടക്കേമലബാറിലെ സ്ത്രീകൾക്ക് തങ്ങളുടേതായ ചരിത്രമുണ്ടെന്നാണ് ഇത് തെളിയിക്കുന്നത്.

എന്തുകൊണ്ടാണ് ഇത്തരം പ്രവർത്തനങ്ങളിൽ കർഷകസ്ത്രീകൾ നേരിട്ടു പങ്കാളികളായത് എന്ന ചോദ്യം ഇവിടെ പ്രസക്തമാണ്. വടക്കേമലബാറിലെ അനുഭവം തെളിയിക്കുന്നത് ഉല്പാദന പ്രക്രിയയിലെ സ്ത്രീകളുടെ പങ്കാളിത്തമാണ് അവരെ ഇത്തരം പ്രവർത്തനങ്ങളിൽ എത്തിച്ചത് എന്നാണ്. ഉല്പാദനപ്രക്രിയയിൽ പങ്കാളികളായവർക്കു മാത്രമേ സജീവമായി സമരങ്ങളിലും പങ്കാളികളാവാൻ സാധിക്കൂ എന്നാണ് പഠനങ്ങൾ തെളിയിക്കുന്നത്. ഉല്പാദനപ്രക്രിയയും സക്രിയമായ സാമൂഹികഇടപെടലും തമ്മിലുള്ള വൈരുദ്ധ്യാത്മകബന്ധത്തെ മുൻനിർത്തിയുള്ള അന്വേഷണമാണ് ഈയൊരു നിരീക്ഷണത്തിന് നിദാനം. ഇതിലൂടെ ഉല്പാദനപ്രക്രിയയിലുള്ള പങ്കാളിത്തവും അതിൽ വന്നുപെട്ട പ്രശ്നങ്ങളുമാണ് വടക്കേമലബാറിലെ സ്ത്രീകളെ സമരങ്ങളിലേക്ക് നയിച്ചത് എന്ന് അസന്നിഗ്ദ്ധമായി പറയാനാകും.

കർഷകസമരങ്ങൾ സ്ത്രീകളെ ഏതൊക്കെ രീതിയിൽ സ്വാധീനിച്ചു എന്നതാണ് മറ്റൊരു ചോദ്യം. സമരങ്ങളിൽ നേരിട്ടുപങ്കാളികളായ സ്ത്രീകളിൽ ഏറെപ്പേരും കർഷകസ്ത്രീകളായിരുന്നു. അവരിൽ ഭൂരിഭാഗവും സമൂഹത്തിന്റെ അടിത്തട്ടിലുള്ളവരുമായിരുന്നു. സമരമുഖത്ത് അവർ എത്തുന്നത് തങ്ങളുടെ തൊഴിലും തൊഴിൽപദവിയും ചോദ്യംചെയ്യപ്പെടുകയും ഇല്ലാതാവുകയും ചെയ്യുന്ന സവിശേഷസന്ദർഭ

ത്തിലാണ്. നെല്ലെടുക്കൽ സമരം, പുല്ലുപറി സമരം, തോൽവിറക് സമരം, കലംകെട്ട് സമരം എന്നിവയിലെ സജീവ സ്ത്രീപങ്കാളിത്തം ഇത് വ്യക്തമാക്കുന്നുണ്ട്. വിളകൊയ്ത്ത്, പുല്ലുപറി, നെല്ലെടുക്കൽ സമരങ്ങളിൽ പങ്കെടുത്ത് അവർ പൊലീസുമായി ഏറ്റുമുട്ടുകയുണ്ടായി. കലംകെട്ട് സമരങ്ങളിൽ അവർ ജന്മിമാരെ നേരിട്ടത് നശിപ്പിക്കപ്പെട്ട ഗൃഹോപകരണങ്ങൾ ജന്മിമാരുടെ വീട്ടുമുറ്റത്ത് നിക്ഷേപിച്ചു കൊണ്ടാണ്. ഇവിടെ സ്ത്രീകളെ സംബന്ധിച്ച് ഗൃഹോപകരണങ്ങളായിരുന്നു ജന്മിയെ നേരിടാനുള്ള ഉപാധി. അതിലൂടെ വീട്ടുവസ്തുക്കളായ ചട്ടി, കലം എന്നിവ പ്രതിഷേധ ഉപകരണങ്ങളായി മാറി. തോൽവിറകുസമരത്തിലും നെല്ലെടുപ്പുസമരത്തിലും സ്ത്രീകൾ ഏർപ്പെടുന്നത് നിത്യോപയോഗവസ്തുക്കളായ തോലും വിറകും നെല്ലും നിഷേധിക്കപ്പെട്ടപ്പോഴാണ്.

കലംകെട്ട് സമരങ്ങളിൽ നിത്യോപയോഗവസ്തുക്കൾ സമരായുധമായും തോൽ-വിറകു-പുല്ലു പറി നെല്ലെടുപ്പു സമരങ്ങളിൽ അവ സമരകേന്ദ്രവുമായാണ് വർത്തിക്കുന്നത്. ഇവിടെ ഗാർഹികവസ്തുക്കൾ സമരായുധമായി മാറുന്നതിനെ സ്ത്രൈണമാനമുള്ള ഒന്നായി കണക്കാക്കാനാകും. പ്രതീകാർത്ഥത്തിൽ മാത്രമല്ല, പ്രായോഗികാർത്ഥത്തിലും അതിന് സ്ത്രൈണമാനമാണുള്ളത്. സാമൂഹിക ഇടപെടലുകളിൽ ലിംഗഭേദമില്ലാതെ സ്ത്രീയുടെയും പുരുഷന്റെയും പങ്കാളിത്തം ഒരുപോലെ നിക്ഷിപ്തമാകുന്നതിന്റെ ഉദാഹരണമായും മേല്പറഞ്ഞ സമരങ്ങളെ എടുത്തുകാട്ടാനാകും.[85] അതേസമയംതന്നെ ഗാർഹികവസ്തുക്കളിലെയും ഗാർഹികതൊഴിലിലെയും ലിംഗവ്യത്യാസത്തെ അടയാളപ്പെടുത്താനും അവയ്ക്കാകുന്നുണ്ട് എന്ന വസ്തുതയും അവഗണിക്കാനാവില്ല. സ്ത്രീകൾക്ക് തങ്ങളുടെ ശക്തിയും പദവിയും കണ്ടെത്താനും സാമൂഹികമായി ഉപയോഗപ്പെടുത്താനും കഴിഞ്ഞ ചരിത്രസന്ദർഭങ്ങളായി മേല്പറഞ്ഞ സമരങ്ങളെ വിലയിരുത്താനാകും.

കർഷകസ്ത്രീകളുടെ സംഘാടനവും സമരങ്ങളിലുള്ള പങ്കാളിത്തവും അവരുടെ നിലനില്പിനു മാത്രമല്ല സഹായകമായത്. അത് അവരുടെ ജാതിപദവി, സാമൂഹ്യപദവി, ലിംഗപദവി എന്നിവയ്ക്കുമേൽ പുനരാലോചനകൾ ആവശ്യപ്പെടുന്ന വസ്തുതകളായി മാറുകയും ചെയ്തിരുന്നു. സ്ത്രീകളുടെ സാമൂഹീകരണം ജാതിസങ്കരത്തിലൂടെ ജാതിവ്യവസ്ഥയെ ഒരളവുവരെ മാറ്റിയെങ്കിലും നിലനില്ക്കുന്ന വ്യവസ്ഥ അതിന്റെ പഴയശീലങ്ങളെ പിന്തുണയ്ക്കുകയോ നിലനിർത്തുകയോ ചെയ്യുകയാണുണ്ടായത്. കാർഷികസമൂഹത്തിൽ ജന്മിമാരിൽനിന്നും ലൈംഗികമോ അല്ലാത്തതോ ആയ പലവിധ ചൂഷണങ്ങൾക്കും സ്ത്രീകൾ വിധേയരായിരുന്നു. ജന്മിമാർക്കെതിരെയുള്ള സമരത്തിന്റെ ഫലമായി സ്ത്രീകൾക്കുനേരെയുള്ള പരസ്യമായ അക്രമങ്ങൾക്ക് കുറവ് വന്നതായി കാണാൻ സാധിക്കും. എന്നാൽ ലൈംഗികാതിക്രമങ്ങളും ചൂഷണങ്ങളും നിർത്തലാക്കാനാവാതെ തുടരുകയാണുണ്ടായത്. സ്ത്രീകൾക്കുമേൽ നിലനില്ക്കുന്ന ഈയൊരു ലൈംഗിക അപകടാവസ്ഥ സ്ത്രീകളുടെ ലിംഗ-

ലൈംഗികനിലകളെ വിശദീകരിക്കുന്നതിന് സമൂഹത്തിന് സഹായകമായി മാറി. അതിലൂടെ പൊതുഇടങ്ങളിൽ പുരുഷനോടൊപ്പം തുല്യത പങ്കിടാൻ സ്ത്രീകൾക്ക് സാധിക്കാത്തതിന്റെ കാരണമായി അവളുടെ ലൈംഗിക അപകടാവസ്ഥ വിശദീകരിക്കപ്പെട്ടു.

പരമ്പരാഗത ഗ്രാമീണ സമ്പദ്‌വ്യവസ്ഥയുടെ തകർച്ചയും തുടർന്നു വന്ന കാർഷികബന്ധങ്ങളിലുണ്ടായ സംഘർഷങ്ങളുമാണ് വടക്കേമലബാറിൽ കാർഷികതൊഴിലാളി സംഘാടനത്തിനും കാർഷികസമരങ്ങൾക്കും പശ്ചാത്തലമായത്. അതിൽ സ്ത്രീകളുടെ പങ്കാളിത്തം എത്രത്തോളമെന്ന് അനുഭവങ്ങളും രേഖകളും വെളിപ്പെടുത്തുന്നുണ്ട്. പക്ഷേ, ഈ സമരങ്ങളൊന്നും പരമ്പരാഗതഗ്രാമീണ വ്യവസ്ഥയോ കാർഷിക ബന്ധങ്ങളോ നിലനിർത്താൻ സഹായകമായില്ല എന്നുകാണാം. മുതലാളിത്ത വ്യവസ്ഥിതിയിൽ ഭൂമിയുടെ ഉപയോഗസ്വഭാവം മാറിപ്പോയതും അതുകൊണ്ട് പഴയവ്യവസ്ഥിതി നിലനിർത്താൻ സാദ്ധ്യമല്ലാതാവുകയും ചെയ്തതാണ് അതിനുള്ള കാരണം. അതിലൂടെ സ്ത്രീതൊഴിലും സ്ത്രീതൊഴിലാളികളും പ്രാന്തവല്ക്കരിക്കപ്പെടുകയും തുച്ഛവേതനത്തിന് കിട്ടാവുന്ന തൊഴിൽശക്തിയായി മാറുകയും ചെയ്തു. അതോടെ സ്ത്രീകേന്ദ്രിത തൊഴിൽശക്തി എന്നത് തൊഴിൽരംഗത്തുനിന്നും തീർത്തും അപ്രത്യക്ഷമായി. ഒപ്പംതന്നെ ജീവിതത്തിന് വകയുണ്ടായിരുന്ന സ്ത്രീകൾ നല്ല വീട്ടമ്മയും ഭാര്യയുമായി വീടുകളിൽ ഒതുങ്ങിക്കൂടി. സ്ത്രീകളെക്കുറിച്ചുള്ള ചർച്ചകൾ തുടങ്ങേണ്ടത് ഉല്പാദനരംഗത്തുള്ള അവരുടെ പങ്കാളിത്തത്തിൽനിന്നാണെന്ന് ഉറപ്പിച്ചുപറയാൻ വടക്കേ മലബാറിലെ സ്ത്രീകളുടെ അനുഭവങ്ങൾ അവസരം നല്കുന്നുണ്ട്.

ഗ്രന്ഥസൂചി

1. Tanika Sarkar, 'Politics and Women in Bengal-the Conditions and Meaning of Participation' in J Krishnamurthy (ed.), *Women in Colonial India: Essay on Survival Work and the State*, OUP, Delhi, 1989, p 236.
2. Renuka Chakravarthy, *Communists in Indian Women's Movement*, PPH, New Delhi, 1980.
3. കവിയൂർ രാജഗോപാലൻ, *മൊയാരത്ത് ശങ്കരൻ*, ചിന്ത, തിരുവനന്തപുരം, P. 51, 52.
4. കെ മാധവൻ, *ഒരു ഗാന്ധിയൻ കമ്യൂണിസ്റ്റിന്റെ ഓർമ്മകൾ*, ക്രിയേറ്റീവ് ആർട്ട്സ്, തിരുവനന്തപുരം, P. 237.
5. അഭിമുഖം: എം കെ പാർവ്വതി, എരമം കുറ്റൂർ, 19.03.2003.
6. *മാതൃഭൂമി പത്രം*, 1936, ഏപ്രിൽ 13.
7. *മാതൃഭൂമി പത്രം*, 1937, ജൂൺ 3, 18; ഏപ്രിൽ 9, 16.
8. അഭിമുഖം: കോളിയാടൻ കുഞ്ഞിക്കണ്ണൻ, നന്ദാവനം, ടി എം പരമേശ്വരൻ നമ്പീശൻ, ആലപടമ്പ്, 19.03.2003.
9. അഭിമുഖം: വി വി മാണി, കരിവെള്ളൂർ, 02.04.2003.

10. അഭിമുഖം: ഇ വി കുഞ്ഞിക്കണ്ണൻ, മാത്തിൽ, 19.09.2002.
11. എ കെ ഗോപാലൻ, *എന്റെ ജീവിതകഥ*, ചിന്ത, തിരുവനന്തപുരം, 1999,
12. എ കെ ഗോപാലൻ, *എന്റെ ജീവിതകഥ*, ചിന്ത, തിരുവനന്തപുരം, 1999, ജ. 93).
13. *മാതൃഭൂമി പത്രം*, 1936, ജൂൺ 30.
14. *മാതൃഭൂമി പത്രം*, 1936, ജൂലൈ 10.
15. *പ്രഭാതം പത്രം*, ഡിസംബർ 19, 1938.
16. അഭിമുഖം: ചേനൻവീട്ടിൽ കല്യാണി, വെള്ളച്ചാൽ, 24.03.2003.
17. അഭിമുഖം: പാറപ്പുറത്ത് ചിരുത, കാലിക്കടവ്, 24.03.2003.
18. അഭിമുഖം: പിലാക്കാ കുഞ്ഞമ്പു, 24.03.2003.
19. അഭിമുഖം: പി പി മാധവി വെള്ളച്ചാൽ, 24.03.2003.
20. K K N Kurup, *The Kayyur Riot*, Sandhya Publications, Calicut, z978, P 16.
21. എം പി നാരായണൻ നമ്പ്യാർ, *ഇന്ത്യയെ പിടിച്ചുകുലുക്കിയ കർഷകസമരങ്ങൾ*, ചിന്ത, P. 89.
22. അഭിമുഖം: കണിശ്ശൻവീട്ടിൽ മാണി കയ്യൂർ, 29.03.2003, എ സി പാറ്റ, കയ്യൂർ, 29.03.2003, കൊയിത്താറ്റിൽ പാറു, കയ്യൂർ 29.03.2003.
23. അഭിമുഖം: ചെമ്മരത്തി, കയ്യൂർ, 25.03.2003, അരയാകടവിൽ ഗോപാലൻ, കയ്യൂർ, 29.03.2003.
24. അഭിമുഖം: സുബ്രഹ്മണ്യഷേണായി, പയ്യന്നൂർ, 18.09.2002.
25. അഭിമുഖം: കെ വി മാണിക്കം, കയ്യൂർ, 25.03.2003.
26. സി ഭാസ്കരൻ (ed.), *കേരളത്തിലെ കമ്യൂണിസ്റ്റ് പ്രസ്ഥാനത്തിലെ ആദ്യ പഥികൻ*, ചിന്ത, തിരുവനന്തപുരം, 1998, പേജ്, 76.
27. *മാതൃഭൂമി* ദിനപത്രം, മെയ് 5, 1940.
28. അഭിമുഖം: പി സി കാർത്ത്യായനികുട്ടി, പിലിക്കോട്, 05.04.2004.
29. *മാതൃഭൂമി* പത്രം, ഡിസംബർ 5, 1942.
30. *ദേശാഭിമാനി* പത്രം, 1943 ഏപ്രിൽ 11 ; *മാതൃഭൂമി* പത്രം, ജൂൺ 20, 1940.
31. *മാതൃഭൂമി* പത്രം, 1939 ജനുവരി, 20; കവിയൂർ രാജഗോപാലൻ, മൊയാരത്ത് ശങ്കരൻ, ചിന്ത, തിരുവനന്തപുരം, ജ. 95.
32. അഭിമുഖം: പി കൃഷ്ണൻ, ചിറക്കുനി, പാലയാട്, 14.02.2003.
33. അഭിമുഖം: ചന്ദ്രോത്ത് മാധവി, പറശ്ശിനിക്കടവ്, 18.11.2002.
34. അഭിമുഖം: കാവിൽ ജാനകി, ബക്കളം, 10.02.2003; സി വി കൃഷ്ണൻ, അപ്പക്കുട്ടി കോളിയാട് വളപ്പിൽ, പറശ്ശിനിക്കടവ്, 18.11.2002; പിണറായി പാറപ്പുറം, സ്മരണിക, P. 220.
35. അഭിമുഖം: ചന്ദ്രോത്ത് ജാനകി, പറശ്ശിനിക്കടവ്, 18.11.2002. പി യശോദ കല്യാശ്ശേരി, 2001.
36. അഭിമുഖം: കെ ജാനകി, ബക്കളം, 10.02.2003.
37. അഭിമുഖം: എടേത്ത് ജാനകി, പൊടിക്കുണ്ട്, 15.03.2003.
38. Vasantha Kannabiran, et al., *That Magic Time: Women the Telangana People's Struggle in Kumkum Sangaria and Sudesh Vaid* (ed.), *Recasting Women: Essay in Colonial History*, Kali for Women, New Delhi, p 186.

39. അഭിമുഖം: കുഞ്ഞമ്മ, മഠത്തിൽ കൊട്ടൻ, തണ്ടലാട്ട് കണ്ണൻ, പാലായി, 03.04.2003.
40. ഉദിനൂർ വിളകൊയ്ത്ത് സമരം 60-ാം വാർഷിക സ്മരണിക.
41. അഭിമുഖം: കിഴകൂൽ ലക്ഷ്മി, ഉദിനൂർ, 10.04.2004.
42. അഭിമുഖം: കൊളവളപ്പിൽ പാർവ്വതി, ഉദിനൂർ 10.04.2004.
43. ആണ്ടലാട്ട്, *രേഖയില്ലാത്ത ചരിത്രം*, p., 122
44. അഭിമുഖം: മീത്തലെ പുരയിൽ കുഞ്ഞാത, ചന്ദ്രൻ, പുലിയന്നൂർ, 09.4.2004.
45. ആണ്ടലാട്ട്, *രേഖയില്ലാത്ത ചരിത്രം*, p., 112
46. അഭിമുഖം: വി കമ്മാരൻ, ശ്രീദേവിക്കുട്ടിയമ്മ, പി കുഞ്ഞമ്പു, തിമിരി, 05.04.2004.
47. അഭിമുഖം: മന്ദ്യൻവീട്ടിൽ കൃഷ്ണൻ, കരിവെള്ളൂർ, തോട്ടോൻ വീട്ടിൽ കൃഷ്ണൻ, കരിവെള്ളൂർ, 02.04.03.
48. അഭിമുഖം: വള്ളിയോട്ട് മാണി, കാട്ടൂർ പാർവ്വതി, ചിരുതേയി, തമ്പായി, എടോലത്ത് ചിരി, ചൂരിക്കാട് ചെറിയ, എളേരി, 07.04.2003, 08.04.2003.
49. അഭിമുഖം: പൊടൊര കുഞ്ഞമ്പു, എളേരി, 04.04.2003.
50. അഭിമുഖം: താഴെവീട്ടിൽ കാരിച്ചി, എളേരി, 07.04.2003.
51. അഭിമുഖം: പിലാക്കൂ മീനാക്ഷി, പിലാക്കൂ ചിരി, ചന്ദ്രവയൽ, 27.03.2003.
52. ആണ്ടലാട്ട്, നുറുങ്ങുകൾ, *ദേശാഭിമാനി* പത്രം, 10.07.1988.
53. അഭിമുഖം: ഇ വി മീനാക്ഷി, 23.09.2002.
54. അഭിമുഖം: പി മണി, കെ ഒ നാരായണി, പി പി നാരായണൻ നമ്പ്യാർ, കണ്ടക്കൈ, പി പി കുഞ്ഞിരാമൻ, കണ്ടകൈ, 23.09.2002. കണ്ടകൈ കർഷക സമരം 50-ാം വാർഷിക സ്മരണിക, p., 78
55. ആണ്ടലാട്ട്, *രേഖയില്ലാത്ത ചരിത്രം*, p., 167
56. അഭിമുഖം: പനകൂൽ വീട്ടിൽ അമ്മാറമ്മ, വി കൊട്ടി, വി വി കാരിച്ചി, ചാപ്പയിൽ അമ്മു, ആലൈ, 06.04.2004; വി. കുട്ടിയാൻ (എഡി) *നെരിപ്പ്* മടിക്കൈ ഗ്രാമപഞ്ചായത്ത്, 2004, p.,138.
57. അഭിമുഖം: കിഴക്കൂൽ ലക്ഷ്മി, ഉദിനൂർ, 10.04.2004.
58. അഭിമുഖം: കാരിച്ചി, മടിക്കൈ, 11.04.2004.
59. അഭിമുഖം: കോളിയാടൻ കുഞ്ഞികൃഷ്ണൻനായർ, നന്ദാവനം, 26.03.2003.
60. ആണ്ടലാട്ട്, *രേഖയില്ലാത്ത ചരിത്രം* p., 167
61. കെ മാധവൻ, *ഒരു ഗാന്ധിയൻ കമ്യൂണിസ്റ്റിന്റെ ഓർമ്മകൾ*, ക്രിയേറ്റീവ് ആർട്ട് & കൾച്ചറൽ സൊസൈറ്റി, തിരുവനന്തപുരം, 2002, p., 181; എ. കെ ഗോപാലൻ, *എന്റെ ജീവിതകഥ,* ചിന്ത, തിരുവനന്തപുരം, 1999, p., 287.
62. *മാതൃഭൂമി* പത്രം, 1946, നവംബർ, 1.
63. അഭിമുഖം: ഇ ടി കാർത്ത്യായനി, ചെറുവത്തൂർ, 26.03.2003,
64. അഭിമുഖം: സി മാധവി, നന്ദാവനം, 26.03.2003, 120,
65. അഭിമുഖം: സി കൃഷ്ണൻനായർ, കാലിക്കടവ്, 24.03.2003.
66. അഭിമുഖം: തോട്ടോൻവീട്ടിൽ കൃഷ്ണൻ, കരിവെള്ളൂർ, 2.04.2003.
67. കെ ദേവയാനി, *ചോരയും കണ്ണീരും നനഞ്ഞ വഴികൾ*, ചിന്ത, തിരുവനന്തപുരം, p 45. സി എസ് ചന്ദ്രിക, *കേരളത്തിലെ സ്ത്രീ മുന്നേറ്റങ്ങളുടെ ചരിത്രം*, കേരളസാഹിത്യ അക്കാദമി, തൃശ്ശൂർ, 1998., p 87.
68. അഭിമുഖം: വി വി മാണിക്കം, വി വി സരോജിനി, മന്ദ്യൻ വീട്ടിൽ കല്യാണി,

ആമ്പിലേരി ബാലകൃഷ്ണൻ, കൂക്കോട്ട് ഇബ്രാഹിം, തോട്ടോൻ വീട്ടിൽ കൃഷ്ണൻ, കരിവെള്ളൂർ, 02.04.2003.

69. അഭിമുഖം: നീലിയം വീട്ടിൽ ചെറിയ, കരിവെള്ളൂർ, 31.03.2003, കിഴക്കേവീട്ടിൽ ലക്ഷ്മി, കട്ടച്ചേരി, 31.03.2003, കുതിരുമ്മൽ ചിരി, കുതിര്, 31.03.2003, പരിയാരത്തു നാരായണി, ചൂലടി, 31.03.2003, വി വി സരോജിനി, വി വി മാണി, കരിവെള്ളൂർ, 02.04.2003, കെ വി കുഞ്ഞാക്കം, കരിവെള്ളൂർ, 05.04.2003, കീനേരി ജാനകി, പടോളി ചിരി, കുണിയൻ, 31.03.2003.

70. കെ കെ എൻ കുറുപ്പ്, *എ സി കണ്ണൻ നായർ, ഒരു പഠനം,* കേരള ഭാഷ ഇൻസ്റ്റിറ്റ്യൂട്ട്, തിരുവനന്തപുരം, 1985.

71. കാവുമ്പായി സ്മരണിക, p 81.

72. അഭിമുഖം: എ വി അച്യുതൻ, എരിക്കുളം, 11.04.2004.

73. അഭിമുഖം: കുറുവാത്ത് ബാലകൃഷ്ണൻ, കാട്ടൂർ ചിരുതേയി, എളേരി, 07.04.2003. പൊടോര കുഞ്ഞിരാമൻ, വെസ്റ്റ് എളേരി, 04.04.2003, വള്ളിയോട്ട് മാണി, എളേരി, 08.04.2003.

74. അഭിമുഖം: കൈവിദേവിയുടെ മകൻ സുകുമാരൻ, കോളിയാടൻ കുഞ്ഞികൃഷ്ണൻ നായർ, നന്ദാവനം, 26.03.2003.

75. അഭിമുഖം: പി രാമൻ നമ്പ്യാർ, കൂർക്കര, 14.03.2003.

76. അഭിമുഖം: സി വി കൃഷ്ണൻ, പറശ്ശിനിക്കടവ്, 18.11.2002.

77. അഭിമുഖം: എം കെ പാർവ്വതി, എം കെ കുഞ്ഞപ്പൻ, കുറ്റൂർ, 19.03.2003.

78. അഭിമുഖം: നാരോത്ത് കല്ലു, കേളമ്പേത്ത് ജാനകി, മാധവി, വേലക്കി ചീരുട്ടി, ചാലിൽ ജാനകി, കല്ലികുഞ്ഞിരാമൻ, കാരാത്തൻ ജാനകി, തില്ലങ്കേരി, 25.04.2003.

79. അഭിമുഖം: കെ കെ ജാനകി, കെ കെ ശൈലജ അമ്മ.

80. അഭിമുഖം: ചെറോട്ട ദേവി, സി ചിരുത, കണ്ടിയിൽ ആണ്ടി മച്ചൂർമല, 26.04.2003. കാരായി കുഞ്ഞമ്പു, ചെറോട്ടെ ബാപ്പുട്ടി, കട്ടൻ ബാപ്പുട്ടി, 27.04.2003,

81. ഒഞ്ചിയം സ്മരണിക, 1998, p 31

82. ഒഞ്ചിയം സ്മരണിക, 1998

83. അഭിമുഖം: കെ പി കുഞ്ഞിരാമൻ മാഷ്, ഓർക്കാട്ടിരി, 04.08.2002. ജാനകി, മൊകേരി, 14.08.2002. മണ്ടോടി മാത, ഒഞ്ചിയം, സി കെ കല്യാണി, 01.08.2002.

84. അഭിമുഖം: അളവക്കന്റെ ഭാര്യ ചീരു, വി കെ രജീന്ദ്രൻ, സി സി മാടാക്കര, പുത്തൻ പുരയിൽ കണ്ണൻ, മുക്കാളി, 3.08.2002. മേക്കുന്നത്തു ചീരു, പി എം അച്യുതൻ, 12.08.2002. കെ എം ദേവകി, കല്യാണിമുക്ക്, 02.08.2002. കെ എം നാരായണി, 02.08.2002. പടിഞ്ഞാറത്ത് ചീരു, ഒഞ്ചിയം, 14.08.2002. ഇല്ലത്ത് ചീരു ഒഞ്ചിയം, 01.08.2002. ടി വി നാരായണി, പുതിയാപ്പ്, വടകര, 10.07.2002. തവരാത്ത് ചീരു, ചെറുവണ്ണൂർ, വടകര, 13.07.2002. ആർ കണ്ണൻ, സത്യഭാമ, നരക്കോട്, മേപ്പയ്യൂർ, 11.07.2002.

85. M Bahati Kuumba, *Gender and Social Movements*, Rawat Publications, New Delhi, 2003, p.95.

വസ്തുതാപഠനം
കരിവെള്ളൂർദേശം

ഗ്രാമീണസമ്പദ്വ്യവസ്ഥയുടെ സ്വഭാവസവിശേഷതകൾ നിലനില്ക്കുന്ന പ്രദേശമാണ് കരിവെള്ളൂർദേശം. അവിടത്തെ കാർഷിക, കാർഷികേതരമേഖലകളിൽ തൊഴിൽശക്തിയെന്ന നിലയിലുള്ള സ്ത്രീകളുടെ പങ്കാളിത്തം സവിശേഷപ്രാധാന്യമുള്ളതാണ്. ഉല്പാദനമേഖലയിലെ തൊഴിൽബന്ധത്തിൽ അടങ്ങിയിട്ടുള്ള രാഷ്ട്രീയവല്ക്കരണത്തിന്റെ സാദ്ധ്യതയും പ്രയോഗപരതയുമാണ് കരിവെള്ളൂരിലെ സ്ത്രീസംഘാടനവും കർഷകസമരങ്ങളിൽ സത്രീകളുടെ പങ്കാളിത്തവും തെളിയിക്കുന്നത്. അതിലൂടെ മനസ്സിലാക്കാനാകുന്നത് കരിവെള്ളൂർദേശത്തെ ഉല്പാദനപ്രക്രിയിലെ സജീവ സ്ത്രീപങ്കാളിത്തവും സ്ത്രീകളുടെ രാഷ്ട്രീയപ്രവർത്തനവും തമ്മിൽ അഭേദ്യമായ ബന്ധമുണ്ട് എന്നതാണ്. നെയ്ത്ത്, എണ്ണയാട്ടൽ, ചക്കരയുണ്ടാക്കൽ, കയർപിരിക്കൽ എന്നീ തൊഴിലുകൾക്കുപുറമെ ബീഡിതെറുപ്പ് തൊഴിലിലുമാണ് ഇവിടത്തെ സ്ത്രീകൾ ഏർപ്പെട്ടിരുന്നത്. ഇവ കാർഷികതൊഴിലിനും ഗാർഹികതൊഴിലിനും പുറമെയുള്ള സാമുദായികതൊഴിലോ അതിന്റെ അനുബന്ധതൊഴിലോ ആയാണ് നിവൃത്തിക്കപ്പെട്ടിരുന്നത്. അപ്പോൾത്തന്നെ വീടും സകുടുംബവും-ഭാര്യ, ഭർത്താവ്, കുട്ടികൾ- തൊഴിലിന്റെ വിവിധഘട്ടങ്ങളിൽ ചേർന്നുനില്ക്കുന്നതുകാണാം. തൊഴിലിലെ ഗാർഹികമായ ഇത്തരം ഇടപെടലുകളിലൂടെ സാധിച്ചിരുന്നത് സാമ്പത്തികകാര്യത്തിനൊപ്പം തന്നെ തൊഴിൽപരമായ അറിവുകളുടെയും നിപുണതകളുടെയും കൈമാറ്റവുമായിരുന്നു. മറ്റിടങ്ങളിലെപോലെ കരിവെള്ളൂർദേശത്തും കർഷകത്തൊഴിലാളിസ്ത്രീകളും ഭൂവുടമസ്ഥരായസ്ത്രീകളും കാർഷികവും ഗാർഹികവുമായ എല്ലാവിധ തൊഴിലുകളിലും ഏർപ്പെട്ടിരുന്നു.

കരിവെള്ളൂർദേശത്ത് നിലനിന്നിരുന്ന ഭൂബന്ധങ്ങളും സാമൂഹിക ബന്ധങ്ങളും യഥാക്രമം ജന്മികൂടിയായ്മയും ശ്രേണീകൃതമായ ജാതി വേർതിരിവുകളുമായിരുന്നു. കാർഷികവൃത്തിയും അതിന്റെ അനുബന്ധ തൊഴിലുകളുമാണ് അടിസ്ഥാന സാമ്പത്തികസ്രോതസ്സായി വർത്തിച്ചിരുന്നത്. കാർഷികവൃത്തിയിലെ തൊഴിൽശക്തിയെന്ന നിലയിൽ സ്ത്രീകളുടെ എണ്ണവും പങ്കാളിത്തവും പുരുഷന്മാരുടെതിനേക്കാൾ അധികമായിരുന്നു. പത്തൊമ്പതാം നൂറ്റാണ്ടിന്റെ മൂന്നാംദശകത്തിലെത്തുമ്പോഴേക്കും കരിവെള്ളൂർദേശത്ത് സാമൂഹികവും രാഷ്ട്രീയവുമായ കൂട്ടായ്മകൾ നിലവിൽവന്നുകഴിഞ്ഞിരുന്നു. ദേശീയപ്രസ്ഥാനത്തിന്റെയും പുരോഗമനാശയങ്ങളുടെയും സ്വാധീനഫലമായിട്ടായിരുന്നു അത്. പുരുഷന്മാർക്കൊപ്പം സ്ത്രീകളും വിദ്യാഭ്യാസം ചെയ്യുകയും അതുവഴി സാമൂഹികമായ തുറസ്സുകൾ നേടുകയുമുണ്ടായി. ജന്മികുടുംബത്തിൽപ്പെട്ട സ്ത്രീകളും തൊഴിലാളിസ്ത്രീകളും പ്രായഭേദമന്യേ സാമൂഹിക രാഷ്ട്രീയകൂട്ടായ്മകളുടെ ഭാഗമായി പ്രായോഗികപ്രവർത്തനങ്ങളിൽ ഏർപ്പെടുന്നവരായിരുന്നു. തൊഴിൽപ്രക്രിയയിലെ പങ്കാളിത്തത്തിനുപുറമെ സ്ത്രീകൾ ദേശീയപ്രസ്ഥാനം, കർഷകസംഘം, മഹിളാസംഘം, കമ്യൂണിസ്റ്റ് പാർട്ടി തുടങ്ങിയ സാമൂഹികപ്രസ്ഥാനങ്ങളിലും പ്രവർത്തിച്ചുതുടങ്ങിയിരുന്നു. കാർഷികമേഖലയിലെ തകർച്ചയും അതുവഴിയുണ്ടായ സംഘർഷവും തൊഴിൽശക്തിയെന്ന നിലയിൽ സ്ത്രീകളെ ബാധിക്കുന്ന വിഷയമായി മാറുകയുണ്ടായി. കേവലം തൊഴിലും അതുമായിബന്ധപ്പെട്ട സാമ്പത്തികകാര്യവും എന്നതിലുപരി അതിന് സാമൂഹികവും രാഷ്ട്രീയവുമായ മാനം കൈവരികയും അതിൽ സ്ത്രീകളുടെ പങ്കാളിത്തം നിർണ്ണായകമാകുകയുമുണ്ടായി.

കരിവെള്ളൂർദേശം: ഭൂമി, ഭൂമിയുടെ തരം, ഉടമസ്ഥാവകാശം

കണ്ണൂരിൽനിന്നും ഇരുപത്തിയാറു മൈൽ വടക്കുപടിഞ്ഞാറുമാറിയാണ് കരിവെള്ളൂർദേശം കിടക്കുന്നത്. ചിറക്കൽ താലൂക്കിൽപ്പെട്ട ഈ പ്രദേശത്തിന്റെ മുഖ്യതൊഴിലും സാമ്പത്തിക സ്രോതസ്സും കാർഷികവൃത്തിയായിരുന്നു. കരിവെള്ളൂർ എന്ന പേരുതന്നെ കൃഷിയുമായുള്ള അതിന്റെ ബന്ധത്തിൽനിന്നും ഉണ്ടായിവന്നതാണ്. ആദ്യകാലത്ത് വെള്ളൂർദേശത്തിന്റെ ഭാഗമായിരുന്നു ഈ പ്രദേശം. കാർഷികവൃത്തിയുടെ പ്രാധാന്യവും കാർഷികസമൃദ്ധിയും അവിടത്തെ പ്രത്യേകതയാണ്. വളക്കൂറുള്ളതോ സമൃദ്ധമായതോ ആയ കൃഷിയിടം എന്നർത്ഥം കിട്ടുന്ന *കരി* എന്ന വാക്ക് മുൻചേർത്ത് ഉണ്ടാക്കിയതാണ് കരിവെള്ളൂർ എന്നാണ് പറയപ്പെടുന്നത്. *കരി* എന്നതിന് നെല്പാടമെന്ന കേവലാർത്ഥവുമുണ്ട്.[1] എന്തായാലും ഭൂപരമായ പ്രത്യേകതയെ അടിസ്ഥാനമാക്കി സ്വതന്ത്രമായൊരു സ്ഥലരാശി രൂപപ്പെടുന്നതിന്റെ സ്ഥലനാമകഥയായി കരിവെള്ളൂർദേശത്തിന്റെ ആവിർഭാവക്കഥയെ കണക്കാക്കാവുന്നതാണ്. *അന്നപൂർണ്ണ* എന്ന ദേവിയുടെ ആരാധന, സമൂഹസദ്യ തുടങ്ങിയ മതപരവും സാമൂഹികവുമായ വിശ്വാസങ്ങളും അനു

ഷ്ഠാനങ്ങളും ആ ദേശത്തിന്റെ കാർഷികാടിസ്ഥാനത്തെ വെളിപ്പെടുത്തുന്ന ഘടകങ്ങളാണ്.[2]

പട്ടിക 4.1

ചിറക്കൽ താലൂക്ക് കരിവെള്ളൂർദേശം സെറ്റിൽമെന്റ് റീസെറ്റിൽമെന്റ് രജിസ്റ്റർ

കരിവെള്ളൂർദേശത്തെ കൈവശ ഭൂമിയുടെ വിവരം	*സെറ്റിൽമെന്റ്*	*റീസെറ്റിൽമെന്റ്*
സ്ഥലം	2494.5	2494.5
തോട്ടം	677.1	853.4
പശിമ നിലം	915.74	2920.11

ചിറക്കൽ താലൂക്ക് കരിവെള്ളൂർദേശം സെറ്റിൽമെന്റ് റീസെറ്റിൽമെന്റ് രജിസ്റ്റർ, മലബാർ ജില്ല, പ്രിന്റഡ് ബൈ സൂപ്രണ്ട് ഗവൺമെന്റ് പ്രസ്, മദ്രാസ്, 1905, 1937

പട്ടിക 4.2

കരിവെള്ളൂർ ദേശത്തെ ഭൂമി കൈവശാവകാശമുള്ള സ്ത്രീകൾ

പേര് വിവരം	*സെറ്റിൽമെന്റ് രജിസ്റ്ററിലുള്ള സ്ഥലം*		*റീസെറ്റിൽമെന്റ് രജിസ്റ്ററിലുള്ള സ്ഥലം*	
ചൂർനാപള്ളി നീലമന അദിത്ഥി അന്തർജ്ജനം	1.91	–	–	–
ചൂർനാപള്ളി നീലമന സരസ്വതി അന്തർജ്ജനം	–	–	3.93	–
കോട്ടൂർ മഠത്തിൽ സാവിത്രിയമ്മ	–	–	6.3	–
സാവിത്രിയമ്മ അന്തർജ്ജനം	–	–	3.71	2.72
കുറ്റൂർ വേങ്ങയിൽ ജാനകിയമ്മ	–	–	31.25	1.31
വലിയേരി ചിരുതേയ്	3.25	15.2	3.09	10.45
പുതിയമുണ്ടിലാട്ട് രാധിയമ്മ	–	–	6.34	–
നാലുപുരപാട്ടിൽ ബിഫാത്തു	10.86	7.53	2.62	8.1
നാലുപുരപാട്ടിൽ പോതിയുമ്മ	–	–	–	0.49
തലയിലാട്ട് പാത്ത	11.81	3.57	–	–
തലയിലാട്ട് സാറുമ്മ	–	–	5.09	–
തലയിലാട്ട് അലിയുമ്മ	–	–	–	2.48
മാങ്ങട്ടിൽ ആസുമ്മ, മറിയുമ്മ	–	–	–	3.2
സൂപ്പിയാടത്തു വീട്ടുകാർ	–	–	–	0.68

കരിവെള്ളൂർദേശം ചിറക്കൽ താലൂക്ക് സെറ്റിൽമെന്റ് റീസെറ്റിൽമെന്റ് രജിസ്റ്റർ

കുന്നും അതിന്റെ ചരിവുകളും വയലും അടങ്ങിയ ഭൂഭാഗമാണ് കരിവെള്ളൂർ. പാലക്കുന്ന്, ഓണക്കുന്ന്, ചേടിക്കുന്ന്, കൂളിപ്പാറ, വേട്ടുവൻകുന്ന്, കോട്ടക്കുന്ന് തുടങ്ങിയ പ്രദേശങ്ങൾ ഉയർന്ന സ്ഥലങ്ങളാണ്. ഇവിടങ്ങളിൽ തെങ്ങ്, കവുങ്ങ്, വാഴ, പച്ചക്കറികൾ എന്നിവയാണ് പ്രധാനവിളകൾ. ഇതിനെ തോട്ടനിലമായാണ് കണക്കാക്കിയിരിക്കുന്നത്. അത്രവയൽ, വാരക്കോട്ട്വയൽ, തോട്ടിച്ചാൽ, വെള്ളവയൽ, മാലപ്പൂവയൽ, മുണ്ടിച്ചെറ്റ, ഈരിറവയൽ എന്നിവ താഴ്നിലങ്ങളാണ് (പട്ടിക 4:1). ഇവ നെൽകൃഷിയോഗ്യമായ വയൽപ്രദേശങ്ങളാണ്. മഴയുടെ ലഭ്യതയനുസരിച്ച് രണ്ടും മൂന്നും തവണ നെല്ല് വിളയിച്ചിരുന്നു. ഇടക്കാലകൃഷിയെന്ന നിലയിൽ ഉഴുന്ന്, എള്ള് എന്നിവയും ഉണ്ടായിരുന്നു. ആദ്യകാലത്ത് ഈ സ്ഥലങ്ങൾ ചിറക്കൽരാജാവിന്റെയും നീലേശ്വരംരാജാവിന്റെയും അധീനതയിലാണ് കിടന്നിരുന്നതെങ്കിലും പില്ക്കാലത്ത് അത് മുഴുവനായും ചിറക്കൽരാജാവിന്റെ നിയന്ത്രണത്തിൽ വരികയുണ്ടായി. അവിടത്തെ ഭൂമി കൈവശം വച്ചിരുന്നത് കോട്ടൂർ, പുത്തൂർ എന്നീ ദേവസ്വങ്ങളും കുറ്റൂർ വേങ്ങയിൽ, വലിയേറി തുടങ്ങിയ ജന്മിമാരുമായിരുന്നു. കൂടാതെ മുസ്ലിംസമുദായത്തിൽപ്പെട്ട താലയിലാട്ട്, നാലുപുറപ്പാട്ടിൽ തുടങ്ങിയ ചെറുകിട ജന്മിമാർ വേറെയുമുണ്ടായിരുന്നു. അവരുടെ ഭൂമിയുടെ ഉടമസ്ഥാവകാശം ഏറക്കുറെയും സ്ത്രീകളിൽ നിക്ഷിപ്തമായിരുന്നു.

ഇവിടത്തെ ഉടമസ്ഥാവകാശ രേഖകൾ പ്രകാരം ഭൂമി കൈവശം വച്ചിരുന്ന സ്ത്രീകളിൽ അധികവും നായർ, നമ്പൂതിരി, മുസ്ലിം സമുദായത്തിൽ പെട്ടവരായിരുന്നു (പട്ടിക 4:2). അവരാകട്ടെ സ്വത്തവകാശത്തിൽ മാതൃദായക്രമം പിന്തുടരുന്നവരുമായിരുന്നു. കാർഷികവൃത്തികളിൽ ഏർപ്പെട്ടിരുന്നവരിൽ ഭൂരിപക്ഷമാളുകളും താഴ്ന്നജാതിയിൽപെട്ടവരായിരുന്നു. മറ്റിടങ്ങളിലെപ്പോലെ സ്വത്തവകാശം കൈയാളിയിരുന്ന സ്ത്രീകളുടെ എണ്ണം ഇവിടെയും അധികമാണ്. തൊഴിൽപ്രക്രിയയിലെ പങ്കാളിത്തം, സ്ത്രീകളുടെ സാമൂഹികരണം, കാർഷികസമരങ്ങളിലെ സക്രിയ ഇടപെടലുകൾ തുടങ്ങിയവയ്ക്ക് ഇവിടെ എടുത്തുപറയത്തക്ക പ്രാധാന്യമുണ്ട്. അന്നത്തെ സമൂഹത്തിൽ സ്വാഭാവികമായി ഉരുത്തിരിഞ്ഞുവന്ന സാമൂഹികസംഭവങ്ങളായ അവ സ്ത്രീസംഘാടനത്തിന്റെയും രാഷ്ട്രീയവല്ക്കരണത്തിന്റെയും അനന്യമാതൃകയായി നിലനില്ക്കുന്നവയാണ്.

കരിവെള്ളൂർദേശം: തൊഴിൽ, തൊഴിലിടങ്ങൾ, സ്ത്രീതൊഴിൽ

കുടുംബതൊഴിലിനെ അടിസ്ഥാനമാക്കിയുള്ള കാർഷികസമ്പദ്വ്യവസ്ഥയിൽ സ്ത്രീകളാണ് നിർണ്ണായക തൊഴിൽശക്തിയായി മാറുന്നത്. സ്ത്രീകൾ ഏർപ്പെടുന്ന വിവിധങ്ങളായ ജോലികൾ ഇവിടെ ഗാർഹിക തൊഴിലിന്റെ ഭാഗമോ വിപുലനമോ ആയാണ് നിവൃത്തിക്കപ്പെടുന്നത്. സമയവും നൈപുണ്യവും ആവശ്യമായി വരുന്ന ഞാറുനടൽ, ദൂരംതാണ്ടിയുള്ള വിറകുശേഖരണം, വളത്തിനായുള്ള തോൽശേഖരണം എന്നിവ ഇതിൽ ഉൾപ്പെടും. ഇത്തരം പ്രവൃത്തികളിൽ എല്ലാവിഭാഗത്തിലുംപെട്ട സ്ത്രീകൾ ഏർപ്പെട്ടിരുന്നു. കരിവെള്ളൂർദേശത്തെ സംബ

ന്ധിച്ചും ഇത് ബാധകമാണ്. ജാതി, വർഗ്ഗം, ചാർച്ചാബന്ധം തുടങ്ങിയ ഘടകങ്ങളാണ് ഇവിടത്തെ സാമൂഹികസമ്പർക്കങ്ങളെ നിയന്ത്രിച്ചിരുന്നത്. സ്ത്രീതൊഴിലിന്റെ സ്വഭാവത്തെ നിർണ്ണയിച്ച ഘടകങ്ങളും ഇവയാണ്. കുടിസമ്പ്രദായത്തിലുള്ള തൊഴിൽരൂപങ്ങളും ഘടനയും നിലനിന്നിരുന്ന ഇവിടെ ഭൂവുടമസ്ഥരായവരുടെ വീടുകളിലെ സ്ത്രീകളും കാർഷികതൊഴിലാളിസ്ത്രീകളും ഒരുപോലെ ഗാർഹികതൊഴിലുകളിലും കാർഷികതൊഴിലുകളിലും ഏർപ്പെട്ടിരുന്നു. അപ്പോൾത്തന്നെ അവർ സാമുദായികമോ അല്ലാത്തതോ ആയ കാർഷികേതര തൊഴിലുകളും ചെയ്തിരുന്നു. ഗാർഹികതൊഴിലുകളിലും സാമുദായികതൊഴിലിലും ഏർപ്പെട്ടിരുന്ന സ്ത്രീകളുടെ അദ്ധ്വാനസമയം, അതിന് ഒടുക്കേണ്ടുന്ന കൂലി എന്നിവ പ്രത്യേകം വകതിരിക്കാതെ ഗാർഹികവരുമാനത്തിന്റെ ഭാഗമായാണ് കണക്കാക്കിയിരുന്നത്.

കരിവെള്ളൂർദേശത്ത് നിലനിന്നിരുന്ന സാമുദായികതൊഴിലുകൾ നെയ്ത്ത്, എണ്ണയാട്ടൽ, ആശാരിപ്പണി, കൽപ്പണി, കൊല്ലപ്പണി എന്നിവയാണ്. ഇവിടത്തെ നെയ്ത്തുകാരുടെ വീടുകൾ സ്ഥിതിചെയ്യുന്നത് തെരുവുകളായാണ്. ചാലിയ സമുദായത്തിൽ പെട്ടവരാണ് ഇങ്ങനെ തെരുവുകളായി താമസിക്കുന്നവർ. അവരുടെ പണിയിടങ്ങൾ ഏറെയും വീടുകൾതന്നെയാണ്. നെയ്ത്തിലും അതിന്റെ അനുബന്ധതൊഴിലുകളായ നല്ലിചുറ്റൽ, പാവ് തയ്യാറാക്കൽ എന്നിവയിൽ സ്ത്രീകളുടെ പങ്കാളിത്തം ഒഴിച്ചുകൂടാനാവാത്തതാണ്. അതുപോലെ കൊപ്രയാട്ടി എണ്ണയെടുക്കുന്ന തൊഴിലിൽ ഏർപ്പെട്ടിരിക്കുന്നവരിലധികവും സ്ത്രീകളാണ്. ചക്കാലനായർ/വാണിയൻനായർ സമുദായാംഗങ്ങളാണ് ഇവർ. വീടോ വീടിന് അനുബന്ധമോ ആണ് അവരുടെ പണിയിടം. തീയ്യ സമുദായത്തിൽപ്പെട്ട സ്ത്രീകൾ തെങ്ങുകൃഷിയോടൊപ്പംതന്നെ കള്ള്ചെത്ത്, കള്ള്കുറുക്കി ചക്കരനിർമ്മാണം എന്നിവയിൽ ഏർപ്പെട്ടിരിക്കുന്നവരാണ്. വീടുകളിലെ നെല്ലുകുത്ത് തൊഴിലിൽ ഒറ്റയ്ക്കോ കൂട്ടായോ ഏർപ്പെട്ടിരുന്നതും ഇത്തരം വിഭാഗത്തിൽപ്പെട്ട സ്ത്രീകളാണ്. ഇതിനുപുറമെ സ്ത്രീകൾ കൃഷിപ്പണിയിലും ഏർപ്പെടുക പതിവാക്കിയിരുന്നു. അവർ ഇത് ചെയ്തിരുന്നത് കുടുംബതൊഴിലിൽ ഏർപ്പെട്ടിരിക്കെത്തന്നെ ഒഴിവേളകളിലോ കൃഷി അവസരങ്ങൾ ആവശ്യപ്പെടുന്നതിനനുസരിച്ചോ ആയിരുന്നു. ഇതിനുപുറമെ ബീഡിനിർമ്മാണം, കയർപിരിക്കൽ എന്നിവയിലും സ്ത്രീകളുടെ എണ്ണമായിരുന്നു കൂടുതൽ. തൊഴിൽശക്തി എന്ന നിലയിൽ സ്ത്രീകളുടെ സാന്നിദ്ധ്യം ഇവിടെ പ്രധാനപ്പെട്ടതും വലിയ തോതിലുള്ളതുമാണെന്ന് ഇതിലൂടെ വിലയിരുത്താനാവും.

കരിവെള്ളൂരിന് പത്തുകിലോമീറ്റർ കിഴക്കുമാറി കടൽത്തീരമാണ്. കരിവെള്ളൂരിലെ മായിലവളപ്പ് മീൻപിടിക്കുന്ന സമുദായത്തിന്റെ കേന്ദ്രമാണ്. കോളനിയിലാണ് അവരുടെ വാസം. കടലിൽനിന്നു കൂടാതെ കരിവെള്ളൂരിലൂടെ ഒഴുകുന്ന കാഞ്ഞിരപുഴയിൽനിന്നും കുനിയൻപുഴയിൽനിന്നും അവർ മീൻപിടിച്ചിരുന്നു.[3] കരിവെള്ളൂർ മാർക്കറ്റിനു പുറമെ കൊടക്കാട്, ചെറുപുഴ, മാതമംഗലം എന്നിവിടങ്ങളിലെ ചന്തകളിലേക്ക് മീൻ കൊടുത്തിരുന്നത് ഇവിടത്തെ ആളുകളായിരുന്നു. മീൻ വില്പന, മീൻ ഉണക്കി സൂക്ഷിക്കൽ എന്നീ തൊഴിലുകളിൽ ഏർപ്പെട്ടിരുന്നത്

അവരുടെ സ്ത്രീകളാണ്. മാർക്കറ്റിലെ വില്പനയ്ക്കുപുറമെ മീൻ തലച്ചുമടായി വീടുവീടാന്തരം എത്തിക്കുന്നത് സ്ത്രീകളുടെ ജോലിയാണ്. കരിവെള്ളൂർദേശത്തിനകത്തു മാത്രമല്ല സമീപപ്രദേശത്തും അവർ തങ്ങളുടെ മീൻവില്പന വ്യാപിപ്പിച്ചിരുന്നു. പലപ്പോഴും പണം മാത്രമല്ല, നിത്യോപയോഗ വസ്തുക്കളായ നെല്ലും കുരുമുളകും തേങ്ങയും അടയ്ക്കയും അവർ മീനിന്റെ വിലയായി സ്വീകരിച്ചിരുന്നു.

കരിവെള്ളൂരിലെ പ്രധാനപ്പെട്ട ഗ്രാമച്ചന്തകളിൽ ഒന്നാണ് ഓണക്കുന്ന്. ഓണക്കുന്ന് സ്ഥിതിചെയ്യുന്നത് ഏകദേശം കരിവെള്ളൂർദേശത്തിന്റെ മദ്ധ്യഭാഗത്തായിട്ടാണ്. ആഴ്ചച്ചന്തയായ ഓണക്കുന്ന് ചന്ത ശനിയാഴ്ചയാണ് നടന്നിരുന്നത്. അത് നാനാതരത്തിലുള്ള ഉണക്കമത്സ്യത്തിന് പേരുകേട്ടതാണ്.[4] ഉണക്കമീനിനു പുറമെ അവിടെ പായകൾ, കുട്ടകൾ, വട്ടികൾ, കാലിത്തീറ്റ (പ്രധാനമായും പിണ്ണാക്ക്) എന്നിവ വിപണനം ചെയ്തിരുന്നു. കരിവെള്ളൂരിന്റെയും അയൽദേശത്തിന്റെയും സിരാകേന്ദ്രമായി പ്രവർത്തിച്ചിരുന്ന ഓണക്കുന്ന് ചന്ത സാമൂഹ്യസമ്പർക്കത്തിനുള്ള നല്ലൊരു ഇടം കൂടിയായിരുന്നു.[5] സ്ത്രീകളുടെ പങ്കാളിത്തവും ഇടപെടലും കൂടിച്ചേരലും ഈ ചന്തയുടെ എടുത്തുപറയേണ്ടുന്ന പ്രത്യേകതയാണ്. സ്ത്രീകളുടെ മേൽക്കൈയിലുള്ള സാമ്പത്തിക ഇടപാടുകൾനടക്കുന്ന വാണിജ്യയിടം എന്നതിലുപരി അത് സ്ത്രീകളുടെ സാമൂഹീകരണത്തിനുള്ള ഇടവും ഉപാധിയുമായിരുന്നു.

കരിവെള്ളൂർദേശം: സ്ത്രീസംഘാടനവും സാമൂഹീകരണവും

ദേശീയരാഷ്ട്രീയത്തിന്റെ പ്രാരംഭദിശയിൽത്തന്നെ അതിന് വേരോട്ടമുള്ള സ്ഥലമായിരുന്നു കരിവെള്ളൂർദേശം. കർഷകസംഘത്തിന്റെ വടക്കേമലബാറിലെ ആദ്യത്തെ യൂണിറ്റ് ആരംഭിക്കുന്നത് ഇവിടെയാണ്. കൊടക്കാട് മുതൽ പുത്തൂർവരെയുള്ള സ്ഥലത്ത് നടന്ന പുല്ലുചെത്തുസമരത്തിൽ പങ്കെടുത്ത ആയിരത്തിയഞ്ഞൂറോളം സ്ത്രീപുരുഷന്മാരിലേറെയും കരിവെള്ളൂരിൽനിന്നുള്ളവരായിരുന്നു.[6] അതുപോലെ നെല്ലെടുപ്പുസമരവും അവിടെ നടന്നിരുന്നു. കർഷകസംഘത്തിനുപുറമെ അവിടെ സജീവമായി പ്രവർത്തിച്ചിരുന്ന സംഘടനയാണ് *അഭിനവ് ഭാരത് യുവക് സംഘം*. ദേശീയരാഷ്ട്രീയത്തിലെ വിപ്ലവസ്വഭാവമുള്ളവരുടെ മുൻകൈയിൽ കെട്ടിപ്പടുക്കപ്പെട്ട സംഘടനയുടെ ചുവടുപിടിച്ച് രൂപീകരിച്ച സംഘടനയായിരുന്നു ഇത്. ജയിലിൽ അടയ്ക്കപ്പെട്ട അതിന്റെ ദേശീയനേതാക്കളെ സന്ദർശിച്ചതിൽപ്പിന്നെ കരിവെള്ളൂർദേശക്കാരനായ എ വി കുഞ്ഞമ്പുവാണ് സംഘടനയ്ക്ക് തുടക്കംകുറിക്കുന്നത്. കരിവെള്ളൂരിലെ കർഷകസംഘം നേതാക്കളെല്ലാംതന്നെ *അഭിനവ് ഭാരത് യുവക് സംഘ*ത്തിലൂടെ രാഷ്ട്രീയ പ്രവർത്തനം തുടങ്ങിയവരായിരുന്നു.

*അഭിനവ് ഭാരത് യുവക് സംഘ*ത്തെക്കൂടാതെ ആത്മവിദ്യാസംഘവും കരിവെള്ളൂരിൽ അക്കാലത്ത് പ്രവർത്തിച്ചിരുന്നു. സമൂഹത്തിന്റെ വ്യത്യസ്ത തുറകളിലുള്ള സ്ത്രീകൾ ഈ സംഘങ്ങളുടെ മുൻനിരയിൽനിന്നു പ്രവർത്തിച്ചവരാണ്. ജാതിക്കും അയിത്താചരണത്തിനും എതിരെ ഈ രണ്ട് സംഘടനകളും പ്രവർത്തനങ്ങളിൽ ഏർപ്പെട്ടിരുന്നു. ആലപ്പുഴക്കാരിയായ കെ ദേവയാനി ഇതേക്കുറിച്ച് തന്റെ ആത്മകഥ

യിൽ എഴുതുന്നുണ്ട്. കർഷകസംഘം നേതാവായ എ വി കുഞ്ഞമ്പുവിനെ വിവാഹം കഴിക്കുന്നതിലൂടെയാണ് ദേവയാനി കരിവെള്ളൂരിൽ എത്തപ്പെടുന്നത്.[7] *അഭിനവ് ഭാരത് യുവക് സംഘ*ത്തിലെ സ്ത്രീകളുടെ പങ്കാളിത്തം സ്ത്രീസംഘാടനത്തിന്റെയും സാമൂഹീകരണത്തിന്റെയും പ്രത്യക്ഷോദാഹരണങ്ങളാണ്. സ്ത്രീകളുടെ എണ്ണവും നേതൃപ്രവർത്തനവും അതിന്റെ ഓരോ സമ്മേളനത്തിലും തെളിഞ്ഞുകാണാം. തൊള്ളായിരത്തി നാല്പതുകളിൽ കരിവെള്ളൂരിന്റെ വിവിധസ്ഥലങ്ങളിലാണ് അതിന്റെ നാല് വാർഷികസമ്മേളനങ്ങൾ നടന്നത്. ആയിരത്തിതൊള്ളായിരത്തി മുപ്പത്തിയാറ്, മുപ്പത്തിയേഴ്, മുപ്പത്തിയെട്ട്, മുപ്പത്തിയൊൻപത് വർഷങ്ങളിൽ നടന്ന സമ്മേളനങ്ങൾ യഥാക്രമം വന്നലക്കോട്, മണക്കാട്, അത്രവയൽ, കൊടക്കാട് എന്നിവിടങ്ങളിലായിരുന്നു.[8]

ആയിരത്തിതൊള്ളായിരത്തി മുപ്പത്തിയൊൻപതിൽ കരിവെള്ളൂരിലെ കൊടക്കാട് *അഭിനവ് ഭാരത് യുവക് സംഘ*ത്തിന്റെ വാർഷികസമ്മേളനത്തോടൊപ്പം തന്നെ മറ്റ് രണ്ട് സമ്മേളനങ്ങൾ കൂടി നടക്കുകയുണ്ടായി. കർഷകസംഘത്തിന്റെയും മഹിളാസംഘത്തിന്റെയും സമ്മേളനങ്ങളായിരുന്നു അവ. *അഭിനവ് ഭാരത് യുവക് സംഘ*ത്തിന്റെ സമ്മേളനത്തിന് ആദ്യക്ഷം വഹിച്ചത് എ കാമേശ്വരറാവുവും കർഷകസംഘത്തിന്റേത് എൻ ജി രംഗയുമായിരുന്നു. മൂന്നു സമ്മേളനങ്ങളും സ്ത്രീപ്രാതിനിധ്യമുള്ളതും നേതൃസ്വഭാവമുള്ളതുമായിരുന്നു. ആ സമ്മേളനത്തിൽ മഹിളാസംഘത്തിന്റെ പ്രസിഡന്റും സെക്രട്ടറിയുമായി തിരഞ്ഞെടുക്കപ്പെട്ടത് യഥാക്രമം ചേന്നൻവീട്ടിൽ ലക്ഷ്മിയമ്മയും പി സി കാർത്ത്യായനിക്കുട്ടിയുമായിരുന്നു.[9] കരിവെള്ളൂരിലെ കൊടക്കാട് നടന്ന സമ്മേളനങ്ങളുടെ പ്രത്യേകത സ്ത്രീകളുടെ പ്രാതിനിധ്യവും നേതൃത്വവും മാത്രമല്ല, വ്യത്യസ്ത ജാതികളുടെ കൂടിച്ചേരലും ഒന്നിച്ചുള്ള ആഹരിക്കലും നടന്നു എന്നതുമാണ്. കരിവെള്ളൂർദേശത്തും അക്കാലത്ത് ജാതികൾ (താഴ്ന്നജാതിയും ഉയർന്നജാതിയും) തമ്മിൽ സമ്പർക്കവും തൊട്ടുണ്ണലും (intercast dining) അനുവദനീയമായ കാര്യമായിരുന്നില്ല. സാമൂഹികപരിഷ്കരണത്തിന്റെയും ജാതിനിർമ്മൂലനത്തിന്റെയും ഉള്ളടക്കമുണ്ടായിരുന്ന ആ പ്രവർത്തിയിൽ അവിടത്തെ സ്ത്രീകളും പുരുഷന്മാരും ഒരുപോലെ പങ്കാളികളായിരുന്നു.[10] വിജാതീയ ആഹരിക്കലിൽ പങ്കെടുത്ത പി പി മാധവിയും ശാന്തയും അതിന്റെ ഓർമ്മകൾ പങ്കുവെക്കുകയുണ്ടായി. സ്ത്രീകളുടെ സന്നദ്ധതയും സജീവപങ്കാളിത്തവും അതിൽ അവർ എടുത്തുപറയുന്നുണ്ട്.[11]

ആയിരത്തിതൊള്ളായിരത്തി മുപ്പതുകളിൽ കരിവെള്ളൂർദേശത്ത് മഹിളാസംഘം സജീവമായിരുന്നു. പി സി കാർത്ത്യായനിക്കുട്ടി, വടശ്ശേരി കല്യാണി, ചേന്നൻ വീട്ടിൽ ലക്ഷ്മി, കല്യാണിയമ്മ, കടിങ്ങിയിൽ നാരായണി, കെ ദേവയാനി, എ വി ജാനകി തുടങ്ങിയവർ മഹിളാസംഘത്തിന്റെ മുൻനിരപ്രവർത്തകരായിരുന്നു. ഇവരിൽ ഏറെപ്പേരും വിദ്യാഭ്യാസം ലഭിച്ചവരും ഉയർന്ന കുടുംബപശ്ചാത്തലമുള്ളവരുമായിരുന്നു. ഇതിൽ പി സി കാർത്ത്യായനിക്കുട്ടിയും ചേന്നൻ വീട്ടിൽ ലക്ഷ്മിയും കടിങ്ങിയിൽ നാരായണിയും മഹിളാസംഘത്തിന്റെ പ്രവർത്തനത്തോടൊപ്പംതന്നെ കർഷസംഘത്തിന്റെ പ്രവർത്തനത്തിലും

മുഴുകിയിരുന്നു. പി സി കാർത്ത്യായനിക്കുട്ടിക്ക് തന്റെ പ്രസംഗങ്ങളിലൂടെ കരിവെള്ളൂർദേശത്തെ സ്ത്രീകളെ സ്വാധീനിക്കാനും പൊതുപ്രവർത്തനത്തിലേക്ക് കൊണ്ടുവരാനും സാധിച്ചിരുന്നു. ജന്മികുടുംബത്തിൽപ്പെട്ട ചേന്നൻ വീട്ടിൽ ലക്ഷ്മിയും കടിങ്ങിയിൽ നാരായണിയും വിലക്കുകൾ ഉണ്ടായിരുന്നിട്ടും തങ്ങളുടെ വീടുതന്നെ രാഷ്ട്രീയപ്രവർത്തനത്തിനായി തിരഞ്ഞെടുത്തവരായിരുന്നു. അവർ കർഷകസംഘം നേതാക്കൾക്ക് തങ്ങളുടെ വീടുകളിൽ ഒളിച്ചുപാർക്കാനുള്ള സൗകര്യം ഒരുക്കിക്കൊടുക്കുകയുണ്ടായി. മഹിളാസംഘം പ്രവർത്തകരിൽ പലരും പൊലീസിന്റെ ഭീഷണിക്കും അതിക്രമത്തിനും ഇരയായവരായിരുന്നു. സമൂഹത്തിലെ ജാതിനില, സ്ത്രീകളുടെ സാമൂഹികപദവി, അവരുടെ തൊഴിൽജീവിതം എന്നിവയെ ബോദ്ധ്യപ്പെടുത്തുന്ന മഹിളാസംഘത്തിന്റെ പ്രവർത്തനങ്ങൾ കരിവെള്ളൂർദേശത്തെ സ്ത്രീകളെ സാമൂഹീകരിക്കുന്നതിനും രാഷ്ട്രീയവല്ക്കരിക്കുന്നതിനും ഉതകുന്നവയായിരുന്നു.

കരിവെള്ളൂർദേശം: കർഷകസമരങ്ങളിൽ സ്ത്രീകളുടെ പങ്ക്

ആയിരത്തിതൊള്ളായിരത്തി മുപ്പത്തിയഞ്ചിൽ കരിവെള്ളൂരിലെ പള്ളികൊവ്വലിൽ എം കാർത്ത്യായനിയമ്മയുടെ നേതൃത്വത്തിൽ നടന്ന കർഷകസംഘത്തിന്റെ സമ്മേളനം ഇവിടെ എടുത്തുപറയേണ്ട വസ്തുതയാണ്.[12] അതിന്റെ ഭാഗമായി സ്ത്രീകളുടെ മുൻകൈയിൽ അവിടത്തെ വിവിധ പ്രദേശങ്ങളിൽ ജാഥകളും മീറ്റിങ്ങുകളും നടക്കുകയുണ്ടായി. കർഷകസംഘത്തിന്റെ പ്രവർത്തനങ്ങൾ വ്യാപിച്ചുതുടങ്ങിയ സമയമായിരുന്നു അത്. കർഷകസംഘത്തോടൊപ്പം തന്നെ കമ്യൂണിസ്റ്റ്പാർട്ടിയും ഇതര പരിഷ്കരണപ്രസ്ഥാനങ്ങളും കരിവെള്ളൂരിൽ പ്രവർത്തിച്ചുതുടങ്ങിയിരുന്നു. അവർ വിഷയമാക്കിയിരുന്നത് അദ്ധ്വാനവും കൂലിയും തമ്മിലുള്ള അന്തരം, തൊഴിൽചൂഷണം, ജന്മികുടിയായ്മാബന്ധം, അതിന്റെ അധികാരപ്രയോഗങ്ങൾ എന്നിവയും ജാതീയമായ ഉച്ചനീചത്വങ്ങൾ, വിലക്കുകൾ തുടങ്ങിയവയുമായിരുന്നു. മദ്ധ്യവർഗ്ഗത്തിൽപ്പെട്ട അഭ്യസ്തവിദ്യരായ സ്ത്രീകളും കർഷകത്തൊഴിലാളി സ്ത്രീകളും പ്രായഭേദമന്യേ ഇത്തരം പ്രസ്ഥാനങ്ങളോടും ആശയങ്ങളോടും ആഭിമുഖ്യം കാണിക്കുകയും അതിൽചേർന്നുപ്രവർത്തിക്കുകയും ചെയ്തിരുന്നു.

രണ്ടാംലോകയുദ്ധത്തിന്റെ ഫലമായുണ്ടായ കടുത്തക്ഷാമവും പട്ടിണിയും രോഗവും കരിവെള്ളൂർദേശത്തെയും ബാധിച്ചിരുന്നു. സ്ത്രീകളായിരുന്നു അതിന്റെ തിക്തത കൂടുതൽ അറിഞ്ഞതും അനുഭവിച്ചതും. അത് അവരുടെ ജോലിഭാരം ഇരട്ടിപ്പിക്കുകയുണ്ടായി. ഒപ്പംതന്നെ കൃഷിപ്പണിക്ക് കൂലിയിനത്തിൽ കിട്ടിയിരുന്ന നെല്ലിന്റെ അളവിൽവരുത്തിയ കുറവും ഭക്ഷ്യധാന്യങ്ങളുടെ പൂഴ്ത്തിവെപ്പും കരിഞ്ചന്തയും ഗ്രാമീണ ജനതയുടെ ജീവിതം ദുസ്സഹമാക്കി. ജന്മിമാർക്കെതിരെ തിരിയാൻ ഇത് ജനങ്ങളെ പ്രേരിപ്പിച്ചു. കർഷകസംഘത്തോടൊപ്പം സ്ത്രീകളും അണിനിരന്നു. കർഷകസംഘത്തിന്റെയും കമ്യൂണിസ്റ്റുപാർട്ടിയുടെയും നേതൃത്വത്തിൽ ജന്മിമാരുടെ നെല്ലറകളും പാടങ്ങളും കൈയേറുകയും നെല്ലെ

ടുത്ത് ഗവൺമെന്റ് നിശ്ചയിച്ച വിലയിൽ ആളുകൾക്ക് വിതരണം ചെയ്യുകയുമുണ്ടായി.[13] അതിൽ കർഷകത്തൊഴിലാളികളും അല്ലാത്തവരുമായ സ്ത്രീകളും ഉണ്ടായിരുന്നു. സമരത്തിന്റെ വിവിധഘട്ടങ്ങളിൽ, പ്രചാരണങ്ങൾ സംഘടിപ്പിക്കുക, പൊലീസിന്റെയും ജന്മിമാരുടെയും നീക്കങ്ങൾ നിരീക്ഷിക്കുക, വിവരങ്ങൾ കൈമാറുക തുടങ്ങിയവ ചെയ്തിരുന്നത് സ്ത്രീകളുടെ മുൻകൈയിലാണ്.

ചിറക്കൽ രാജാവിന് കരം ഇനത്തിൽ കിട്ടിക്കൊണ്ടിരുന്ന നെല്ലിന്റെ സിംഹഭാഗവും കരിവെള്ളൂരിൽ നിന്നായിരുന്നു. അവിടത്തെ കുടിയാൻ കൃഷിക്കാർ ചിറക്കൽ കോവിലകത്തേക്ക് മാർച്ച് ചെയ്യുകയും കരമായി കൊടുത്തുകൊണ്ടിരുന്ന നെല്ലിനുപകരം തുക സ്വീകരിക്കണമെന്ന ആവശ്യം രാജാവിന്റെ മുമ്പിൽ വെക്കുകയുണ്ടായി.[14] അത് അനുവദിക്കുന്നതിനു പകരം രാജാവ് കരം നെല്ലായിത്തന്നെ പിരിക്കുകയും കുനിയൻ പുഴക്കരയിലെ തന്റെ ധാന്യപ്പുരയിൽ സൂക്ഷിക്കുകയും ചെയ്തു. ആയിരത്തിതൊള്ളായിരത്തി നാല്പത്തിയാറ് ഡിസംബർ മാസം പതിനേഴാം തീയതി കരിവെള്ളൂർ സെൻട്രൽ സ്കൂൾ പരിസരത്ത് ചേർന്ന കർഷകരുടെ യോഗം നെല്ലറ പിടിച്ചെടുക്കുന്നതിനും നെല്ല് വിതരണം ചെയ്യുന്നതിനും പരിപാടി ആസൂത്രണം ചെയ്യുകയുണ്ടായി. അതേവർഷം നവംബറിൽ കോഴിക്കോട് ചേർന്ന കർഷകസംഘത്തിന്റെ ആഹ്വാനത്തിൽപെട്ടതായിരുന്നു നെല്ലെടുപ്പ് സമരം.[15] ഇതിന്റെ ചുവടുപിടിച്ചുകൊണ്ടാണ് കരിവെള്ളൂരിലെ കർഷകർ ചിറക്കൽ രാജാവിന്റെ നെല്ലറ പിടിച്ചെടുക്കുന്നതിനുള്ള പദ്ധതി തയ്യാറാക്കിയത്. പരിശീലനം കിട്ടിയ കർഷകസംഘം പ്രവർത്തകർ അതിനായി ഒരുങ്ങിയിരുന്നു. പട്ടാളത്തിൽ നിന്നും പിരിഞ്ഞുവന്നവരായിരുന്നു കർഷകസംഘം പ്രവർത്തകർക്ക് പരിശീലനം നല്കിയത്. സമരക്കാരെ സഹായിക്കുന്നതിന് സ്ത്രീപ്രവർത്തകരെ പ്രത്യേകം സജ്ജമാക്കിയിരുന്നു. ഡിസംബർ ഇരുപതിന് കുനിയൻ പുഴയിൽ നെല്ലുകൊണ്ടുപോകുന്നതിനു വന്ന തോണി തടയുകയും സംഭരണശാലയിലെ നെല്ലെടുക്കുകയും ചെയ്തു. സമരസ്ഥലത്ത് അരിവാളുമായി ഒരുസംഘം സ്ത്രീകൾ എത്തിച്ചേരുകയുണ്ടായി. അവർ ഏതുതരത്തിലുള്ള സംഘർഷത്തെയും നേരിടുന്നതിന് തയ്യാറായിരുന്നുവെങ്കിലും പുരുഷവളണ്ടിയർമാർ അവരെ സംഭവസ്ഥലത്തുനിന്നും തിരിച്ചയക്കുകയാണുണ്ടായത്. സംഘത്തിലുണ്ടായിരുന്നവരുടെ പേരുവിവരം ഇങ്ങനെയാണ്: വി വി മാണി, കെ ദേവയാനി, പാട്ടിയമ്മ, ഉണ്ണങ്ങാമ്മ, എം വി പാർവ്വതി, എം വി കല്യാണി, ലക്ഷ്മി.[16]

കരിവെള്ളൂരിലെ പ്രസ്തുത നെല്ലെടുപ്പ് സമരം പൊലീസ് വെടിവെപ്പിലും രണ്ടുപേരുടെ മരണത്തിലുമാണ് കലാശിച്ചത്. സമരവും സംഘർഷവും ആ പ്രദേശത്തെ ജീവിതത്തെയാകമാനം ബാധിക്കുകയുണ്ടായി. മലബാർ സ്പെഷ്യൽ പൊലീസിന്റെ സാന്നിദ്ധ്യം, പുരുഷന്മാരുടെ അറസ്റ്റ്, സുരക്ഷിതമായ സ്ഥലത്തേക്കുള്ള ഒഴിഞ്ഞുപോക്ക് എന്നിവ നിത്യജിവിതത്തെ കനപ്പെട്ടതാക്കി. പുരുഷന്മാരുടെ അസാന്നിദ്ധ്യത്തിൽ കുടുംബഭാരം മുഴുവൻ സ്ത്രീകളുടെ ചുമലിലേക്ക് വന്നുപെട്ടു. കുടുംബത്തെ സംരക്ഷിക്കുന്നതോടൊപ്പംതന്നെ പല സ്ത്രീകളും കർഷകസംഘം പ്രവർത്തനങ്ങളിലും പങ്കാളികളാവുകയുണ്ടായി. രഹ

സ്യവും പരസ്യവുമായ പ്രവർത്തനങ്ങളായിരുന്നു അവ. സ്ത്രീകളുടെ രാഷ്ട്രീയബോധത്തിന്റെയും അതിനായുള്ള പ്രായോഗികമായ ഇടപെടലിന്റെയും സജീവ ഉദാഹരണങ്ങളായിരുന്നു അത്തരം പ്രവർത്തനങ്ങൾ. സ്ത്രീകൾ ഒറ്റതിരിഞ്ഞോ കൂട്ടായോ ആണ് അത്തരം പ്രവർത്തനങ്ങളിൽ ഏർപ്പെട്ടിരുന്നത്. നീലിയംവീട്ടിൽ ചെറിയ, കിഴക്കേവീട്ടിൽ ലക്ഷ്മി, കുതിരമ്മൽ ചീരി, പരിയാരത്ത് നാരായണി എന്നീ കർഷകസ്ത്രീകളുടെ പ്രവർത്തനങ്ങൾ പ്രത്യക്ഷ ഉദാഹരണങ്ങളാണ്.[17] നെല്ലെടുപ്പ് സമരത്തെതുടർന്ന് നാലുപേരുടെയും ഭർത്താക്കന്മാർ ജയിലിലടയ്ക്കപ്പെടുകയുണ്ടായി. ഇതിൽ നീലിയംവീട്ടിൽ ചെറിയ ഗർഭിണിയും കിഴക്കേവീട്ടിൽ ലക്ഷ്മി കൈക്കുഞ്ഞുള്ളവളുമായിരുന്നു. ദൂരസ്ഥലങ്ങളിൽ യാത്ര ചെയ്ത് കൂലിപ്പണിയെടുത്താണ് ഇവരിൽ പലരും കുടുംബം പുലർത്താനുള്ള പണം കണ്ടെത്തിയിരുന്നത്. അതോടൊപ്പംതന്നെ അവർ ഒളിവിൽ കഴിയുന്ന സംഘം പ്രവർത്തകർക്ക് ഭക്ഷണം എത്തിക്കുക, അവരുടെ സംരക്ഷണം ഏറ്റെടുക്കുക, വിവരങ്ങൾ കൈമാറുക തുടങ്ങിയ കാര്യങ്ങളും ചെയ്തിരുന്നു.

കരിവെള്ളൂർദേശത്തെ സ്ത്രീകൾ തങ്ങളുടെ പ്രദേശത്തിനകത്തു മാത്രമല്ല, സമീപപ്രദേശങ്ങളിൽ നടന്ന സമരങ്ങളിലും പങ്കാളികളാകുകയുണ്ടായി. അവിടങ്ങളിൽ നടന്ന പുല്ലരിയൽസമരം, തോൽവിറക് സമരം, വിളകൊയ്ത്ത് സമരം എന്നിവയിൽ അവരുടെ സാന്നിദ്ധ്യം ഗണ്യമായ തോതിലാണ് രേഖപ്പെടുത്തപ്പെട്ടിട്ടുള്ളത്. മാനസികമായ സമ്മർദ്ദവും സാമ്പത്തിക ഞെരുക്കവും കൂടാതെ ശാരീരികപീഡനങ്ങളും രാഷ്ട്രീയപ്രവർത്തനത്തിലേർപ്പെട്ട സ്ത്രീകൾക്ക് ഏല്ക്കേണ്ടിവന്നിരുന്നു. വി വി മാണി, ആംബിലേരി ലക്ഷ്മി, കുന്നുമ്മൽ ശ്രീദേവി, വി വി ഉണ്ണങ്ങാമ്മ എന്നിവർ പൊലീസ് അതിക്രമങ്ങൾക്കും കടുത്ത ശാരീരികപീഡനങ്ങൾക്കും വിധേയരായവരാണ്. വീട്ടിൽ കർഷകസംഘം പ്രവർത്തകരെ ഒളിപ്പിച്ചുപാർപ്പിച്ചതിന് വി വി മാണിയെ മലബാർ സ്പെഷ്യൽ പൊലീസ് തല്ലിച്ചതയ്ക്കുകയും അവരുടെ വീട്ടുവസ്തുക്കൾ നശിപ്പിക്കുകയും ചെയ്തു.[18] കർഷകസംഘം പ്രവർത്തകരെ സഹായിച്ചതിനാണ് ആംബിലേരി ലക്ഷ്മിക്ക് കൊടിയ മർദ്ദനമേല്ക്കേണ്ടിവന്നത്.[19] ഒളിവിൽ കഴിയുന്ന ഭർത്താവ്, പയങ്ങാപ്പാടൻ കുഞ്ഞിരാമനെ തേടിയെത്തുന്ന മലബാർ സ്പെഷ്യൽ പൊലീസിന്റെ നിരന്തര ഭേദ്യത്തിനും അതിക്രമത്തിനും വിധേയമായ സ്ത്രീയാണ് കുന്നുമ്മൽ ശ്രീദേവി.[20] പലതവണ അവരുടെ വീടുകയറി വീട്ടുവസ്തുക്കൾ തകർക്കുകയും അവരെ മർദ്ദിക്കുകയുമുണ്ടായി. കസ്റ്റഡിയിൽ പാർപ്പിച്ച അവർക്ക് കൊടിയ ശാരീരികപീഡനമാണ് ഏല്ക്കേണ്ടിവന്നത്. പൊലീസുകാർ അവരുടെ ഗർഭപാത്രത്തിലേക്ക് ലാത്തികയറ്റിയതിന്റെ ഫലമായി അവർക്ക് കടുത്ത രക്തസ്രാവമുണ്ടാകുകയും അതവരുടെ ആരോഗ്യനില തകർക്കുകയും ചെയ്തിരുന്നു.[21] ഇത്തരം അനുഭവം കാണിക്കുന്നത് സമരത്തിന്റെ തിക്തഫലങ്ങൾ നേരിടേണ്ടിവന്നത് സ്ത്രീകൾക്കായിരുന്നു എന്നതാണ്.

സഹോദരനോ ഭർത്താവോ മക്കളോ ജയിലിൽ അടയ്ക്കപ്പെടുകയോ നഷ്ടപ്പെടുകയോ ചെയ്ത സ്ത്രീകളുടെ പട്ടികയും ഇതിന്റെ

ഭാഗമായുണ്ട്. കുന്നുമ്മൽ ശ്രീദേവി, കീനേരി ചീരി, പടോളി ചീരി, തോടൻവളപ്പിൽ ചീരി, തെക്കുമ്പാടൻ മാധവി തുടങ്ങിയവർ സമരത്തിന്റെ ഭാഗമായി ബന്ധുനഷ്ടം വന്നവരുടെ പട്ടികയിലുള്ളവരാണ്.[22] ഇതിൽ കുന്നുമ്മൽ ശ്രീദേവിക്ക് തന്റെ സഹോദരനെയും അമ്മാവനെയും ഒരേ സമയം നഷ്ടപ്പെട്ടിരുന്നു. കെ ദേവയാനി *ചോരയും കണ്ണീരും നനഞ്ഞ വഴികൾ* എന്ന തന്റെ ആത്മകഥയിൽ കർഷകസംഘം പ്രവർത്തകയെന്ന നിലയിൽ അക്കാലത്ത് തനിക്കേല്ക്കേണ്ടിവന്ന ദുരിതവും പൊലീസ് അതിക്രമവും വിവരിക്കുന്നുണ്ട്. ആത്മകഥയെന്നതിലുപരി അക്കാലത്തെ സാമൂഹികരാഷ്ട്രീയ ചരിത്രമായാണ് അതിനെ വായിക്കാനാവുക. സാമൂഹികസംഘർഷങ്ങളുടെ പശ്ചാത്തലത്തിൽ എഴുതപ്പെട്ട അത് അന്നത്തെ ജീവിതാവസ്ഥ, ആളുകൾ, വസ്തുതാവിവരങ്ങൾ എന്നിവയും സ്ത്രീകളുടെ സാമൂഹികനില, അവസ്ഥാവിശേഷങ്ങൾ, സമരങ്ങളിലെ പങ്കാളിത്തം തുടങ്ങിയവയും രേഖപ്പെടുത്തുന്നുണ്ട്.

കരിവെള്ളൂരിൽ സ്ത്രീകൾ സജീവരാഷ്ട്രീയ പ്രവർത്തനത്തിനിറങ്ങിയ അവസരമായിരുന്നു അതെന്ന് വ്യക്തമാക്കുന്നതാണ് അന്നത്തെ അവിടത്തെ സംഘടനകളുടെ സാന്നിദ്ധ്യവും അതിൽ സ്ത്രീകളുടെ പങ്കാളിത്തവും. കർഷകസംഘം, മഹിളാസംഘം, കമ്യൂണിസ്റ്റ് പാർട്ടി തുടങ്ങിയ പ്രസ്ഥാനങ്ങളിലുള്ള സ്ത്രീകളുടെ എണ്ണവും അവരുടെ പ്രവർത്തനവും അത് വെളിവാക്കുന്നുണ്ട്. കൃഷ്ണപിള്ള, കെ കേരളീയൻ, ഭാരതീയൻ, എ കെ ജി തുടങ്ങിയ സാമൂഹിക-രാഷ്ട്രീയ പ്രവർത്തകരുമായുള്ള കൂടിക്കാഴ്ചകളും സമ്പർക്കങ്ങളും സ്ത്രീകളുടെ രാഷ്ട്രീയബോധത്തെ സ്വാധീനിക്കുകയും ആകൃതിപ്പെടുത്തുകയുമുണ്ടായി. സ്ത്രീകളെ പരിഷ്കരിക്കുന്നതിനോടൊപ്പം അവരെ പൊതുരംഗത്ത് എത്തിക്കുന്നതിനും ഇത്തരം പ്രസ്ഥാനങ്ങളും അതിന്റെ ആശയങ്ങളും കാരണമായി. കരിവെള്ളൂരിലെ വന്നലക്കോട് എന്ന സ്ഥലത്തെ വസ്ത്രവുമായി ബന്ധപ്പെട്ട അനുഭവം ഇവിടെ പ്രത്യേകം എടുത്തുപറയേണ്ട ഒന്നാണ്. ആ പ്രദേശത്തെ സ്ത്രീകൾ ബ്ലൗസ് ധരിച്ചുതുടങ്ങുന്നത് അവിടെ നടന്ന കർഷകസംഘം സമ്മേളനത്തിൽനിന്നും കിട്ടിയ പ്രചോദനത്തിലാണെന്ന് ആ സമ്മേളനത്തിൽ പങ്കെടുത്ത എം വി കല്ലാണി സാക്ഷ്യപ്പെടുത്തുന്നുണ്ട്.[23] കാർഷികതൊഴിലാളികളല്ലാത്ത, മറ്റുതൊഴിലുകളിൽ ഏർപ്പെട്ടിരുന്ന സ്ത്രീകളും രാഷ്ട്രീയപ്രവർത്തനങ്ങളിൽ സ്വമേധയാ പങ്കാളികളായവരുടെ കൂട്ടത്തിലുണ്ട്. കരിവെള്ളൂർ തെരുവിലെ കെ വി കുഞ്ഞാക്കത്തിന്റെയും[24] കുക്കോട്ട് പാത്തുമ്മയുടെയും[25] ജീവിതം ഇതിന് ഉദാഹരണമാണ്. വിജാതീയരുടെ കൂടിച്ചേരൽ, സാമൂഹികപരിഷ്കരണം, അവകാശബോധം എന്നിവയ്ക്കൊപ്പംതന്നെ സ്ത്രീകളുടെ വ്യക്തിത്വം, കർതൃപദവികൾ എന്നിവയും അംഗീകരിക്കപ്പെട്ട സന്ദർഭമായിരുന്നു അതെന്ന് പറയാനാവും. നേതൃനിരയിലേക്ക് ഉയർന്നുവന്ന സ്ത്രീകളുടെ എണ്ണം സമീപപ്രദേശങ്ങളേക്കാൾ കരിവെള്ളൂർദേശത്ത് കൂടുതലായിരുന്നു.

കരിവെള്ളൂർദേശത്തെക്കുറിച്ചുള്ള പഠനം കാണിക്കുന്നത് കർഷകതൊഴിലാളി സ്ത്രീകളും ജന്മികുടുംബത്തിൽപ്പെട്ട സ്ത്രീകളും അവിടത്തെ പ്രധാനപ്പെട്ട തൊഴിൽശക്തിയായിരുന്നു എന്നാണ്. മാത്രവുമല്ല,

ദേശത്തിലെ എല്ലാതരത്തിലുള്ള തൊഴിൽപ്രക്രിയയിലും സ്ത്രീകളുടെ പങ്കാളിത്തവും ഇടപെടലും ഉണ്ടായിരുന്നു. കാർഷികവൃത്തിയുമായി ബന്ധപ്പെട്ട് നിലവിലുണ്ടായിരുന്ന തൊഴിലുകളും വേതനവും സ്ത്രീപുരുഷ പരിഗണനയിലാണ് വേർതിരിക്കപ്പെട്ടിരുന്നത്. പുരുഷനും സ്ത്രീക്കും ഇന്നിന്നതൊഴിലും ഇത്രയിത്രവേതനം എന്നും നിജപ്പെടുത്തിയുമിരുന്നു. കാർഷികസമൂഹത്തിൽ കാർഷികപ്രവർത്തികളെക്കുറിച്ചുള്ള അറിവ് പ്രധാനപ്പെട്ട ഒന്നാണ്. കരിവെള്ളൂർദേശത്തെ സ്ത്രീകൾ അത്തരം അറിവുകൾ സ്വായത്തമാക്കിയവരും അതിൽ പ്രായോഗികജ്ഞാനമുള്ളവരുമായിരുന്നു. വിത്തിനങ്ങളെക്കുറിച്ചും വർഷപാതത്തെക്കുറിച്ചും കൃഷിക്കനുയോജ്യമായ അവയുടെ ഇനം, തോത്, അളവ് തുടങ്ങിയവയും അതിൽ ഉൾപ്പെടും. തൊഴിലും തൊഴിൽകൈമാറ്റത്തിലുമുള്ള കാർഷികസമൂഹത്തിലെ സവിശേഷമായ കൂട്ടായ്മകളും കൊടുക്കൽവാങ്ങലുകളും ഇവിടെയും നിലനിന്നിരുന്നു. വിത, ഞാറുനടൽ, വെള്ളംതേവൽ, കൊയ്ത്ത്, മെതി തുടങ്ങിയ അവസരങ്ങളിലായിരുന്നു അത്. നെയ്ത്ത്, എണ്ണയാട്ടൽ, ചക്കരനിർമ്മാണം തുടങ്ങിയ സാമുദായികതൊഴിലിന്റെ സാങ്കേതിക അറിവുകളും പ്രയോഗജ്ഞാനവും നേടിയവരിൽ സ്ത്രീകളായിരുന്നു മുൻനിരയിൽ. മറ്റേതൊരു കാർഷികസമൂഹത്തിലെയുംപോലെ കരിവെള്ളൂർദേശത്തെ ജീവിതത്തിലും കുടുംബത്തിനും വീടിനും വേർപെടുത്താനാവാത്ത സ്ഥാനമാണുണ്ടായിരുന്നത്. അതാകട്ടെ സ്ത്രീകളുടെ ഗാർഹികവും ഗാർഹികേതരവുമായ അദ്ധ്വാനത്തിന്റെ സജീവസാന്നിദ്ധ്യം നിറഞ്ഞതുമായിരുന്നു.

പട്ടിക 4.3

കരിവെള്ളൂരിലെ തൊഴിൽ അനുപാതം

തൊഴിലെടുക്കുന്നവർ	*സ്ത്രീകൾ*
കാർഷിക വൃത്തി	1430
ബീഡി തൊഴിലാളികൾ	1222
ടീച്ചർമാരും ഗവൺമെന്റ് ജോലിക്കാരും	175
നെയ്ത്തും പരമ്പരാഗത തൊഴിലും	192
ഇഷ്ടിക പണി/നിർമ്മാണ തൊഴിലും	395
മീൻപിടുത്തം	80

വികസന രേഖ കരിവെള്ളൂർ ഗ്രാമപഞ്ചായത്ത് പേജ് 8
നിന്നും എടുത്തുചേർത്തത്

കരിവെള്ളൂർദേശത്തെ തൊഴിൽപ്രക്രിയയിലും സാമൂഹിക സാമ്പത്തിക പ്രവർത്തനങ്ങളിലും സ്ത്രീകളുടെ പങ്കാളിത്തത്തിന്റെ തുടർച്ച ഇന്നും നിലനില്ക്കുന്നതുകാണാം. വിവിധ തൊഴിലുകളിലെ സ്ത്രീകളുടെ തൊഴിൽ അനുപാതം അതാണ് കാണിക്കുന്നത് (പട്ടിക 4:3). അപ്പോൾത്തന്നെ, ഗാർഹികതൊഴിലും ജീവനോപാധി കണ്ടെത്തുന്ന തൊഴിലും സ്തീകൾ ഒരുമിച്ചുകൊണ്ടുപോകുന്ന അവസ്ഥയെയും കുടും

ബന്ധഘടനയിലെ മാറ്റത്തെയും അത് ഉൾക്കൊള്ളുന്നുമുണ്ട്. കുടുംബഘടനയിലെ മാറ്റമെന്നത് ഇവിടെ കൂട്ടുകുടുംബജീവിതത്തിൽനിന്നും അണുകുടുംബജീവിതത്തിലേക്കുള്ള വഴിമാറലാണ്. ഒരളവോളം ഗാർഹിക ഉല്പാദനബന്ധവും അതിന്റെ സാമ്പത്തികക്രയവിക്രയങ്ങളുമാണ് കൂട്ടുകുടുംബഘടനയിൽ നിലനിന്നിരുന്നതെങ്കിൽ അണുകുടുംബജീവിതത്തിൽ അത് നേരെമറിച്ചാണ്. കരിവെള്ളൂർദേശത്തെ ജീവിതത്തെ നിർണ്ണയിക്കുന്ന സ്ത്രീതൊഴിൽശക്തിയുടെ നിലയെയും സ്ത്രീകളുടെ സാമൂഹികപദവിയെയും അത് രേഖപ്പെടുത്തുന്നുണ്ട്. അപ്പോൾത്തന്നെ വേതനംപറ്റാത്ത ഗാർഹികതൊഴിലും കാർഷികമോ കാർഷികേതരമോ ആയ വേതനം പറ്റുന്ന തൊഴിലും ഒരേസമയം ചെയ്യേണ്ടിവരുന്ന സ്ത്രീകളുടെ പഴയമാതൃകയുടെ തുടർച്ചയും അതിൽ കണ്ടെത്താനാകും.

കരിവെള്ളൂർദേശത്തെ എല്ലാവിഭാഗത്തിലുംപെട്ട സ്ത്രീകൾ-കർഷകത്തൊഴിലാളികൾ, സാമുദായിക തൊഴിലിൽ ഏർപ്പെട്ടിരുന്നവർ, ജന്മികുടുംബത്തിൽപ്പെട്ടവർ, അഭ്യസ്തവിദ്യരായവർ അല്ലാത്തവർ-സാമൂഹികരാഷ്ട്രീയപ്രവർത്തനത്തിന്റെ ഭാഗമായിരുന്നു. ഗ്രാമീണസമ്പദ്വ്യവസ്ഥയിലുണ്ടായ തകർച്ച, കാർഷികബന്ധങ്ങളിലുണ്ടായ സംഘർഷങ്ങൾ അതുവഴി ഉല്പാദനപ്രക്രിയയിൽവന്നുപെട്ട പ്രശ്നങ്ങൾ എന്നിവയാണ് അവരെ സാമൂഹീകരണത്തിന്റെയും രാഷ്ട്രീയവല്ക്കരണത്തിന്റേതുമായ വഴിയിലെത്തിച്ചത്. സ്ത്രീകളെ സമരമുഖത്ത് എത്തിച്ചതും മേല്പറഞ്ഞ സംഘർഷങ്ങളും പ്രശ്നങ്ങളുമാണ്. തൊഴിലും തൊഴിൽപദവിയും ജീവിതംതന്നെയും ചോദ്യംചെയ്യപ്പെടുന്ന സവിശേഷ സന്ദർഭവുമായിരുന്നു അത്. അവിടത്തെ കാർഷികജീവിതത്തിൽ ഒരളവോളം സ്ത്രീകേന്ദ്രീകൃത തൊഴിൽപ്രക്രിയയാണ് നിലനിന്നിരുന്നത്. തൊഴിൽശക്തി എന്ന നിലയിലും കർഷകസമരങ്ങളിലെ പങ്കാളികൾ എന്ന നിലയിലും അത് കരിവെള്ളൂർദേശത്തെ സ്ത്രീകളെ സ്ഥാനപ്പെടുത്തുന്നുണ്ട്.

ഗ്രന്ഥസൂചി

1. ഗുണ്ടർട്ട് നിഘണ്ടു
2. എൻ വി പി ഉണ്ണിത്തിരി, *കരിവെള്ളൂരിന്റെ സാംസ്കാരിക പൈതൃകം*, എ വി സ്മരണിക, 992, p. 102.
3. *വികസനരേഖ*, വോള്യം. 42, കരിവെള്ളൂർ പെരളം ഗ്രാമപഞ്ചായത്ത്, ജനകീയാസൂത്രണം, 1996, p. 25.
4. വികസനരേഖ, വോള്യം. 42, കരിവെള്ളൂർ ....p. 50.
5. അഭിമുഖം, നീലിയം വീട്ടിൽ ചെറിയ കരിവെള്ളൂർ 31. 03. 03
6. ആണ്ടലാട്ട്. നുറുങ്ങുകൾ, *ദേശാഭിമാനി*, 10. 07. 1988
7. കെ ദേവയാനി, *ചോരയും കണ്ണീരും നിറഞ്ഞ വഴികൾ,* ചിന്ത പബ്ലിഷേഴ്സ്, p. 09.

8. അഭിമുഖം, വി വി ഉണ്ണങ്ങാമ്മയുടെ മകൾ മാണി, കരിവെള്ളൂർ 05. 04. 04
9. അഭിമുഖം, പി സി കാർത്ത്യായനിക്കുട്ടി, പീലിക്കോട് 05. 04. 04
10. അഭിമുഖം, ചേന്നൻവീട്ടിൽ ലക്ഷ്മിയുടെ മകൾ ചേന്നൻവീട്ടിൽ കല്യാണി, കരിവെള്ളൂർ 24. 03. 03
11. അഭിമുഖം, പി പി മാധവി, ശാന്ത, കരിവെള്ളൂർ 24. 03. 03
12. *മാതൃഭൂമി* ദിനപത്രം നവംബർ 1, 1935
13. എ വി കുഞ്ഞമ്പു, *കരിവെള്ളൂരിന്റെ കഥ*, കരിവെള്ളൂർ സ്മരണിക 1996, പു 01
14. അഭിമുഖം, തോട്ടൻ വീട്ടിൽ ലക്ഷ്മിയുടെ മകൻ കൃഷ്ണൻ, കരിവെള്ളൂർ 02. 04. 03
15. വി കുഞ്ഞമ്പു, *കരിവെള്ളൂരിന്റെ കഥ*, കരിവെള്ളൂർ സ്മരണിക 1996 പു 05
16. കെ ദേവയാനി, *ചോരയും കണ്ണീരും നിറഞ്ഞ വഴികൾ,* ചിന്ത പബ്ലിഷേഴ്സ്, പു 45.
17. അഭിമുഖം, നീലിയംവീട്ടിൽ ചെറിയ, കിഴക്കേവീട്ടിൽ ലക്ഷ്മി, കുതിരുമ്മൽ ചീരി, പരിയാരത്ത് നാരായണി, കരിവെള്ളൂർ 31. 03. 03
18. അഭിമുഖം, വി വി മാണിയുടെ മകൾ വി സരോജിനി, കരിവെള്ളൂർ 02. 04. 03
19. അഭിമുഖം, ആംബിലേരി ലക്ഷ്മിയുടെ മകൻ ആംബിലേരി ബാലകൃഷ്ണൻ, കരിവെള്ളൂർ 02. 04. 03
20. പി മുരളീധരൻ, *കരിവെള്ളൂർ സമരത്തിന്റെ പെൺസഹനങ്ങൾ*, മണക്കാട് സാംസ്കാരികവേദി സോവനീർ 2001 പു. 29
21. അഭിമുഖം, ഇ. വി കുഞ്ഞിക്കണ്ണൻ, കരിവെള്ളൂർ 19. 09. 03
22. അഭിമുഖം, കീനേരി ചീരിയുടെ മകൾ ജാനകി, പടോളി ചീരി, കരിവെള്ളൂർ 31. 03. 03
23. അഭിമുഖം, എം വി കല്യാണി, കരിവെള്ളൂർ 05, 04. 03
24. അഭിമുഖം, കെ വി കുഞ്ഞാക്കം, കരിവെള്ളൂർ 05. 04. 03
25. അഭിമുഖം, കുക്കോട്ട് പാത്തുമ്മയുടെ മകൻ കുക്കോട്ട് ഇബ്രാഹിം, കരിവെള്ളൂർ 02. 04. 03

അനുബന്ധം 1

വാമൊഴി ചരിത്രം

മനുഷ്യൻ വിവരങ്ങൾ എഴുതി സൂക്ഷിക്കുന്നതിനുമുമ്പ് ആശയങ്ങളും അറിവുകളും തലമുറകളായി കൈമാറിയിരുന്നത് പാട്ടുകളിലൂടെയും കഥകളിലൂടെയുമായിരുന്നു. ഇത്തരം അറിവുകൾ മനുഷ്യസമൂഹത്തിന്റെ പരിണാമദിശകളുടെ അളവുകോലുകളുമായിരുന്നു. ഇങ്ങനെ തലമുറകളായി കൈമാറപ്പെട്ട അറിവിനെ വായ്മൊഴി പാരമ്പര്യം എന്നും, അറിവിനെ വാമൊഴിയായി, അഭിമുഖത്തിൽക്കൂടി അഥവാ പരസ്പര സംഭാഷണത്തിൽക്കൂടി ശേഖരിക്കുന്ന രീതിയെ വാമൊഴി ചരിത്രം എന്നു പറയുന്നു.

ഇന്ത്യയിലെ ഇതിഹാസപുരാണങ്ങളും വേദങ്ങളും ഉപനിഷത്തുകളും, ബുദ്ധ ജാതക കഥകളും, ഗോത്രവിഭാഗക്കാരുടെ അറിവുകളും അനേകകാലത്തോളം വാമൊഴി പാരമ്പര്യമായി നിലനിന്നിരുന്നവയായിരുന്നു. പല പ്രദേശങ്ങളിലുമായി ചിതറിക്കിടക്കുന്ന നമ്മുടെ സാംസ്കാരിക പാരമ്പര്യം തലമുറകളായി കാത്തുസൂക്ഷിക്കുന്നതിൽ സന്ന്യാസിമാരും, സൂഫിവര്യന്മാരും, ഗായകകവികളും (Bards) വഹിക്കുന്ന പങ്ക് ചെറുതൊന്നുമല്ല. ബംഗാളിലെ ബാബുൾ ഗായകരും അവരുടെ ഗാനങ്ങളും, ഭക്തി പ്രസ്ഥാനത്തിന്റെ ഭാഗമായി പ്രചരിച്ച ഭക്തിഗാനങ്ങൾ, യക്ഷഗാനങ്ങൾ, ഗോത്രവിഭാഗക്കാരുടെ അറിവുകൾ എന്നിവ ചില ഉദാഹരണങ്ങൾ മാത്രം.

ഓർമ്മകൾ സൂക്ഷിക്കുന്ന രീതിയുടെ സൂക്ഷ്മതയ്ക്കും ശാസ്ത്രീയതയ്ക്കും ഉദാഹരണമാണ് വേദങ്ങൾ തലമുറകളായി കൈമാറുന്ന രീതി. അവ കൃത്യമായ ആരോഹണ അവരോഹണ ക്രമങ്ങൾക്ക് പ്രാധാന്യം കൊടുത്തു ചൊല്ലി മനഃപാഠമാക്കുന്ന രീതിയാണുണ്ടായിരുന്നത്. അതുപോലെ *കന്യക് നാഗറുകളു*ടെ (Kanyak Nagar) ഇടയി

ലുള്ള 'Morung Dormitory' സമ്പ്രദായം പൂർവ്വികരെക്കുറിച്ചുള്ള ഓർമ്മകൾ പാട്ടുകളിലൂടെ കുട്ടികളെ പഠിപ്പിക്കുന്നതോടൊപ്പം അവർക്കാവശ്യമായ എല്ലാത്തരം കൈത്തൊഴിലുകളും, കൃഷിരീതികളും വേട്ടയാടലും ആയോധനവിദ്യയും അഭ്യസിപ്പിച്ചിരുന്നു.

കാശ്മീരി പരവതാനി നെയ്ത്തുകാരുടെ ഇടയിലുള്ള *താലിം* (Talim) സമ്പ്രദായം ഓർമ്മയിലൂടെ സാങ്കേതികജ്ഞാനം കൈമാറുന്ന രീതിയാണ്. പരവതാനി നെയ്തുണ്ടാക്കേണ്ട എല്ലാ ഘട്ടങ്ങളും, ഉപയോഗിക്കേണ്ട നിറങ്ങളും പ്രധാന നെയ്ത്തുകാർക്ക് മനഃപാഠമായിരിക്കും. ഇവ താലിം എന്ന രേഖയായും അവർ സൂക്ഷിക്കുന്നു. രാജസ്ഥാനിലെ *കാവദ് കഥ പറച്ചിൽ* (Kaavad Story Telling) കഥയുടെ മാസ്മരിക ശക്തി ആളുകളെ എങ്ങനെ ഒന്നിപ്പിക്കുന്നു എന്നതിന് ഉദാഹരണമാണ്. *കാവദ്* എന്നത് വഹിച്ചുനടക്കാവുന്ന ക്ഷേത്ര (Temple/Shrine) മാതൃകയാണ്. അത് നിർമ്മിച്ചിരിക്കുന്നത് ചിത്രവിവരണം അടങ്ങിയ മരപ്പാളികൾ കൊണ്ടാണ്. കഥകൾ ആലേഖനം ചെയ്ത ഈ പാളികൾ അനേകം വഴികളിലേക്ക് ഒരേസമയംതന്നെ തുറക്കാനും അടയ്ക്കാനും കഴിയുന്നവയാണ്. *കാവദിയ*ന് (Story teller) ഇത് നിർമ്മിച്ചുനല്കുന്നത് സുതർ (carpenter) സമുദായത്തിൽ പെട്ടവരാണ്.

ആദ്യ ഗ്രീക്ക് ചരിത്രകാരന്മാരായ ഹെറോഡോട്ടസ് (Herodotus), തൂസിഡിഡെസ് (Thucydides) എന്നിവർ വളരെ വ്യാപകമായ രീതിയിൽ വാമൊഴി ചരിത്രം ഉപയോഗപ്പെടുത്തിയതായി കാണാം. ഹെറോഡോട്ടസ് *ഹിസ്റ്ററിസ്* (Histories) തയ്യാറാക്കിയിരിക്കുന്നത് വായിച്ച പുസ്തകങ്ങളെയും യൗവനകാലത്ത് ചെയ്ത യാത്രകൾക്കിടെ കേട്ടറിഞ്ഞ വിവരങ്ങളെയും ആസ്പദമാക്കിയാണ്. *ഹിസ്റ്ററിസി*ലെ ആദ്യഭാഗങ്ങൾ വിവിധരാജ്യങ്ങളിലെ ഉപചാരങ്ങൾ, പാരമ്പര്യം, കെട്ടുകഥകൾ, ചരിത്രം എന്നിവ ഉൾപ്പെടുന്നതാണ്. അവസാനഭാഗത്തിലെ പ്രധാന പ്രതിപാദ്യവിഷയം ഗ്രീസും പേർഷ്യയും തമ്മിലുള്ള സംഘർഷവും യുദ്ധവും വിവരിക്കുന്നതാണ്. വസ്തുതാവിവരണത്തിൽ പലയിടത്തും കണിശതകൾ നഷ്ടപ്പെടുന്നുണ്ട്. എങ്കിലും, പൊതുവെ വിവരണങ്ങളിലെ യാഥാർത്ഥ്യവും അയഥാർത്ഥ്യവും വേർതിരിച്ച് അവതരിപ്പിക്കുന്നത് ശ്രദ്ധാപൂർവ്വമാണെന്ന് കാണാം. പുസ്തകത്തിന്റെ ആസൂത്രണം തുറന്നതും തെളിവുറ്റതും കഥപറച്ചിൽരീതിയിൽ ആണെന്നുമുള്ള പ്രത്യേകതയും *ഹിസ്റ്ററിസി*നുണ്ട്.

തൂസിഡിഡെസിന്റെ *പെലോപൊണിഷ്യൻ യുദ്ധചരിത്രം* (History of the Peloponnesian War) വാമൊഴിചരിത്രത്തെയും വിവരണങ്ങളെയും അടിസ്ഥാനമാക്കി രചിക്കപ്പെട്ട കൃതിയാണ്. ഏതൻസും സ്പാർട്ടയും തമ്മിലുള്ള യുദ്ധമാണ് അതിൽ രേഖപ്പെടുത്തിയിരിക്കുന്നത്. അതീഥിനിയൻ സൈന്യത്തിലെ ജനറൽ ആയിരുന്നു തൂസിഡിഡെസ്. തന്റെ തന്നെ അനുഭവത്തിന്റെയും യുദ്ധത്തിൽ പങ്കാളികളായവർ പറഞ്ഞുകേട്ട വിവരങ്ങളുടെയും അടിസ്ഥാനത്തിലാണ് അദ്ദേഹം *പെലോപൊ*

ണിഷ്യൻ യുദ്ധചരിത്രം എഴുതിയിരിക്കുന്നത്. ദൃക്സാക്ഷിവിവരണങ്ങൾ പലപ്പോഴും പരസ്പരവിരുദ്ധമായിരുന്നിട്ടുകൂടി അതിനെ അതീവശ്രദ്ധയോടെ സമീപിക്കുകയും സമൂഹത്തിൽനിലനിന്ന കാര്യങ്ങളുമായി ഒത്തുനോക്കി കൃത്യതപ്പെടുത്തിയുമാണ് അവതരിപ്പിച്ചിരിക്കുന്നത്. യുദ്ധത്തിൽ മുൻനിരയിൽ ഉണ്ടായിരുന്നവരുടെ ദീർഘങ്ങളായ സംഭാഷണങ്ങൾപോലും ഉൾക്കൊള്ളുന്ന കൃതിയാണത്. ചരിത്രപുസ്തകം എന്ന നിലയിലുള്ള അതിന്റെ വസ്തുനിഷ്ഠത പില്ക്കാലത്ത് എഴുതപ്പെട്ട ഗ്രീക്കോ-റോമൻ ചരിത്രകാരന്മാരെ സ്വാധീനിക്കുകയുണ്ടായി.

ആത്യന്തികമായി ചരിത്രവും ചരിത്രരചനയും സാമൂഹികമായ ആവശ്യത്തെ അടിസ്ഥാനമാക്കിയുള്ളവയാണ്. വ്യത്യസ്ത കാലത്തിലും സമൂഹത്തിലും ചരിത്രനിർമ്മിതിയുടെ സ്വഭാവം, ആവശ്യങ്ങൾ, അതിനുള്ള ഉപാധികൾ എന്നിവ മാറിവരുന്നതു കാണാം. അപ്പോൾത്തന്നെ വാമൊഴി, പുരാവൃത്തങ്ങൾ, ദിനവൃത്താന്തങ്ങൾ എന്നിവയെ അടിസ്ഥാനപ്പെടുത്തിയും ഉപാദികളാക്കിയുമുള്ള ചരിത്രരചന തുടർന്നുകൊണ്ടിരുന്നു. വാമൊഴിചരിത്രമെന്നത് നൂറ്റാണ്ടുകളായി നിലനിന്നിരുന്നതാണെങ്കിലും വാമൊഴിചരിത്രരചനയെന്നത് ഇന്നുകാണുന്ന അർത്ഥത്തിൽ വ്യവഹരിക്കുന്നതും വ്യാപനംനേടുന്നതും ഈയടുത്തകാലത്താണ്. വാമൊഴിചരിത്രത്തിനെക്കുറിച്ചുള്ള ആധുനിക കാഴ്ചപ്പാടുകൾ വികസിക്കുന്നത് 1940 കളോടെയാണ്. അമേരിക്കക്കാരനായ നെവിൻസാണ് (Joseph Allen Nevins) അതിന് തുടക്കംകുറിക്കുന്നത്. ചരിത്രകാരനും പത്രപ്രവർത്തകനുമായ അദ്ദേഹം 1948 ൽ കൊളമ്പിയ യൂണിവേഴ്സിറ്റിയിലെ തന്റെ സഹപ്രവർത്തകരുമായി ചേർന്ന് വാമൊഴിചരിത്രത്തെ അക്കാദമികമായി ഒരു സാധുതാവിഷയമാക്കുന്നതിനുള്ള പദ്ധതികൾക്ക് തുടക്കംകുറിച്ചു. കൊളമ്പിയ യൂണിവേഴ്സിറ്റി അതിന്റെ മേൽനോട്ടത്തിൽ പിന്നീട് അതിനെ വാമൊഴിചരിത്രകേന്ദ്രം (Columbia University Centre for Oral History) എന്നനിലയിൽ വികസിപ്പിക്കുകയുണ്ടായി. അമേരിക്കൻ ആഭ്യന്തരയുദ്ധത്തെക്കുറിച്ച് നെവിൻസ് പ്രസിദ്ധീകരിച്ച പുസ്തകങ്ങൾ *War for the Union: The Improvised War-1861-62, Ordeal of the Union (19471971) (8 volumes)* എന്നിവ വാമൊഴിചരിത്രത്തെ അടിസ്ഥാനമാക്കി എഴുതിയവയാണ്.

1960 കളോടെ വാമൊഴിചരിത്രം എന്നത് ഒരു വിജ്ഞാനശാഖയായി മാറുകയുണ്ടായി. ഇതിലൂടെ വാമൊഴിയെ അടിസ്ഥാനമാക്കി ചരിത്രം രേഖപ്പെടുത്തുന്നതിനുള്ള ശ്രമങ്ങൾ ആരംഭിച്ചു. സമകാലത്തെ സ്ത്രീമുന്നേറ്റങ്ങളും പൗരാവകാശപ്രക്ഷോഭങ്ങളും യുദ്ധവിരുദ്ധ പ്രതിഷേധങ്ങളും അതിന്റെ വിഷയമായി. ആളുകൾ നല്കുന്ന വിവരങ്ങൾ, അഭിപ്രായങ്ങൾ, വികാരപ്രകടനങ്ങൾ, ആശയങ്ങൾ എന്നിവ എഴുത്തിന് വ്യാപകമായി ഉപയോഗിച്ചുതുടങ്ങി. ശബ്ദലേഖനരംഗത്ത് ചെലവുകുറഞ്ഞ ഉപകരണമെന്ന നിലയിൽ ടേപ്പ്റിക്കോർഡറുകൾ കടന്നുവരുന്ന സമയവും ഇതാണ്. ടെർക്കിൻ (Louies Stud Terkel), ഹേലി (Alex

Hely), ലവിസ് (Oscar Lewis) എന്നിവർ വാമൊഴിയെ അടിസ്ഥാനമാക്കി പുസ്തകങ്ങൾ പ്രസിദ്ധീകരിക്കുന്നത് ഇതേകാലത്താണ്.

ചരിത്രകാരനായ ടെർക്കിൻ അമേരിക്കൻ മെട്രോപോളിസിലെ ജീവിതത്തെയും അവിടത്തെ മനുഷ്യാവസ്ഥകളെയും (Division Street America, 1967) എഴുപതുപേരുടെ കൂടിക്കാഴ്ചയിലൂടെ രേഖപ്പെടുത്തുകയുണ്ടായി. രണ്ടാംലോകയുദ്ധചരിത്രവും (The Good War: An Oral History of World War Two 1984) 1930 കളിലെ മാന്ദ്യവും (Hard Times: An Oral History of Great Depression, 1970) വാമൊഴിചരിത്രത്തെ ആധാരമാക്കി എഴുതിയ കൃതികളാണ്. ഹേലി മാൽക്കം എക്സിന്റെ ജീവിതം (The Autobiography of Malcolm X) എഴുതുന്നത് അദ്ദേഹവുമായുള്ള അമ്പതോളം കൂടിക്കാഴ്ചകൾക്കും ദീർഘസംഭാഷണങ്ങൾക്കും ശേഷമാണ്. നരവംശശാസ്ത്രജ്ഞനായ ലവിസ് മെക്സിക്കോയിലെ ചേരിനിവാസികളുടെ ചരിത്രമാണ് (Five Families: Mexican Case Studies in the Culture of Poverty, 1959) വാമൊഴി ചരിത്രരചനയെ അടിസ്ഥാനമാക്കി ചെയ്യുന്നത്.

1990 കളോടെ വാമൊഴി ചരിത്രരചന വിജ്ഞാനശാഖയെന്ന നിലയിൽ അക്കാദമികമായി ലോകമെമ്പാടും അംഗീകരിക്കപ്പെടുകയുണ്ടായി. വാമൊഴി ചരിത്രരചനയുടെ രീതിശാസ്ത്രം (Methodology) രൂപപ്പെടുന്നത് ഇതോടെയാണ്. ഇതിൽ, ഇറ്റാലിയൻ ചരിത്രകാരനായ പോർറ്റെല്ലിയുടെ (Alessandro Portelli) സംഭാവന വളരെ പ്രധാനപ്പെട്ടതാണ്. വാമൊഴിചരിത്രത്തെ *കേൾവിയുടെ കല* എന്നാണ് അദ്ദേഹം വിശേഷിപ്പിക്കുന്നത്. പോർറ്റെല്ലിയുടെ 1991 ൽ പുറത്തുവന്ന *The Death of Luigi Trastulli and Other Stories* എന്ന പുസ്തകം ഇറ്റാലിയൻ വാമൊഴി ചരിത്ര രചനയുടെ വഴിത്തിരിവായാണ് വിശേഷിപ്പിക്കപ്പെടുന്നത്. രണ്ടുഭാഗങ്ങളായി വേർതിരിക്കപ്പെട്ട അതിന്റെ ആദ്യഭാഗം വാമൊഴിചരിത്രത്തിന്റെ രീതിശാസ്ത്രത്തെക്കുറിച്ചും രണ്ടാംഭാഗം തൊഴിലാളികളുടെ ഓർമ്മകളെ അടിസ്ഥാനപ്പെടുത്തി വ്യാവസായികസംസ്കാരത്തെ രേഖപ്പെടുത്തുന്നതുമാണ്. അദ്ദേഹത്തിന്റെ മറ്റൊരു കൃതി *The Battle of Valle Guilia; Oral History and the Art of Dialogue* ആണ്. 1997 ൽ പുറത്തുവന്ന ഇത് ചരിത്രരചനയിൽ വാമൊഴിചരിത്രത്തിന്റെ പ്രാധാന്യവും ആവശ്യകതയും എത്രത്തോളമെന്ന് വെളിപ്പെടുത്തുന്നുണ്ട്.

ബെൽജിയൻ ചരിത്രകാരനും നരവംശശാസ്ത്രജ്ഞനുമായ വാസിന (Jan Vansina) വാമൊഴിചരിത്രരചനയ്ക്കുള്ള വിശകലനോപാധികളും രീതിശാസ്ത്രവും കണ്ടെത്തുന്നതിൽ മുഖ്യപങ്കുവഹിച്ച മറ്റൊരാൾ. മദ്ധ്യാഫ്രിക്കൻ ചരിത്രപഠനത്തിന്റെ ആധികാരിക വക്താവായ അദ്ദേഹം എങ്ങനെയാണ് ആളുകൾ സംഭവങ്ങൾ ഓർമ്മിച്ചെടുക്കുന്നതെന്നും കൊണ്ടുനടക്കുന്നതെന്നും രേഖപ്പെടുത്തുന്നു. അതിനായി അദ്ദേഹം ഉപയോഗപ്പെടുത്തുന്നത് ആളുകൾക്കിടയിൽ പ്രചാരത്തിലുള്ള

കഥകൾ, കെട്ടുകഥകൾ, ഇതിഹാസകഥകൾ, പഴഞ്ചൊല്ലുകൾ, പരദൂഷണങ്ങൾ എന്നിവയാണ്. ചരിത്രത്തെ വായിച്ചെടുക്കുന്നതിന് അവയെ സമർത്ഥമായി അദ്ദേഹം ഉപയോഗപ്പെടുത്തുകയുണ്ടായി. ആളുകൾ ഓർമ്മിച്ചെടുത്ത് പറയുന്ന കഥകളിലെ (എല്ലാതരത്തിലുമുള്ള) ഉള്ളടക്കത്തെ രൂപപ്പെടുത്തുന്ന വസ്തുതകളെ വിശകലനം ചെയ്തെടുത്താണ് ഇത് സാധിക്കുന്നത്. വ്യക്തികളിൽനിന്ന് വ്യക്തികളിലേക്കും തലമുറയിൽനിന്ന് തലമുറകളിലേക്കും കൈമാറുന്ന അറിവുകളുടെ സാമൂഹിക-സാംസ്കാരിക സന്ദർഭങ്ങൾ, സംസ്കാരത്തിന്റെ പ്രകടിതരൂപങ്ങളിലും ജീവിതത്തിലും അവയ്ക്കുള്ള പങ്ക് എന്നിവയെ അതിനായി അദ്ദേഹം വിശകലനവിധേയമാക്കുന്നുണ്ട്. വാമൊഴിചരിത്രരചനയിൽ ഏർപ്പെടുന്നവർ അതത് സമൂഹത്തിന്റെ സംസ്കാരവും ഭാഷയും അറിഞ്ഞിരിക്കണമെന്നും സാമൂഹികമായ പ്രതീക്ഷകൾ വെച്ചുപുലർത്തുന്നവരായിരിക്കണമെന്നും അദ്ദേഹം നിർദ്ദേശിക്കുന്നു. 1965 ൽ പുറത്തുവന്ന *Oral Tradition; A Study in Historical Methodology* വാമൊഴിചരിത്രരചനയും അതിന്റെ വിശകലനോപാധികളെയും രീതിശാസ്ത്രത്തെയും മുന്നോട്ടുവെക്കുന്ന പുസ്തകമാണ്.

സാമൂഹികശാസ്ത്രത്തിൽ വാമൊഴിചരിത്രരചനയുടെ ഗവേഷണ രീതിശാസ്ത്രം വികസിപ്പിക്കുകയും അതിന്റെ പ്രായോഗികത തെളിയിക്കുകയും ചെയ്തയാളാണ് ബ്രിട്ടീഷ് സാമൂഹികശാസ്ത്രകാരനും വാമൊഴിചരിത്രകാരനുമായ തോംസൺ (Paul Thompson). 1971 ൽ തോംസൺ ബ്രിട്ടൻ കേന്ദ്രമാക്കി *ഓറൽ ഹിസ്റ്ററി സൊസൈറ്റിക്ക്* രൂപം കൊടുക്കുകയും *ഓറൽ ഹിസ്റ്ററി ജേണൽ* ആരംഭിക്കുകയും ചെയ്തു. അദ്ദേഹത്തിന്റെ മുൻകൈയിൽ ചരിത്രരചനയുടെ ഭാഗമായി ബ്രിട്ടീഷ് ലൈബ്രറിയിൽ ലോകത്തിലെതന്നെ ഏറ്റവും വലിയ ശബ്ദരേഖാശേഖരവും (National Sound Archives (NSA)) ജീവിതാഖ്യാനശേഖരവും (National Life Stories (NLS)) കൂട്ടിച്ചേർത്തു. ചരിത്രവും സമൂഹവും തമ്മിലുള്ള ബന്ധത്തെ മുൻനിർത്തിക്കൊണ്ട് ചരിത്രരചനയുടെ ആവശ്യത്തിലേക്ക് വാമൊഴിരൂപങ്ങൾ ആദേശം ചെയ്യുന്നത് അഭികാമ്യമാകുന്നത് എങ്ങനെ എന്ന് തോംസൺ വിശദീകരിക്കുന്നുണ്ട്. ചരിത്രരചനയ്ക്കായി വാമൊഴിരൂപങ്ങളെ ഉപയുക്തമാക്കുന്നതിനെക്കുറിച്ചുള്ള അദ്ദേഹത്തിന്റെ മാർഗ്ഗനിർദ്ദേശങ്ങളും ഉപയോഗരീതികളും ഒരേസമയം തന്നെ അക്കാദമികവും പ്രായോഗികവുമായാണ് വിലയിരുത്തപ്പെടുന്നത്. ചരിത്രരചനയുടെ വ്യവസ്ഥാപിതരീതികളോട് വാമൊഴിചരിത്രത്തിന്റെ പ്രയോഗരൂപങ്ങൾ വിച്ഛേദനം നേടുന്നത് എങ്ങനെയെന്നും അത് ഉയർത്തുന്ന ചോദ്യങ്ങൾ എന്തെന്നും അദ്ദേഹം അക്കമിട്ട് വിശദീകരിക്കുന്നുണ്ട്. അതിലൂടെ പാശ്ചാത്യ ഹിസ്റ്റീരിയോഗ്രാഫിയുടെ ഭൂമികയിലേക്ക് വാമൊഴിരേഖകളെ പ്രമാണവസ്തുവായി ഘടിപ്പിക്കാൻ തോംസന്റെ ചിന്തകൾക്ക് കഴിഞ്ഞു. ചരിത്രകാരന് പ്രമാണമായും നിർമ്മാണവസ്തുവായും വാമൊഴിരൂപങ്ങൾ ഉപയുക്തമാക്കാമെന്നുപറയുന്ന അദ്ദേഹം

വാമൊഴിചരിത്രം ചരിത്രകാരന് തിരിച്ചുനല്കുന്നത് ചരിത്രരചനയ്ക്ക് നഷ്ടമായ പഴയകാല കഴിവുകളാണെന്ന് അഭിപ്രായപ്പെടുന്നു. ചരിത്രത്തിന്റെ സാമൂഹികതയുമായി ബന്ധപ്പെട്ട് വാമൊഴിചരിത്രം എങ്ങനെയാണ് തലമുറകൾതമ്മിലുള്ള ബന്ധത്തെ കോർത്തിണക്കുന്നതെന്നും സ്ത്രീ വാമൊഴിചരിത്രവും കറുത്തവരുടെ വാമൊഴിചരിത്രവും നിശ്ശബ്ദമാക്കപ്പെട്ടവർക്ക് എങ്ങനെയാണ് ശബ്ദം നില്കുന്നതെന്നും തോംസൺ വിശകലനം ചെയ്യുന്നുണ്ട്. സാമൂഹികവിഭാഗങ്ങളുടെ ചരിത്രരചയ്ക്കാവശ്യമായ വാമൊഴിരൂപങ്ങളുടെ ശേഖരണത്തിനും ശബ്ദലേഖനത്തിനും ആവശ്യമായ കൂടിക്കാഴ്ചകൾ, സമീപനരീതികൾ, ചോദ്യാവലികൾ, ആലേഖനം അവയുടെ പരിശോധന, താരതമ്യം, വിശകലനം, സാധൂകരണം എന്നിവയെക്കുറിച്ചും തോംസൺ നല്കുന്ന മാർഗ്ഗനിർദ്ദേശം ഇന്ന് ഏറെ സ്വീകാര്യമായവയാണ്.

For further Reading:

Louis Stud Terkel (1912-2008)
Division street: America (1967)
Hard Times: An Oral History of Great Depression (1970)
Working People Talk about What They Do All Day and How They Feel About What They Do (1974)
The Good War: An Oral History of World War II (1984)
Alex Haley (1939-1959)
The Autobiography of Malcolm X (1965)
Roots: The Saga of An American Family (1976)
Oscar Lewis (1914-1970)
Five families: Mexican Case Studies in the Culture of Poverty (1959)
Alessandro Portelli (1942-)
The Death of Luigi Trastulli and Other Stories (1991)
The Battle of Valle Guilia: Oral History and the Art of Dialogue (1997)
The Order Has Been Carried Out: History, Memory and Meaning of a Nazi Massacre in Rome (2003)
Jan Vansina (1929-2017)
Oral Tradition: A Study in Historical Methodology (1965)
Tradition as History (1985)
Living the Africa (1994)
Paul Thompson (
The Voice of the Past; Oral History (1978)

അനുബന്ധം 2

വാമൊഴിചരിത്രം: ദത്തശേഖരണം, അഭിമുഖം, വിശകലനം എന്നിവയ്ക്കുള്ള മാർഗ്ഗനിർദ്ദേശങ്ങൾ

വാമൊഴിചരിത്ര രചനയ്ക്ക് പ്രമാണമാക്കുന്നത് ആളുകളുടെ (ആവേദകരുടെ) ഓർമ്മിച്ചുപറയലിനെയാണ്. ഇത്തരം പ്രമാണങ്ങൾ ലഭിക്കുന്നത് ആളുകളുമായുള്ള കൂടിക്കാഴ്ചയിലൂടെയും സംഭാഷണങ്ങളിലൂടെയുമാണ്. ആളുകൾ ഒറ്റയായോ കൂട്ടമായോ തന്റെ ജീവിതകാലത്ത് നടന്നതോ താൻ നേരിട്ടുപങ്കാളിയായതോ, മുതിർന്നവരിൽനിന്നോ മരിച്ചുപോയവരിൽനിന്നോ കേട്ടറിഞ്ഞതോ ആയ ഏതെങ്കിലും സംഭവത്തെക്കുറിച്ച് ഓർമ്മിച്ച് പറയുന്നത് കേൾക്കുകയും അത് രേഖപ്പെടുത്തുകയും ചെയ്യുന്ന കൂടിക്കാഴ്ചകളെയാണ് അഭിമുഖം എന്നു പറയുന്നത്. അത് പലപ്പോഴും കഥപറച്ചിലോ, ഭാഗികവിവരണമോ, ചോദ്യങ്ങളും അവയ്ക്കുള്ള മറുപടിയോ ആകാം. എഴുതിയോ ശബ്ദലേഖനം ചെയ്തോ ആണ് അവ രേഖപ്പെടുത്തുന്നത്. ചോദ്യങ്ങൾ പലപ്പോഴും സംഭവങ്ങളോ വിഷയങ്ങളോ ആയി ബന്ധപ്പെട്ടതെന്ന നിലയിൽ മുൻകൂട്ടി തീരുമാനിക്കപ്പെട്ടവയോ അല്ലെങ്കിൽ സാന്ദർഭികമായി ഉയർന്നുവരുന്നവയോ ആകാം.

വാമൊഴി ചരിത്രരചനയ്ക്കായി കൂടിക്കാഴ്ചകൾ നടത്തുന്നതും അവ രേഖപ്പെടുത്തുന്നതും ശ്രമകരമായ ദത്തശേഖരണവിദ്യയാണ്. ഇടപെടുന്ന ഇടത്തെ/ആളുകളുടെ തദ്ദേശീയമായ ഭാഷ, ഭാഷണം എന്നിവ പഠിതാവ്/ഗവേഷകൻ അവശ്യം അറിഞ്ഞിരിക്കണം. ആവേദകന്മാരിൽനിന്നും ഒരേകാര്യത്തെക്കുറിച്ച് വ്യത്യസ്തങ്ങളോ, പരസ്പരവിരുദ്ധമോ ആയ വിവരങ്ങളായിരിക്കാം ലഭിക്കുന്നത്. അവ പരസ്പരം ഒത്തുനോക്കിയും അതതുകാലത്തെ രേഖകൾ, പത്രവാർത്തകൾ, കിട്ടാവുന്ന ഡയറിക്കുറിപ്പുകൾ എന്നിവ ചേർത്തുവെച്ച് പരിശോധിച്ചുംവേണം ഉപയോഗപ്പെടുത്താൻ. വാമൊഴി ചരിത്രകാരന്മാർ നേരിടുന്ന വെല്ലുവിളി അഭി

മുഖങ്ങളിൽനിന്നും ലഭിക്കുന്ന വിവരത്തിന്റെ സാധുതയെക്കുറിച്ചുള്ളതാണ്. അതേക്കുറിച്ചുള്ള മറ്റ് തെളിവുകളുമായി ഒത്തുനോക്കിവേണം ഇവ പരിഹരിക്കാൻ.

അഭിമുഖത്തിന് ആവശ്യമായ വസ്തുതകൾ:

> അന്വേഷണവിഷയത്തിന്റെ രൂപരേഖ തയ്യാറാക്കുക.
> അന്വേഷണവിഷയം ഉൾക്കൊള്ളുന്ന മേഖലയെക്കുറിച്ച് ലഭ്യമായ അറിവിനെ അടിസ്ഥാനമാക്കി പ്രാഥമികമായ കുറിപ്പ് തയ്യാറാക്കുക.
> അഭിമുഖത്തിനുള്ള സമയപട്ടികയുണ്ടാക്കുക. *അഭിമുഖത്തിന് കണ്ടെത്തുന്നവരോട് (ആവേദകരോട്) പാലിക്കേണ്ട കാര്യങ്ങൾ:*
> അഭിമുഖത്തിന്റെ ഉദ്ദേശ്യം വ്യക്തമാക്കുക.
> എങ്ങനെയാണ് അവ രേഖപ്പെടുത്തുന്നത് എന്ന് പറയുക.
> ആളുകളെ കാര്യങ്ങൾ പറഞ്ഞുമനസ്സിലാക്കുന്നതിന് സമയവും ക്ഷമയും ആവശ്യമായി വന്നേക്കാം.
> സംഭാഷണങ്ങൾ പകർത്തുന്നവിധം അറിയിക്കുക (സംഭാഷണങ്ങൾ എഴുതിയോ ശബ്ദലേഖനം വഴിയോ പകർത്താം).

ആവേദകരോടുള്ള ബന്ധം:

> സംവേദനക്ഷമത സൂക്ഷിക്കുക.
> വ്യക്തികളുടെ സ്വകാര്യതകളിൽ കൈ കടത്താതിരിക്കുക.
> ആളുകളുടെ സാന്നിദ്ധ്യത്തിൽ കുറിപ്പുകൾ തയ്യാറാക്കുക.
> ചെലവഴിക്കുന്ന സമയത്തെക്കുറിച്ച് ഉൽക്കണ്ഠപ്പെടാതിരിക്കുക
> ക്രമരഹിതവും ഗൗരവമുള്ളതുമായ അഭിമുഖങ്ങളാണ് അഭികാമ്യം.
> കഥപറച്ചിൽ രീതി ഉപയോഗപ്പെടുത്തുക
> ചോദ്യങ്ങൾ ഒന്നിനുപിറകെ ഒന്നായി ചോദിക്കുക.
> ചോദ്യത്തിന്റെ ഭാഷ, അവതരണരീതി എന്നിവ വ്യക്തവും ലളിതവും ആയിരിക്കണം.
> പ്രകോപനപരമായ ചോദ്യങ്ങൾ ഒഴിവാക്കുക.
> ആവശ്യമായിവന്നാൽ അഭിമുഖത്തിന്റെ സമയം അവരുടെ സമ്മതത്തോടെ നീട്ടിവാങ്ങുക.
> അഭിമുഖം അവസാനിപ്പിക്കുന്നത് നന്ദിയും ആദരവും പ്രകടിപ്പിച്ചുകൊണ്ടായിരിക്കണം.

അഭിമുഖം നടത്തുന്ന സ്ഥലം:

> അഭിമുഖം നടത്തുന്ന ഇടം തെരഞ്ഞെടുക്കുന്നത് ഗൗരവമേറിയ കാര്യമാണ്.

> വീടുകൾ, ക്ലബ്ബുകൾ, ജോലിസ്ഥലങ്ങൾ, ചന്തകൾ, ഇതര പൊതു സ്ഥലങ്ങൾ എന്നിവ.

> വ്യക്തികളെയും കൂട്ടത്തെയും അഭിമുഖത്തിന് തെരഞ്ഞെടുക്കാം. അതിൽ വ്യക്തികളുമായുള്ള കൂടിക്കാഴ്ചകളിൽ മറ്റ് ആളുകളുടെ സാന്നിദ്ധ്യവും അസാന്നിദ്ധ്യവും സന്ദർഭത്തിനനുസരിച്ച് പ്രാധാന്യമർഹിക്കുന്നതാണ്.

വാമൊഴിവിവരങ്ങളുടെ പട്ടികപ്പെടുത്തൽ:

> അഭിമുഖത്തോടൊപ്പം കുറിപ്പുകളോ, ഫീൽഡ് ഡയറിയോ എഴുതുക.

> ആവേദകന്റെ പേര്, വയസ്സ്, സ്ഥലം എന്നിവ കുറിക്കുക.

> കൂടിക്കാഴ്ച നടത്തുന്ന സ്ഥലം, ദിവസം, സമയം എന്നിവ രേഖപ്പെടുത്താം.

മഹിളാസംഘം പ്രവർത്തകർ

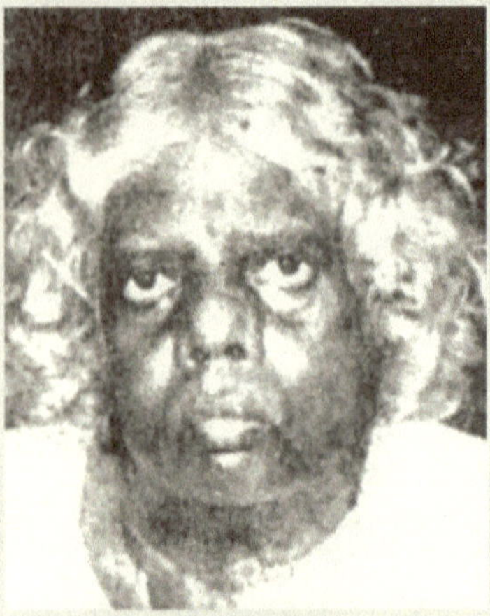

പി.എം.മാധവി (കരിഞ്ചിയേടത്തി)
പറശ്ശിനിക്കടവ് മഹിളാ സമാജം

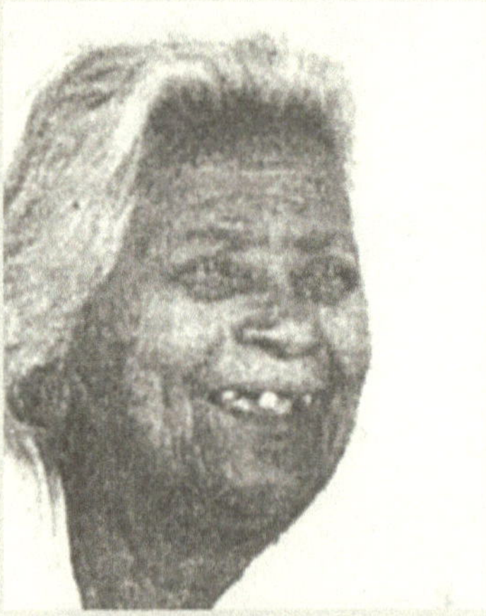

പയ്യനാടൻ യശോദ ടീച്ചർ
ദേശാഭിമാനി പത്ര റിപ്പോർട്ടർ
കീച്ചേരി മഹിളാസംഘം
ഭർത്താവ് കാന്തലോട്ട് കുഞ്ഞമ്പു

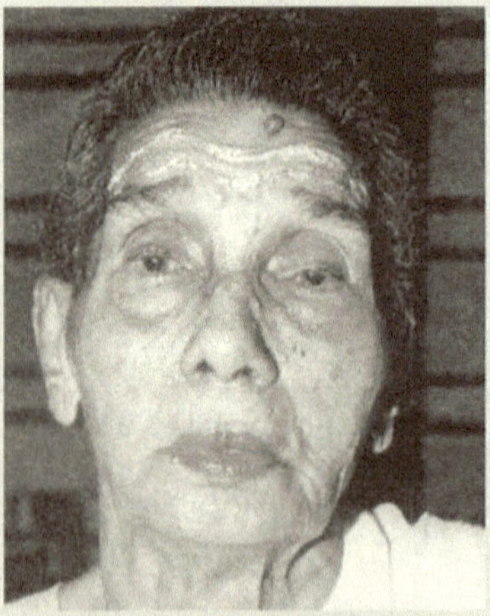

പി.സി.കാർത്ത്യായനിക്കുട്ടിയമ്മ
പിലിക്കോട്
ഭർത്താവ് താഴെക്കാട് മനയിൽ
സുബ്രഹ്മണ്യതിരുമുമ്പ്

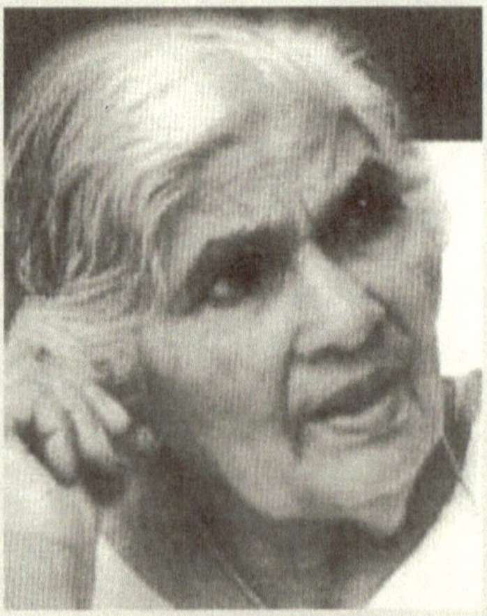

കെ. ദേവയാനി
മഹിളാസംഘം
ഭർത്താവ് എ.വി. കുഞ്ഞമ്പു

മഹിളാസംഘം പ്രവർത്തകർ

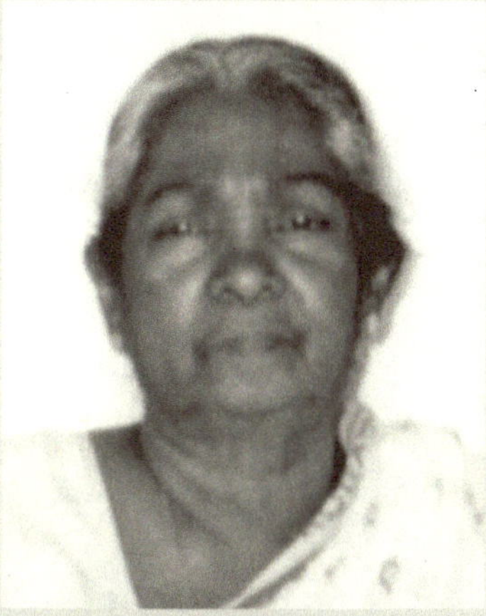

പുതിയപറമ്പത്ത് നാണി ടീച്ചർ
മൊറാഴ ബാലസംഘം, മഹിളാസംഘം
ഭർത്താവ് സി.എച്ച്.നാരായണൻ നമ്പ്യാർ

എ.വി.ജാനകി
പെരളം മഹിളാസംഘം
ഭർത്താവ് ടി.കെ.രാജു

കെ.ടി.ജാനകി ടീച്ചർ
മഞ്ഞോടി
മലബാർ ഡിസ്ട്രിക്റ്റ് ബോർഡ് അംഗം

എൻ.കെ.നന്ദിനി
ചൊവ്വ മഹിളാസംഘം
വനിതാ വ്യവസായ സംഘം അംഗം

മഹിളാസംഘം പ്രവർത്തകർ

കാവിൽ ജാനകി ടീച്ചർ
ബക്കളം, കയരളം മഹിളാസംഘം
ഭർത്താവ് കൊട്ടയാടൻ രാഘവൻ മാഷ്

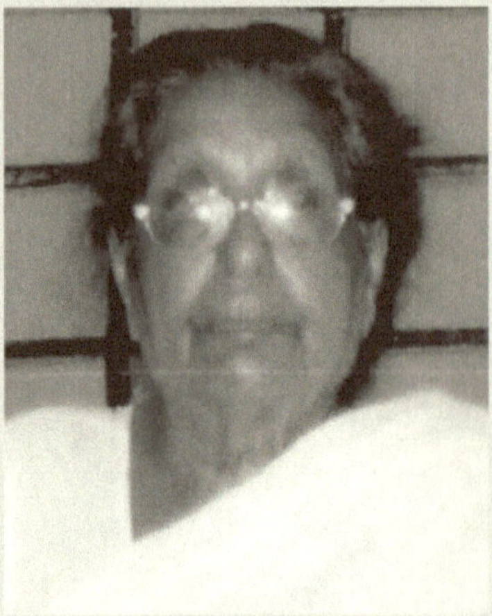

എടേത്ത് ജാനകി
പൊടിക്കുണ്ട്
ഭർത്താവ് എൻ.സി.ശേഖർ

ചെനാൽ ലക്ഷ്മികുട്ടി ടീച്ചർ
ഭർത്താവ് ടി.സി.നാരായണൻ നമ്പ്യാർ

കടിഞ്ഞിയിൽ നാരായണി
കരിവെള്ളൂർ

കണ്ടക്കൈ സമരം

പി.കെ.കുഞ്ഞാക്കമ്മ

മരുതിയോട് തമ്പായി

ഉദിനൂർ വിള കൊയ്ത്ത്

കിഴക്കൂൽ ലക്ഷ്മി

കൊളവളപ്പിൽ പാർവ്വതി

പുലിയന്നൂർ വിള കൊയ്ത്ത്

മീത്തലെപുരയിൽ കുഞ്ഞാത

എളേരി വിള കൊയ്ത്ത്

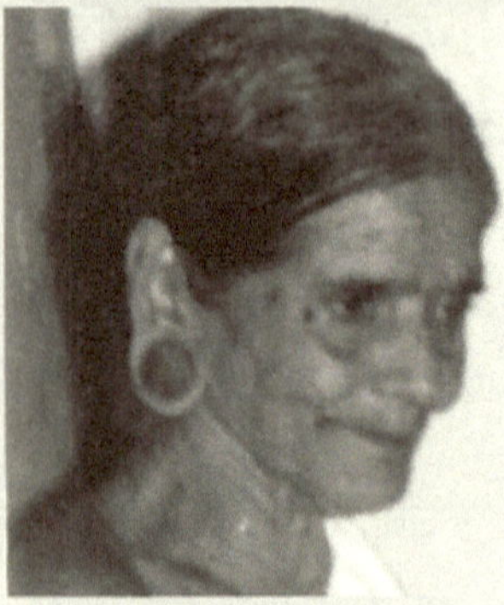

കുറുവാട്ടെ മാണി എളേരി

വള്ളിയോട്ട് മാണി എളേരി

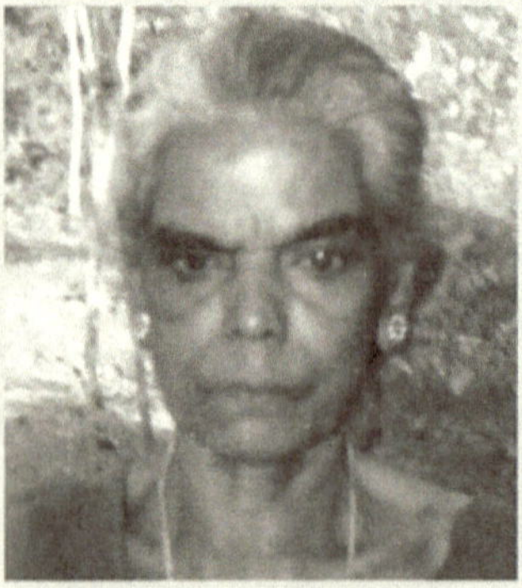

താഴെവീട്ടിൽ കാരിച്ചി

തമ്പായി എളേരി

കാട്ടൂർ ചിരുതേയി

കാട്ടൂർ പാർവ്വതി

പെരിങ്ങോം - വയക്കര പുല്ലരിയൽ സമരം

പിലാക്കൂ ചിരി

പിലാക്കൂ മീനാക്ഷി

തോൽ-വിറക് സമരം

സി. മാധവി

ഇ.ടി.കാർത്ത്യായനി

പാലായി വിള കൊയ്ത്ത്

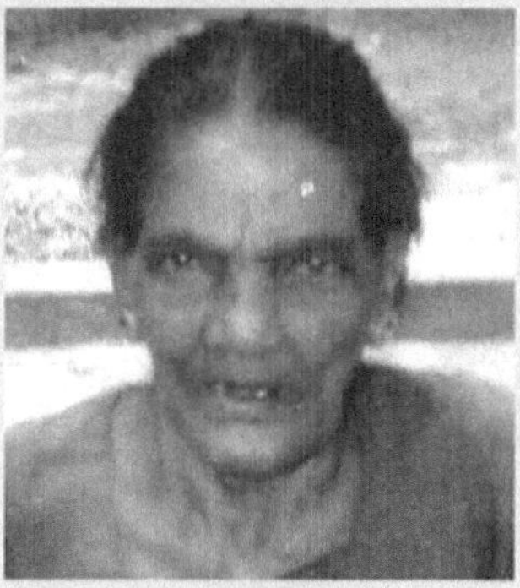

കുഞ്ഞമ്മ

കൊടക്കാട് സമ്മേളനം

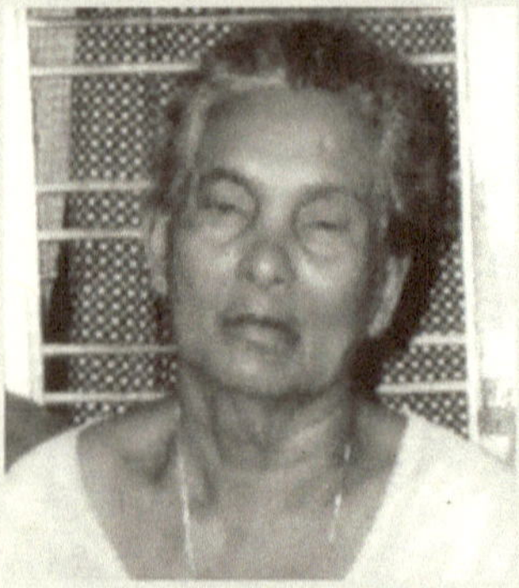

പാറപ്പുറത്ത് ചിരുത
കൊടക്കാട് സമ്മേളനത്തിൽ പങ്കെടുത്തു
ഭർത്താവ് പുന്നക്കോടൻ രാമൻ

കണിശൻ ദേവി
വടശ്ശേരി കല്ല്യാണിയുടെ മകൾ

ചേനൻവീട്ടിൽ കല്ല്യാണി
ചേനൻവീട്ടിൽ ലക്ഷ്മിയുടെ മകൾ

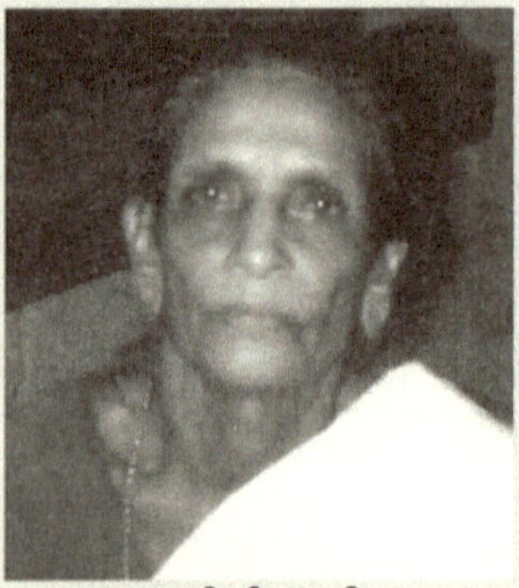

വി.വി.മാണി
വി.വി. ഉണ്ണാങ്ങമ്മയുടെ മകൾ

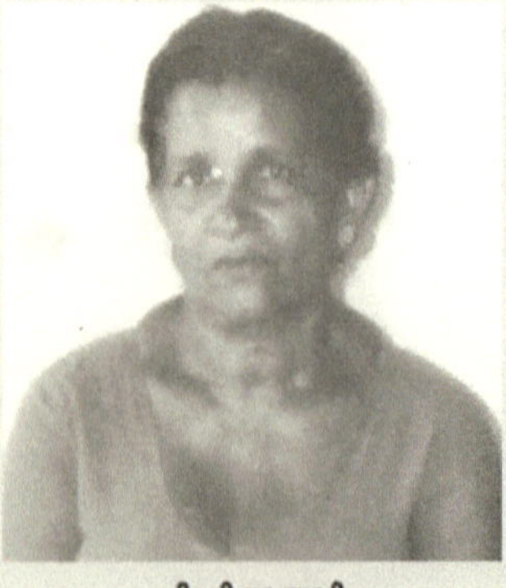

പി.പി.മാധവി

ശാന്ത

കൊടക്കാട് സമ്മേളനത്തിൽ സ്വാഗതഗാനം ആലപിച്ചവർ

BIBLIOGRAPHY

PRIMARY SOURCES

Settlement and Resettlement Accounts of Kandakkai, Karivelloor, Mayyil and Timiri Desam, Chirakkal Taluk, Malabar District.

Agricultural Statistics of India Vol. I, 1900-01 to 1904-05.

Revenue Settlement and Agricultural, Season and Crop Report of the Madras, 1922-23.

Malabar District Village Statistics, 1932.

Prices and Wages in India.

Report of the Malabar Tenancy Committee Vol.I&II,Madras, 1940.

Report on the Administration of the Madras presidency for the year 1933-34.

Report on the provinces of Malabar and Canara, Sullivan, 1916.

Report on the Revenue System in Malabar District, Thomas Warden, 1916.

Statistical Atlas of Malabar.

Census of India, Malabar District, 1912 to 1921.

Census of India,Madras,1901- 1932.

Census of India, 1901-Madras, Part I & II, W Francis, 1902.

Report on the Quinquennial wages Census-1951.

Gazetters of Malabar 1935-1933.

News Papers

Desabhimani – 1942-1957
Mathrubhumi- 1929-1957
Prabhatham – 1938-1939

SECONDARY SOURCES
ENGLISH BOOKS

Agarwal, Bina, *A Field of One's Own*, Cambridge University Press, New Delhi. 1994.

Agarwal, Bina, *Gender and Legal Rights in Landed Property in India*, Kali for Women, New Delhi, 1999.

Agnes, Flavia, *Law Gender Inequality: The Politics of Women's Rights in India*, OUP, Delhi, 1999.

Beck, Pinch. I, *Women Workers and the Industrial Revolution 1750-1850*, London, 1969.

Beechey, Veronica and Tessa Perkins, *A Matter of Hours; Women, Part time Work and the Labour Market*, Polity Press.

Boserup, Ester, *Women' Role in Economic Development*, George Allen and Unwin Limited, London, 1970.

Chakravarthy, Renu, *Communists in India's Women's Movement, 1940-1950*, New Delhi, 1980.

Choudhry, Prem, *The Veiled Women; Shifting Gender Equations in Rural Hariyana 1880-1990*, Oxford Publication, 1994.

David, K Dunaway, Willa, K Baum (ed.), *Oral History An Interdisciplinary Anthology*, Altamira, Sage Publications, New Delhi, 1996.

Davison, Jean (ed.), *Agricultural, Women and Land; The African Experience*, West View Press, London, 1988.

Desai, A.R. (ed.), *Peasant Struggles in India*, New Delhi, 1979.

Dube, Leela, *Women and Kinship: Comparative Perspectives on Gender in South and South East Asia*, Vistaar Publications, New Delhi, 1997.

George, Jose, *Politicisation of Agricultural Workers in Kerala; A Study of Kuttanad*, Indian Institute for Regional Development Studies, New Delhi, 1984.

Guha, Ranajit, *Elementary Aspects of Peasants Insurgency in Colonial India*, OUP, Delhi, 1983.

Heller, Patrick, *The Labour of Development: Workers and*

the Transformation of Capitalism in Kerala, India, Cornell University Press, London, 1999.

Hobsbawm, E.J., et.al (ed.), *Peasants in History* (Essays in honour of Daniel Thorner), Oxford University Press, Madras, 1980.

Jeffrey, Robin, *Politics Women and Well Being*, Oxford University Press, 1993.

Kak, Shakti and Biswamoy, Pati, (eds) *Exploring Gender Equations: Colonial and Post-Colonial India*, Nehru Memorial Museum and Library, Delhi, 2005.

Kalpagam U, *Labour and Gender; Survival in Urban India*, Sage Publications, 1994.

Kannan, K P, *Of Rural Proletarian Struggles; Mobilization and Organization of Rural Workers in South-West India*, Oxford University Press, Delhi, 1988.

Kautsky, Karl, *The Agrarian Question*, Vol II, Winchester Mass, London, 1988.

Krishnamurthy J (ed.), *Women in Colonial India; Essays on Survival, Work and the State*, OUP, 1989.

Kurup, K K N, *The Kayyur Riot; A Terrorist Episode in the Nationalist Movement in Kerala*, Sandhya Publications, Calicut, 1978.

Kuumba, Bahati M., *Gender and Social Movements*, Rawat Publishers, Jaipur, 2003.

Lalita, K etal, *We were making History; Life Stories of Women in the Telangana People Struggle*, Kali for Women, Delhi, 1989.

Lindbeg, Anna, *Experience and Identity: A Historical Account of Class, Caste and Gender Among the Cashew Workers of Kerala*, 1930-2000, Trycksak, 2001.

Macneish S. Richard, *The Origins of Agriculture and Settled Life*, University of Oklahoma Press, London 1992.

Malos, E (ed.), *The Politics of House Work*, Allison and Busby Limited, England, 1980.

Mazumdar, Vina, et.al (eds), *Women Workers in India*, Chanakya Publications, Delhi, 1990

Menon, Dilip, M., *Caste Nationalism and Communism in South India, Malabar, 1900-1948*, Cambridge University Press, 1994.

Oakely, Ann, *The Sociology of House Work, Martin Robertson*, Oxford, 1974.

OakleyOmvedt, Gail (ed.), *Land, Caste and Politics in Indian*

States, Authors Guild Publications, 1982.

Oommen, M A, *Land Reforms and Socio-Economic Change in Kerala; An Introductory Study*, Religion and Society Publication, Madras, 1971.

Patnaik, Utsa (ed), *Agrarian Relations and Accumulations; The Mode of Production Debate in India*, OUP, Madras, 1990.

Prakash, Gyan, *Bonded Histories, Geneologies of Labour Servitude in Colonial India*, Cambridge University Press, 1990.

Rao, Anupama (ed.), *Gender and Caste*, Kali for Women, New Delhi, 2003.

Razavi, Shahra (ed), *Agrarian Change, Gender and Land Rights*, Black well, United Kingdom, 2003.

Reiter, R Rayna, (ed.), *Towards An Anthropology of Women*, Monthly Review Press, New York 1975.

Rowbotham, Sheila, *Women's Consciousness Man's World*, Penguin, 1973.

Sahlin, M., *Stone Age Economics*, Tavistock Publications, London, 1974.

Sangari, Kum Kum and Sudeshvaid (ed.), *Recasting Women; Essays in Colonial History*, Kali for Women, New Delhi, 1993.

Saradamoni K, *Filling the Rice Bowl; Women in Paddy Cultivation*, Sangam books, Hyderabad, 1989.

Scott, James, C., *Weapons of the Weak; Every day Forms of Peasant Resistance*, OUP, Delhi, 1990.

Seccombe, Wally, *A Millennium of Family Change*, Verso, 1992.

Sen, Samita, *Women and Labour in Late Colonial India; The Bengal Jute Industry*, Cambridge University Press, 1999.

Shanin, Teodor, *Defining Peasants*, Basil Blackwell, Oxford, 1990.

Sharma, Ursula, *Women's Work, Class and the Urban Household; A Study of Shimla, North India*, Tavistock Publications, London, 1986.

Shiva, Vandana, *Staying alive*, Kali for Women, Delhi, 1988.

Srinivas, M N, *Village, Caste, Gender and Method; Essay's in Indian Social Anthropology*, OUP, Bombay, 1996.

Tharamangalam, J, *Agrarian Class Conflict: The Political Mobilisation of Agricultural Labourers in Kuttanad, South India*, University of British Columbia Press, Vancouver, 1981.

Thorner, Daniel and Thorner, Alice, *Land and Labour in India*, Bombay, 1962.

Thorner, Daniel etal (eds), *A.V. Chayanov On The Theory of Peasant Economy*, OUP, Bombay, 1987.

Tilly, Louise, A. and Joan W. Scott, *Women, Work and Family*, Holt Rinehart and Winston, London, 1978.

Varghese, T C, *Agrarian Change and Economic Consequences*; *Land Tenures in Kerala*, 1850 to 1960, Allied Publishers, New Delhi, 1970.

MALAYALAM BOOKS

Aaron, Samuel, C, *Jeevithasmaranakal*, Desamitram Publishers, Cannanore, 1974.

Andalat, *Rekhayillatha Charithram*, Chintha Publishers, Trivandrum.

Bharateeyan, Vishnu, V.M., *Adimakallenganeudamakalaye*, Prabhat, Trivandrum, 1981.

Bhaskaranunni, P, *Patthonpatham Noottantile Keralam*, Kerala Sahitya Academy, Trichur, 2000.

Chandrika, C S, *Keralathile Sthree Munnettangalute Charithram*, Kerala Sahitya Akademy, Trichur, 1998.

Devayani, K, *Chorayum Kanneerum Nananja Vazhikal*, Chintha, Trivandrum.

Ganesh, K.N., *Keralathinte Innalekal*, Department of Cultural Publications, Government of Kerala, Trivandrum, 1997.

Karat, Prakash, *Malabarile Karshikabandhangalum Karshakaprasthanavum*, Chintha Publishers, 2005.

Kurup, K K N, *A C Kannan Nair Oru Padanam*, State Institute of Languages, Trivandrum, 1985.

Madhavan, K, *Oru Gandhiyan Communistinte Ormakal*, Creative Arts and Cultural Co-operative Society, Trivandrum, 2002.

Nayanar, E K, *Olivukala Smrithikal*, Chintha Publishers, Trivandrum, 1999.

Prakash, R (ed.), *Keralathile Thozhilali Varga Prasthanathinte Charithram*, Prabhath, Trivandrum, 1979.

Shekhar, N C, *Agni Veedhikal*, North Kerala Printers and Publishers, Cannanore, 1987.

Souvenirs

Kandakkai Karshaka Samaram, 50th Anniversary 1996.
Kannikoitthu, Udinoor Vilakoithu Samaram 60th Anniversary.
Karivelloor Samaram, 50th Anniversary, 1996.
Kavumbayi Samaram, 50th Anniversery, 1996.
Kayoor Rakthasakshi Smaranika, 1999.
Keluettan- Shankaran, P P, Smaranikas, Badagara, 1998.
Koothali Smaranika, 1999.
Kuttiyan. V(edi) *Nerippu*, History of Madikkai Village, Madikkai Grama Panchayat, 2004.
Onchiyam Smaranika, 1998.
Pacheni Smaranika, 2002
Pinarai-Parappuram Conference, 50th Anniversary.

www.ingramcontent.com/pod-product-compliance
Lightning Source LLC
LaVergne TN
LVHW042305051026
849519LV00012B/2623
9789393468680